మేక్ ఎపిక్ మనీ

మేక్ ఎపిక్ మనీ

అంకుర్ వారికూ

తెలుగు అనువాదం: ఆకెళ్ళ శివప్రసాద్

MANJUL

మంజుల్ పబ్లిషింగ్ హౌస్

First published in India by

MANJUL

Manjul Publishing House

Corporate and Editorial Office

• 2nd Floor, Usha Preet Complex, 42 Malviya Nagar, Bhopal 462 003 – India

Sales and Marketing Office

• C-16, Sector 3, Noida, Uttar Pradesh 201301 – India

Website: www.manjulindia.com

Distribution Centres

Ahmedabad, Bengaluru, Kochi, Kolkata, Chennai,
Hyderabad, Mumbai, New Delhi, Pune

Telugu translation of *Make Epic Money* by Ankur Warikoo

English edition first published in 2024 by Penguin Random House India.

This Telugu edition first published in 2026

ISBN 978-93-7317-255-2

Translated by Akella Sivaprasad

Cover design by Ahlawat Gunjan

Printed and bound in India by Gopsons Papers Pvt Ltd

నేను వృధా చేసిన డబ్బుకి,

నేను ఆర్జించిన జ్ఞానానికి అంకితం

విషయ సూచిక

పరిచయం

అభినందనలు!

డబ్బుకు సంబంధించిన పుస్తకం కోసం మీరు చాలా సాధారణ రచయితను ఎంచుకున్నారు!

– నేను ఆర్థిక నిపుణుడిని కాదు.

– నాకు సరైన విద్యార్హతలు లేవు.

– నా సంపద చరిత్రా? అది కొన్నేళ్ల క్రితం వరకు చాలా ఘోరంగా ఉండేది.

నేను రమిత్ సేథీ అంత స్థిరంగా లేను. మోర్గాన్ హౌజెల్ అంత గొప్పవాడిని కాను.

దీపక్ షెనాయ్, మోనికా హలన్ లాంటి తెలివైన వారి దరిదాపులకు కూడా చేరలేను.

కాబట్టి, మీరు ఆన్లైన్ లోనో, పుస్తకాల దుకాణంలోనో, ఈ పుస్తకాన్ని నిశితంగా పరిశీలిస్తుంటే, దీన్ని ఇక్కడే వదిలేయడానికి ఇదే మంచి అవకాశం మిత్రమా. ఈ పుస్తకాన్ని అస్సలు పట్టించుకోకండి.

కానీ ఇప్పటికే ఈ పుస్తకాన్ని కొని వుంటే, ఇన్ స్టా గ్రామ్ రీల్ లో నేను, మీకు దీనిని ఇస్తున్నట్లు ఊహించుకోండి:

'మేక్ ఎపిక్ మనీ' చదవడానికి 3 కారణాలు

1. తప్పులు చేయని వారి కంటే, తప్పులు చేసిన వారి నుంచే మనం ఎక్కువగా నేర్చుకుంటాం.

   నేనూ చాలాతప్పులు చేశాను. ప్రతి తప్పు లోంచి ఒక్కొక్కటి నేర్చుకున్నాను. కింద పడి పైకి లేచాను.

   నేను చేసిన తప్పులు మీరు కూడా చేయకూడదని కోరుకుంటున్నాను.

2. డబ్బుకు సంబంధించిన చాలా పుస్తకాలు ఎందుకు అంత సంక్లిష్టంగా, సాంకేతిక భాషలో, భారీగా, భయపెట్టేటట్టు, ఉంటాయోనని ఆశ్చర్యపోయాను.

   ఈ పుస్తకం, ఒక సాధారణ ప్రశ్నకు జవాబు ఇవ్వడానికి ప్రయత్నిస్తుంది:

   ఇన్ స్టా గ్రామ్, యూట్యూబ్ యుగంలో పెరుగుతున్న 20/30 వయస్సున్న వాళ్ళకి డబ్బుపై అవగాహన కలిపించడంలో ఈ పుస్తకం ఎలా ఉపయోగపడుతుంది?

3. నేను మిమ్మల్ని ప్రభావితం చేయడానికి ప్రయత్నించడం లేదు (నాకు ఆ అర్హతలు కూడా లేవు!).

మీకు సహాయం చేయడానికి ప్రయత్నిస్తున్నాను. ఆదాయాన్ని ఆనందంతో కలపాలనుకుంటున్నాను

ఈ పుస్తకం మీ భాషలోనే మాట్లాడుతుంది.

నాభాష లో కాదు.

మీ మాటలే ఉపయోగిస్తుంది.

నా మాటలు కాదు.

ఓహ్, ఈ పుస్తకం గురించి ఇంకా వివరించడానికి ముందుకు వెళ్ళే ముందు ఒక గోల్డెన్ రూల్ గుర్తుంచుకోండి:

మీ దృష్టిని ఆకర్షించడం ఈ పుస్తకానికి ఎంత ముఖ్యమో , మీరు కూడా మీ దృష్టిని ఈ పుస్తకం పై పెట్టడం కూడా అంతే ముఖ్యం.

కాబట్టి, ఏ సమయంలోనైనా, ఈ పుస్తకం చదవడం విసుగ్గా అనిపిస్తే, ఆపేయండి! ఏ విధమైన బలవంతం లేదు.

డబ్బుకు సంబంధించి మరిన్ని అద్భుతమైన పుస్తకాలు వెలువడు తున్నాయి.

కానీ, మీరు ఇప్పటి దాకా చదివిన్నట్టయితే, ఇందులో జరిగిన చరిత్ర ఉంది.

నా గురించి, అలాగే డబ్బు గురించి కూడా.

మేము డబ్బులేకుండా పెరిగాం.

మా నాన్న తన వృత్తి మొత్తం క్రయ విక్రయాల విభాగంలోనే పనిచేశారు. మా అమ్మ ప్రాధమిక పాఠశాల ఉపాధ్యాయురాలిగా పనిచేసింది.

మధ్యతరగతి అనేది ఒక శాపం, దాని నుంచి తప్పించుకోవాలనుకునే కుటుంబం మాది.

క్రెడిట్ కార్డులు ఉపయోగించి, పర్సనల్ లోన్స్ పెట్టి మా స్థోమత కు మించి కొన్నాం.

మేము ఉపయోగించిన పద్ధతులు అవే, అందుకే

అనూహ్యంగా ఎప్పుడూ అప్పుల్లోనే ఉండేవాళ్ళం.

ఆర్థిక భద్రత కోసం (బహుశా శ్రేయస్సు కూడా కావచ్చు!) మా తల్లిదండ్రులు నామీదా నా సోదరి మీదా, ఎన్నో ఆశలు పెట్టుకున్నారు.

దానికోసం ఇంతకుముందే రుజువు చేయబడిన పద్ధతి ఉందని చెప్పారు.

- కష్టపడి చదవండి
- మంచి ఉద్యోగం సంపాదించండి
- కష్టపడి పనిచేయండి
- పదోన్నతి పొందండి
- బాగా సంపాదించండి

- సంతోషంగా జీవించండి

ఏదో ఒక రోజు, ఈ సలహాను మీ పిల్లలకు కూడా ఇవ్వండి.

ఆ పద్ధతిపై నమ్మకం కలిగింది.

అందుకే కష్టపడి చదివాను. ఉపాధ్యాయుడి అభిమాన శిష్యుడినయ్యాను.

అమెరికాలో పీహెచ్ డీ కోసం స్కాలర్ షిప్ సాధించాను.

ఎంబీఏ పూర్తి చేశాను. మేనేజ్ మెంట్ కన్సల్టెంట్ గా పనిచేశాను.

బాగా సంపాదించాను.

ఆ తర్వాత లక్షాధికారి కావాలన్న కలలు కనడం మొదలెట్టాను!

ఇప్పుడు నా దారిలో నేను ఉన్నాను.

ఆగండాగండి.

ఇక్కడే ఒక మెలిక వుంది. ఎప్పుడూఎదో ఒక మెలిక ఉంటూనే ఉంటుంది.

ఇది అంతం కాదు.

ఇంత చేసిన తర్వాత కూడా ఎప్పుడూ, సంతోషంగా జీవించలేదు!

20, 30 లలో నాకు ఎంతో ఉపయోగపడుతుందని నమ్మిన ప్రణాళికని, అనుసరించాను.

39 ఏళ్ల వయసులో నా బ్యాంకులో డబ్బులు లేవు.

నా స్టార్టప్ సీఈఓ పదవి నుంచి తప్పుకున్నాను, ఎలాంటి ఆదాయ వనరులు లేవు.

నా దగ్గర కాగితపు సంపద ఉంది, అది దేనికీ ఉపయోగపడదు. చెప్పుకోవడానికి ఎటువంటి ఆస్తులు లేవు.

అంతేకాకుండా, కుటుంబాన్ని చూసుకోవాల్సిన బాధ్యత కూడా ఉంది.

ఎఫ్ ఎమ్ ఎల్! ఇది ఎలా జరిగింది?

ప్రతి స్పందించాను. చదివాను. విన్నాను. ఆలోచించి అర్థం చేసుకున్నాను.

పాఠశాల, కళాశాల, తల్లితండ్రులు – ఎవరూ డబ్బు గురించి ఏమీ నేర్పలేదని అర్థం చేసుకున్నాను.

డబ్బు గురించి కనీసం వాళ్ళు ఎప్పుడు మాట్లాడలేదు కూడా.

వారు అనుసరించిన ఒక మార్గాన్ని చూపించారు, ఆ మార్గమే వారు అనుసరించారు.

వారు చేసిన పనులే, నన్ను చేయమని అడుగుతున్నారు, కానీ విభిన్నమైన ఫలితాన్ని ఆశిస్తున్నారు.

నిజం చెప్పాలంటే, ఈ పుస్తకం 20 ఏళ్ళ వయస్సులోని నాకోసమే.

అలాగే, నాలాగే ఉన్న ఇంకెంతో మంది కోసం కూడా.

జీవితానికి సంబంధించిన ఒక బ్లూప్రింట్ ని నిర్దేశించారు, కానీ డబ్బును ఎలా

సంపాదించాలో ఎవరు ఎప్పుడూ చెప్పలేదు.

లేదా డబ్బు ఎలా సంపాదించాలి అనేది ఎలా సాధ్యమవుతుందో చెప్పలేదు.

"మేక్ ఎపిక్ మనీ" ఒక సరళమైన సందేశాన్ని అందిస్తుంది.

మీ నేపథ్యం, తగినంత పరిజ్ఞానం లేకపోవడం, పరిమితమైన అనుభవం, తగినంత నైపుణ్యం లేకపోవడం,

ఇవేమి డబ్బు సంపాదించడానికి, సంపదను పెంచుకోవడానికి, మీరు కోరుకున్న జీవితాన్ని గడపడానికి,

మిమ్మల్ని ఆపే విషయాలు కావు.

మరి,మిమ్మల్ని వెనక్కి నెట్టిన లోతైన నమ్మకాలు ఏమిటి?

ఆ నమ్మకాలు చెప్పే విషయాలు ఏమిటి?

- మధ్యతరగతి ప్రజలు చాలా అరుదుగా ధనవంతులు అవుతారు.
- మీకు ఆర్థికపరమైన బాధ్యతలు చాలా ఉన్నాయి.
- డబ్బును అర్థం చేసుకోవడం చాలా క్లిష్టమైన పని.
- జీతం ఒక్కటే ఆదాయ వనరు.
- గొప్పవాళ్ళు లేదా అదృష్టవంతులు మాత్రమే ధనవంతులు అవుతారు.

మీ నమ్మకాలు మిమ్మల్ని ఆర్థికంగా నాశనం చేస్తాయి.

లేదా అవి జీవితాంతం ప్రభావితం చేయవచ్చు.

మీ నమ్మకాలను మార్చుకోండి, ప్రతిదాన్ని మార్చుకోండి.

మీ నమ్మకాలను సవాలు చేయడానికి, రెచ్చగొట్టడానికి, వాటిని మార్చడానికి చేసిన ప్రయత్నమే ఈ పుస్తకం.

కాబట్టి నేను చేసిన తప్పులు మీరు చేయకండి.

సులువుగా చదువుకునే విధంగా ఈ పుస్తకాన్ని రూపొందించాను.

ప్రతి అధ్యాయం మిగతావాటితో సంబంధం లేకుండా ప్రత్యేకంగా ఉంటుంది.

కాబట్టి మీకు ఇష్టమైన పద్ధతిలో చదువుకోండి.

ప్రతిరోజూ, కొన్ని పేజీలు చదవండి.

మరుసటి రోజు తిరిగి మరికొన్ని పేజీలు చదవడానికి ప్రయత్నించండి.

పుస్తకం చదవడం విసుగు అనిపించినప్పుడు, వదిలేయండి.

చివర్లో, ఈ పుస్తకం నుండి 5 ఆలోచనలు తీసుకోండి.

మీకు ఇష్టమైన, ఏవైనా 5 ఆలోచనలు!

వాటిని మీ జీవితానికి అన్వయించుకోండి. వాటిని స్థిరంగా అనుసరించండి.

వాటిని డబ్బు సంపాదించే సూత్రాలుగా చేసుకోండి.

ఇలా గనుక చేస్తే, మీరు ఆర్థిక స్వాతంత్ర్యం వైపు, సంపదను పెంచుకునే దిశగా మీ ప్రయాణాన్ని ప్రారంభించినట్లే.

మీ కోసం ఉత్సాహంగా చూస్తున్నాను! 😁

నేను డబ్బు గురించి పట్టించుకోవాలి?

డబ్బు మీకు సంతోషాన్ని కొని ఇవ్వకపోవచ్చు, కానీ డబ్బు లేకపోవడం ఖచ్చితంగా మిమ్మల్ని దుఃఖానికి గురి చేస్తుంది.

— డేనియల్ కాహ్నెమన్

మనం డబ్బుని నమ్ముతాము. అందుకే అది పనిచేస్తుంది!

మొదటి స్థానానికి డబ్బు ఎలా వచ్చిందో ఇప్పుడు తెలుసుకుందాం.

మార్పిడితో మనం ప్రారంభించాం.

దీన్ని వూహించండి.

నాకు 1 గుడ్డు కావాలి.

మీకు 1 బంగాళాదుంప కావాలి.

మనం మార్పిడికి అంగీకరించాం. లేదా మీరు కోరుకునేది కావాలనుకుంటే వస్తుమార్పిడి చేయండి!

సులభంగా ఉందిగా.

కానీ ఏదో ఒక సమయంలో, గుడ్లు ఎక్కువ విలువైనవిగా మారతాయి.

ఇప్పుడు 2 గుడ్లు కావాలనుకుంటే, 7 బంగాళాదుంపలను వస్తుమార్పిడిలో

అడుగుతారు.

సరే, 1 గుడ్డు మాత్రమే కావాలని అనుకుంటే?

అది 3.5 బంగాళాదుంపలకు బదులు గా వస్తుంది.

ఈ భాగాలతో ఒప్పందం ఏంటి సోదరా?

అర బంగాళాదుంప కోసం ఎవరైనా వ్యాపారం చేస్తారా!

ఒకవేళ నాకు 5 గుడ్లు కావాలంటే?

18 (17.5 వాస్తవానికి!) బంగాళాదుంపలను ఇవ్వాలి. ఎందుకంటే మా కుటుంబం ఆమ్లెట్ కోసం ఆరాటపడుతోంది. కానీ ఆ రకమైన మార్పిడి అసౌకర్యంగా ఉంటుంది.

అప్పుడు అక్కడికి, ఒక తెలివైన స్నేహితుడు వచ్చాడు.

"ఆ 18 బంగాళదుంపలు నాకు ఇవ్వండి, నేను మీకు 18 కాగితాలు ఇస్తాను. లేదా మీరు కావాలనుకుంటే 36 ఇస్తాను.

ప్రతి కాగితం విలువ 1 బంగాళాదుంప లేదా 0.5 బంగాళాదుంపకి సమానం.

మీ బంగాళాదుంపలు నాకు ఇచ్చారనడానికి ఇదే సాక్ష్యం..మీకు ఎప్పుడైనా బంగాళాదుంపలు కావాలనుకుంటే ,ఆ కాగితాలను తిరిగి తీసుకురండి." అని అన్నాడు.

తాను చట్టబద్ధుడిగా ఉన్నానని నిరూపించుకోవడానికి ఈ కాగితాలపై ప్రత్యేకమైన ముద్ర వేస్తాడు.

ఇప్పుడు, ఈ బంగాళాదుంపలను తీసుకెళ్లడానికి బదులుగా, ఆ ముద్ర వేసిన

కాగితాలని తీసుకువెళుతున్నాను.

మేధావి!

ఎంత గొప్పగా డబ్బు ఎలా మొదలైందో – ఈ రోజు మనం చూస్తున్నాం. ఆర్ బిఐ గవర్నర్ సంతకం చేసిన ₹ 500 నోటుపై "ఇది ఉన్న వ్యక్తి కి ఐదు వందల రూపాయల మొత్తాన్ని చెల్లిస్తానని నేను వాగ్దానం చేస్తున్నాను" అని ఉన్న ప్రకటనను ఎప్పుడైనా గమనించారా?

అది మన బంగాళాదుంప కాగితమే, కొత్త అవతారంలో వచ్చింది!

ఒక్క క్షణం ఆలోచించండి.

కనీసం మనకు తెలియని వ్యక్తి సంతకం చేసిన కాగితాన్ని నమ్ముతున్నాం.

మనం మాత్రమే కాదు – వాళ్లు ఎవరు, ఎక్కడి నుంచి వచ్చారనే దానితో సంబంధం లేకుండా ప్రపంచం మొత్తం ఇప్పుడు ఈ కాగితాన్ని నమ్ముతోంది.

సూపర్ మార్కెట్ వాళ్ళు మీ కాగితపు నోట్లకు బదులుగా కిరాణా సరుకులను ఇస్తున్నారు. ఎందుకంటే వారు బ్యాంకుని, ప్రభుత్వాన్ని నమ్ముతారు.

మీరు చూడలేని డిజిటల్ డబ్బు రూపంలో, మీ జీతం బ్యాంకులో జమ కావడానికి కష్టపడి పని చేస్తారు.

ఎందుకంటే అమెజాన్, ఫ్లిప్ కార్ట్, పేటీఎం, మింత్రా, గూగుల్ పే, మాస్టర్ కార్డ్, వీసా – వారంతా దాన్ని నమ్మి తీసుకుంటారు.

వారు మీకు తెలియకపోవచ్చు లేదా నమ్మకపోవచ్చు, కానీ వారు మీరిచ్చే డబ్బుని నమ్ముతారు.

దిమ్మ తిరిగే విషయం ఏమిటంటే, మనమందరం దానిని నమ్మడం వలన డబ్బు పనిచేస్తుంది,

ప్రపంచంలో నమ్మకానికి అత్యంత ఉత్తమ ఉదాహరణ డబ్బు.

> ***"మానవులు సృష్టించిన ఏకైక నమ్మకమైన వ్యవస్థ డబ్బు మాత్రమే, ఇది సాంస్కృతిక అంతరాన్ని పూడ్చగలదు***
>
> ***ఇది ఇప్పటివరకు రూపొందించబడిన అత్యంత సార్వత్రిక, సమర్థవంతమైన పరస్పర విశ్వాసనీయమైన వ్యవస్థ."***
>
> **సేపియన్స్: మానవజాతి సంక్షిప్త చరిత్ర**
>
> **— యువల్ నోవా హరారీ**

డబ్బు సంతోషాన్ని కొనగలదా?

ఇప్పుడు, మనం డబ్బుని ఉపయోగిస్తున్నాం. అది ఏ సమయంలోనైనా మనం బతకడానికి కావాలి.

కానీ అది అంతకంటే ఎక్కువే!

అది తలుపులు తెరుస్తుంది. మనకు ఇష్టమైనదాన్ని ఎంపిక చేసుకునే అవకాశాన్ని ఇస్తుంది.

మనకు భద్రతను, ఆరోగ్యాన్ని కొనే శక్తిని ఇస్తుంది.

మనం ప్రయాణం చేయడానికి, ఆనందాన్ని కలిగించే విషయాలు అనుభవించడానికి ఉపయోగపడుతుంది.

మనకి మన ప్రియమైనవారికి సౌకర్యాన్ని అందిస్తుంది.

మీరు నిత్యవసరవస్తువులని, విలాసవంతమైన వస్తువులు కొనడానికి, డబ్బు అవసరమైనప్పుడు, దాని తాలూకానిజమైన శక్తి,అలా కొనడం కన్నా మించి ఉంటుందని అర్థమవుతుంది.

డబ్బుతో కొనగల /చేయగల 10 వస్తువులు ఇక్కడ ఉన్నాయి.

1. మనశ్శాంతి

   స్కూల్ ఫీజులకి, ఈఎంఐలకి, జీతాలు వచ్చే పరిస్థితుల్లో ఉండి, మీమీద ఆధారపడ్డ ప్రతి ఒక్కరిని జాగ్రత్తగా చూసుకో గలిగే స్థితిలోఉన్నప్పుడు, మీకు హాయిగా నిద్ర పడుతుంది.

2. ఆరోగ్యం

   చక్కటి ఆరోగ్య సంరక్షణ. బీమా.

   క్రమం తప్పకుండా పరీక్షలు, సకాలంలో వైద్య చికిత్సలు.

   ఆరోగ్యకరమైన ఆహారం, వ్యాయామశాలలో సభ్యత్వం, శిక్షణా తరగతులు, మంచి ఆరోగ్యకరమైన కార్యక్రమాలు.

3. నాణ్యమైన ఆహారం

పనికిరాని ఆహారం ఏదో ఒక కారణం వల్ల చౌకగా ఉంటుంది. ఇది మనకు హాని కలిగిస్తుంది.

మంచి–నాణ్యత గల ఆరోగ్యకరమైన ఆహారాన్ని డబ్బుతో కొనడమంటే విలాసాన్ని కొనుక్కోవడమే.

4. భద్రత

మన రవాణా కోసం చక్కటి సౌకర్యాన్ని ఏర్పాటు చేసుకోవడం.

సురక్షితమైన పరిసరాల్లో నివసించడం.

భద్రతకు అయ్యే ఖర్చు భరించగలగడం.

భద్రతని పోగొట్టుకునే వరకు దానిని తక్కువ అంచనా వేస్తాం.

5. ఎంపికలు

ఈ కళాశాల, ఆ కళాశాలా ?

ఉద్యోగం నేర్చుకోవడం కోసమా ,డబ్బు కోసమా?

పని నుండి విరామం తీసుకోండి, లేదా దానిలోనే నలిగిపోండి?

ఇలా ఏది కావాలో, మనం ఎంచుకునేలా డబ్బు పని చేస్తుంది.

6. సౌకర్యం

మెత్తటి పరుపు. మంచి బూట్లు. వెచ్చని దుస్తులు.
హీటర్, ఎయిర్ కండిషన్స్, ఎయిర్ కూలర్స్,
జీవితాన్ని ఆనందమయం చేసే అన్ని విషయాలు.

7. ధైర్యం

సాహసం చేస్తున్నప్పుడు డబ్బు మనకు ధైర్యం ఇస్తుంది. వైఫల్యం అనే ఓటమి భయం తగ్గుతుంది.

అన్వేషించడానికి, నేర్చుకోవడానికి, వ్యవస్థలను కలుపుకోవడానికి సహాయపడుతుంది.

నమ్మకంతో ఉన్నత శిఖరాలను చేరుకుంటాం.

8. ఆనందంగా కుటుంబం

డబ్బు మన తల్లిదండ్రులు , ఎల్లప్పుడూ ఏం కావాలని కోరుకుంటున్నారో వాటిని అందిస్తుంది. ఆశ్చర్యపరుస్తుంది.

మన తోబుట్టువులు ఏమి కోరుకొంటారో, వాటిని వాళ్లకి బహుమతిగా ఇవ్వగలం.

మన భాగస్వాములను మెప్పించగలం.

9. అనుభవాలు

ప్రయాణాలు, కచేరీలు, సాహసయాత్రలు, సముద్రయానం, జీవితంలో ఎప్పుడో ఒకసారి చేసే కార్యక్రమాలు.

ప్రపంచం అందించే వాటిలో అత్యుత్తమైన వాటిని అనుభవించగలం.

10. స్వేచ్ఛ

ప్రశాంతంగా ఉంటాం. ఎందుకంటే అదే కోరుకుంటున్నాం.

ఎంత ఎక్కువ అయితే అంత ఎక్కువగా చేయగలం. ఎందుకంటే అదే మనం కోరుకుంటున్నాం.

జీవితాన్ని మనం ఎలా కోరుకున్నామో ఆ విధంగా జీవించగలం.

డబ్బు, నిజమైన పాత్ర వస్తువులను కొనడం కాదు.

డబ్బు స్వేచ్ఛ నిస్తుంది – మన సమయాన్ని, ఎంపికలని అలాగే మన జీవితాలను నడిపించడంలో పూర్తి స్వేచ్ఛనందిస్తుంది.

ఒక ప్రపంచాన్ని ఊహించుకోండి, అక్కడ;

గట్టిగా మోగే అలారం శబ్దానికి కాకుండా మీ అంత మీరుగా ప్రశాంతంగా మేల్కొంటారు.

దీర్ఘమైన శ్వాస తీసుకుంటారు.

బాగా నిద్రపోతారు. అంతా ప్రశాంతంగా ఉంది.

మీరు కిటికీ దగ్గర కూర్చొని–.

ఒక కప్పు వేడి తేనీరు ను రుచి చూస్తున్నారు.

హాయిగా ఆలోచిస్తున్నారు..

ఏ హడావిడి లేదు.

ఎందుకు ఆలస్యమైందని ఏ అధికారులు అడగరు.

మీమీద ఏ క్లయింట్ కేకలు వేయడు.

రద్దీగా ఉండే ట్రాఫిక్ లో ఇబ్బంది లేకుండా వుంటారు.

అంతులేని ఇంటి పనులు లేవు.

మీరు పని చేయండి.

మీరు ధ్యానం చేయండి.

మీరు చదవండి, వ్రాయండి , పాడండి.

మీకు మీరు గా వుండండి.

అలాంటి వాతావరణం లో మీ రోజును ప్రారంభించండి.

మీరు ఉదయాన్నే పని చేసి ఉంటే,

మధ్యాహ్నం నిద్రపోతారు.

సాయంత్రం ఏదైనా కొత్త విషయం నేర్చుకోండి.

లేదా స్నేహితులతో సరదాగా గడపండి.

రాత్రిపూట ఏదైనా కొత్త రెస్టారెంట్ కి వెళ్ళే ప్రయత్నం చెయొచ్చు.

లేదా కుటుంబంతో ఇంట్లోనే ప్రశాంతంగా గడపండి.

ఏ రకమైన ఒత్తిడీ కలిగించే దినచర్య లేదు.

లేదా దీనికి పూర్తిగా భిన్నమైన రోజును ఊహించుకోండి.

అలారం శబ్దం వినిపించడంతో నిద్రలేచారు.

వెంటనే పనిలో పడతారు. ఇమెయిల్స్ ని చూస్తారు. కొన్నింటికి సమాధానం ఇస్తారు.

చేయాల్సిన అవసరం లేక కాదు.

మీరు చేయాలనుకుంటున్నారు కనుక చేస్తారు.

మీ ఉదయాలు ఎంతో ఉత్పాదకంగా ఉంటాయని చేస్తారు.

మీపైన ఒక అధికారి ఉన్నారు, ఆయనతో అద్భుతమైన సంబంధం ఉంది.

ఈ రోజు ఇంటి నుండి పనిచేస్తున్నారు.

మీ పనిని ప్రారంభిస్తారు.

కోరుకున్నప్పుడు రోజును ముగించగలరు.

మీరు, కుటుంబ సభ్యులతో సమయాన్ని గడుపుతారు..

సినిమా చూడొచ్చు.

మీ పిల్లలను పడుకోబెట్టండి.

మీ భాగస్వామితో లేదా స్నేహితులతో ముచ్చటించండి.

మీకు ప్రతి నెలా చివర్లో చక్కగా ఆనందం కలిగించడానికి జీతం వస్తుంది.

కానీ, దాని మీదే ఆధారపడరు.

మీరు చేసే పనిని ప్రేమిస్తున్నారు కాబట్టి పనిచేస్తున్నారు.

అదే మీరు కోరుకుంటున్నారు.

అంతేకానీ చేయాలి కాబట్టి కాదు!

కేవలం స్వేచ్ఛ మాత్రమే.
మీకు కావలసినది, కావలసినప్పుడు చేయడం.

ఇది డబ్బు మనకు ఇచ్చే స్వేచ్ఛ.
ఈ స్వేచ్ఛ వెలకట్టలేనిది.
ఈ స్వేచ్ఛే ఆనందం.

మన కోసం మన జీవితాన్ని రూపొందించుకోగలం.
డబ్బు కోసం పనిచేయడం మానేయడం ఎలాగో అర్థం చేసుకున్న తర్వాత, డబ్బు మన కోసం ఎలా పనిచేస్తుందో తెలుసుకోండి.

> **ఏం కావాలో, ఎప్పుడు కావాలో, ఎవరి దగ్గర నుండి కావాలో, ఎంతకాలం కావాలో అంతకాలం పొందగల సామర్థ్యం మీకుంటే, అది ఫైనాన్స్‌లో వచ్చే అత్యధిక డివిడెండ్‌తో సమానం.**
>
> **— మోర్గాన్ హౌసెల్, సైకాలజీ ఆఫ్ మనీ**

ఈ విషయం ఆలోచించండి!

డబ్బు వస్తువులను కొనడానికి అనుమతిస్తుంది.
జీవితాన్ని మరింత మెరుగ్గా గడపడానికి అవకాశాన్నిస్తుంది.
మీ హోదాని, గౌరవాన్ని పెంచుతుంది.
ఎంతో బాగుంది.

కానీ అదే ఉత్తమమైన విషయం కాదు.
డబ్బు ఇచ్చే ఉత్తమమైన, నిజమైన బహుమతి స్వేచ్ఛ.
మీ ఇష్టానుసారం ఉండగలిగే స్వేచ్ఛ.
ఎంపిక చేసుకునే స్వేచ్ఛ.
నచ్చిన విధంగా జీవించే స్వేచ్ఛ.

ఈ స్వేచ్ఛ – ఏది కావాలో, ఎప్పుడు కావాలో, ఎలా కావాలో ఆ విధంగా చేయగల సామర్థ్యం కల్పిస్తుంది – అదే ఆనందానికి పునాది.

నేను నిజంగా కొంత డబ్బు
సంపాదించాలనుకుంటున్నాను!

ఎంత తగ్గించవచ్చో అనే దానికి ఒక పరిమితి ఉంది.
ఎంత సంపాదించవచ్చో అనే దానికి పరిమితి లేదు.

— రమిత్ సేథీ
"ఐ విల్ టీచ్ యు టు బి రిచ్" పుస్తకంలో

ప్రపంచం మీకు ఒక కలను అమ్ముతుంది.

ఇలా చెబుతుంది – మీరు జీతం సంపాదించడం ప్రారంభించిన తర్వాత, మీరు ధనవంతులు అవుతారు.

అసలు నిజం ఇది.

జీతం మీ జీవనోపాధి అవుతుంది. కానీ అది మిమ్మల్ని బంధించేస్తుంది.

డబ్బు కోసం మీరు మీ సమయాన్ని వెచ్చించి, వుద్యోగం చేస్తారు.

మీ సమయాన్ని కేటాయించలేనప్పుడు, డబ్బు ఆగిపోతుంది.

మీ జీవితమంతా పని చేయాల్సి ఉంటుంది.

మీ జీతం సరిపోదు.

మీరు మార్చగలరనుకునే ఒక నమ్మకం ఏదైనాఉందంటే, అది ఇదే అవనివ్వండి.

డబ్బు సంపాదించడానికి రెండు మార్గాలు ఉన్నాయి.

మొదటిది తక్కువ ఖర్చు చేయడం.

రెండోది ఎక్కువ సంపాదించడం.

మీ జీతానికి మించిన సంపదను సృష్టించుకోండి.

ఎన్నో ఆదాయ మార్గాలను సృష్టించండి.

మీరు నిద్రపోతున్నప్పుడు కూడా, మీ కోసం డబ్బును సంపాదించే ఆస్తులలో పెట్టుబడి పెట్టండి.

నేను జీతం ఒక్కటే ఆదాయానికి మార్గం అని నమ్మేవాడిని .

ఖర్చులు, పొదుపు, పెట్టుబడులు ఇలా ప్రతిదీ భరించాలి. అదే మన జీవన విధానం.

వచ్చే జీతం వల్ల సరదాలను తగ్గించుకోవాల్సి వస్తుంది.

నేనూ, ఆదాయానికి పరిమితి ఉందని కూడా నమ్మాను.

అది నా పనితనంతో ముడిపడి ఉంది. నా బాస్. కంపెనీ ఎదుగుదల. ఆర్థిక వ్యవస్థ. అవి నా నియంత్రణలో లేని విషయాలు.

నేను బోనులో చిక్కుకు పోయిన్నట్లు అనిపించింది.

మనకు మనం చేస్తున్న ప్రస్తుత ఉద్యోగం నచ్చినా సరే, జీతాలు పెరగాలంటే తరచూ కంపెనీలు మారడం ఒక్కటే మార్గమా?

జీతాలు పెంచుకునే 'ఆట'లో ఎలా ముందుండాలి?

ఏం చేసినా, నిజమైన ధనవంతులు కావడానికి తగినంతగా సంపాదించలేము.

జీవితంలో గెలవాలంటే ధనవంతులుగా పుట్టాలి.

నాదే పొరపాటు. తప్పే.

ధనవంతులు ఎలా అవుతారంటే, వాళ్లు తమ జీవితాలను జీతం చుట్టూ నిర్మించుకోరు.

పలు ఆదాయ మార్గాలను సృష్టించేందుకు తమసమయాన్ని, ఆలోచనలను ఉపయోగిస్తారు.

వాళ్ళు డబ్బుల కోసం పనిచేస్తారు. డబ్బును కూడా తమ కోసం పని చేసేలా చేస్తారు.

ఇది భిన్నమైన నియమాలున్న పుస్తకం (రూల్ బుక్).

ప్రతి ఒక్కరం ఆ నియమాలతో విన్యాసాలు చేయవలసిందే.

ఆర్థిక అక్షరాస్యత: ఇది ముఖ్యం!

ఉద్యోగం సంపాదించడం లేదా వ్యాపారం ప్రారంభించడం మాత్రమే డబ్బు సంపాదించడానికి ముఖ్యమని చెప్పడంతో, మనం డిగ్రీలు, గొప్ప గొప్ప అర్హతలు, ఆకర్షణీయమైన బిరుదులను సాధించుకునే ప్రయత్నంలో పడతాం.

వృత్తిలో విజయం = ధనవంతులు కావడం

అని భావిస్తాం.

నిజమా?

వృత్తి సంబంధమైన విద్యార్హతలు మీ జీవనోపాధికి సహాయపడతాయి.

ఆర్థిక అక్షరాస్యత సంపదను పెంపొందించడానికి సహాయపడుతుంది.

అది జీవన నైపుణ్యం.

ఆర్థిక అక్షరాస్యత లేకపోతే తప్పులు చేసే ప్రమాదం ఉంది.

అత్యంత ప్రాథమికమైన, నివారించదగిన తప్పులు.

1. భద్రతా వలయం లేదు.

మనకు తెలియకుండానే కోవిడ్ కోరల్లో చిక్కుకున్నాం: ఖర్చులు పెరిగాయి, ఆసుపత్రి బిల్లులు పేరుకుపోయాయి, ఉద్యోగాలు పోయాయి.

మనలో చాలామందికి బీమా లేదు, ప్రత్యామ్నాయ ప్రణాళికలు లేవు – ఎంతో అవసరమైన ఏ రకమైన భద్రతా లేదు.

2. సంపాదన కంటే ఎక్కువ ఖర్చు చేస్తున్నాం.

దూకుడుగా కొనడం, వినియోగదారువాదం. ఈఎంఐలు.

మన పర్సులను ఖాళీ అవ్వడం, సంపాదించిన దానికంటే ఎక్కువ ఖర్చు చేయడం.

3. రుణాల్లో మునిగిపోవడం

హలో, క్రెడిట్ కార్డులు, రుణాలపై భారీ వడ్డీ రేట్లు ఉంటాయి.

వాటిని కట్టగలమని అనుకున్నాము. ఇప్పుడు అప్పుల కొండ కింద కూరుకుపోయాం.

4. అతి జాగ్రత్తగా సురక్షితంగా వుండడం

మన తల్లిదండ్రులు చెప్పినట్లే పొదుపు ఖాతాలు, ఫిక్సడ్ డిపాజిట్లలో డబ్బును ఉంచడం.

లెక్క కట్టండి? దాని విలువ ప్రతి సంవత్సరం తగ్గిపోతుంది. ద్రవ్యోల్బణం పెరిగి దానిని తగ్గిస్తుంది.

5. భవిష్యత్ ప్రణాళిక లేదు

ఆర్థిక లక్ష్యాలపై దృష్టి సారించాలి. డబ్బు ఎందుకు ఖర్చు పెడుతున్నామో తెలియకుండా, ఖర్చు చేయడం.

ప్రతి నెలా మన డబ్బు ఎక్కడికి వెళ్తుందో కూడా తెలియకపోవడం దారుణం.

6. అత్యాశకు లోనవుతారు.

అత్యాశతో పెట్టుబడి పెట్టడం: సులభమైన లాభాలు, త్వరితగతిన లభించే పథకాలు, 'చిట్కాలను' అనుసరించడం.

అత్యంత దారుణమైన నిర్ణయాలు తీసుకునేలా చేస్తుంది.

భయంతో పెట్టుబడులు పెట్టడం: నష్టాల నుంచి బయటపడటం లేదా మార్కెట్ నష్టాల నుంచి బయటపడటం, పనికిరాని స్టాక్ లలో చిక్కుకుపోవడం.

అత్యంత దారుణమైన నిర్ణయాలు తీసుకునేలా చేస్తుంది.

మనం చేసే పని ఇదే.

ఆమ్ ఆద్మీ,.. అసాధారణంగా ఉండే కొత్త తరం ప్రజలు.

సంపన్నులు?

వాళ్ళు ఈ ఆటనే భిన్నంగా ఆడతారు. తెలివిగా ఆడతారు.

ధనవంతుడిలా ఆలోచించడం నేర్చుకోవడమే రహస్యం.

ఆస్తులు వర్సెస్ బాధ్యతలు (అప్పులు) – వ్యత్యాసాన్ని గుర్తించండి, ఆస్తులను కూడబెట్టండి.

మనం 11వ తరగతిలో కామర్స్ తీసుకుంటే, ఆస్తులు, అప్పుల గురించి తెలుసుకుంటాం.

మనం ఎలా అర్థం చేసుకున్నామంటే: ఆస్తులు మంచివి, అప్పులు చెడ్డవి అని.

మనం కామర్స్ ని తీసుకోకపోయివుంటే, ఆస్తులు ఎల్లప్పుడూ ఏదో విధంగా అప్పులతో సరిపోవల్సి ఉంటుందని అర్థమయ్యేది.

ఆస్తి అంటే ఏమిటో మనకెవరికీ అర్థం కాలేదు.

మరి బాధ్యత అంటే ఏమిటి.

ఫోన్లు... గాడ్జెట్స్... ఆభరణాలు... కార్లు...

మనం వాటిని ఆస్తులు అంటాం, ఎందుకంటే అవే మన దగ్గర ఉన్నాయి కనుక.

ఓహ్, ఇల్లు కూడా, గొప్ప ఆస్తి! అద్దెకి వుండడం అనేది చాలా మధ్యతరగతి స్థితి.

కాబట్టి మనం ఆస్తులుగా భావించే వస్తువులను కొంటుంటాం.

ఎంత ఎక్కువ ఖరీదు అయితే అంత గొప్ప ఆస్తి.

ఎంతో గర్వంగా! హోదాకూడా!

ఆస్తి అంటే ఏమిటి అనే దాని గురించి మీరు వేర్వేరు నిర్వచనాలను వింటారు.

సంపదను పెంచడానికి, ఇది మాత్రమే ముఖ్యమైన పరీక్ష.

అది మీకు డబ్బు ను సంపాదిస్తుందా?

సంపాదిస్తుంది. అప్పుడు అది ఒక ఆస్తి.

కాదు? అప్పుడు అది కేవలం ఆస్తి మాత్రమే. ఒక అప్పు కూడా కావచ్చు.

ధనవంతులు ఆస్తులు సంపాదించుకుంటారు. పేద, మధ్యతరగతి వారు ఆస్తులుగా భావించే అప్పులను సంపాదిస్తారు.

— రాబర్ట్ కియోసాకి, రిచ్ డాడ్ పూర్ డాడ్

దీనిని కొన్ని ఉదాహరణలతో అర్థం చేసుకుందాం.

కారు: ఆస్తా, అప్పా?

కారును కొంటారు. షోరూం నుండి బయటకు వెళ్ళేటప్పుడు అది మీకు నిజంగా అవసరం లేదని అనిపిస్తుంది.

కేవలం మీ స్నేహితులకు చూపించాలనుకున్నారు. అందుకే కొన్నారన్న ఆలోచన వచ్చింది.

కాబట్టి మీరు వెనక్కి తిరిగి, క్షమాపణచెప్పి, "దయచేసి ఈ కారును మీరు తిరిగి తీసుకోగలరా?" అని అడిగారు.

షోరూం యజమాని ఇంతకు ముందు ఇలాంటి మాటలు ఎప్పుడూ వినలేదు. ఆయన ఒక మంచి వ్యక్తి. వ్యాపారరీత్యా అన్ని రకాల వ్యక్తులను రోజూ చూస్తారు, కలుస్తారు.

కారుని తిరిగి తీసుకుంటానని చెప్పారు.

"మీరు చెల్లించిన ధరలో 80% మాత్రమే మీకు తిరిగి ఇస్తాను." అంటాడు.

వేచి ఉండండి, డబ్ల్యూ టి ఎఫ్ (వాట్ ...క్) ఇప్పుడే జరిగిందా?

కార్ల విలువ తగ్గిపోయింది. తక్షణమే! అదే జరిగింది.

ప్రతి సంవత్సరం కార్ల విలువలో 10%-20% తగ్గుతోనే ఉంటాయి.

కారుని రుణం మీద తీసుకున్నట్లయితే, ఆ ఋణం పై వడ్డీ అదనంగా పడుతుంది.

అదే కాకుండా నిర్వహణ, భీమా, మరమ్మత్తుల ఖర్చు కూడా.

క్షమించండి, మీ కారు ఒక అప్పు.

దాన్ని సొంతం చేసుకోవాలంటే డబ్బును ఖర్చు చేస్తూనే ఉండాలి.

కనీసం ఇల్లు?

ఇల్లు ఒక ఆస్తిలా అనిపిస్తుంది. ఆస్తి ధరలు పెరుగుతాయని భావిస్తున్నారు.

కానీ దానిలో నివసిస్తుంటే, దానిని అమ్మే ఉద్దేశం లేకపోతే, అది మీకు డబ్బు సంపాందించి పెట్టలేదు.

దాని బదులు ఇంటిని నడపడానికి డబ్బు అవసరం పడుతుంది. మీకు ఏమీ మిగలదు.

పన్నులు, మరమ్మతులు, నిర్వహణ, రుణ ఈఎంఐలు ఖర్చులు ఉంటాయి.

రుణభారమేగా?

కానీ మీరు ఇల్లు కొని దానిని అద్దెకు ఇచ్చినట్లయితే? అది నెలవారీ ఆదాయాన్ని సృష్టించే ఆస్తి కావచ్చు.

బంగారం? నగలు?

డిజిటల్ గోల్డ్ అనేది ఒక ఆస్తి కావచ్చు.

దాని విలువ పెరుగుతుంది. దానిపై రుణం కూడా వస్తుంది.

అయితే ఆభరణాలు, వాటిని తయారు చేయడానికి అయ్యే ఖర్చులతో వస్తాయి.

తక్కువ రాబడులు... భావోద్వేగ సందిగ్ధతలు – "నేను దానిని పెట్టుకోవాలనుకుంటున్నాను, అమ్మాలని అనుకోవట్లేదు!"

కానీ వాటిని లాకర్లో భద్రపరచడం వల్ల డబ్బు ఖర్చు కాదు.

అది ఆస్తి కాదు, అలా అని అప్పు కాదు.

మనకందరికీ ఉండే ఓ స్నేహితుడిలా, ఏమి చేయాలో తెలియడం లేదు.

మరి అది ఆస్తి ఎలాఅవుతుంది?

ఆలోచించండి: ఏదైనా మీ జేబులోకి డబ్బురాకపోతే, అది ఆస్తే కాదు.

మీరు అద్దెకి ఇచ్చిన ఆస్తి?

మీరు పెట్టుబడి పెట్టిన వ్యాపారంలో, వస్తున్న వార్షిక నగదు ప్రవాహం?

డివిడెండ్ ని ఇచ్చే స్టాక్?

భవిష్యత్తులో మీరు డబ్బు సంపాదించేందుకు పెట్టే పెట్టుబడి?

మీకు డబ్బు సంపాందించి పెట్టెవన్నీ ఆస్తులు.

చివరిగా, మీకు ఉన్న అతి పెద్ద ఆస్తి మీరే.

మీ మనసు. మీ శరీరం.

మీ చదువు. మీ శ్రేయస్సు.

బాగా తినండి. వ్యాయామం చేయండి. నేర్చుకోండి.

అదే కొత్త అవకాశాలకు తలుపులు తెరుస్తుంది.

మీపై మీరు పెట్టుబడి పెట్టండి.

మిగతా అన్నింటివిషయంలో:

కేవలం ధరను తెలియచేసే అట్టముక్కను మాత్రమే చూడకండి.

తయారుచేసిన వారు పెట్టిన పూర్తి ఖర్చును చూడండి.

అది మీ చేత డబ్బు ఖర్చు చేయిస్తూ, దాని విలువను కోల్పోతే, అది అప్పే.

నగదు ప్రవాహాన్ని సృష్టించే ఆస్తులను సంపాదించాలని లక్ష్యంగా పెట్టుకోండి.

మీరు ఏ పని చేయకుండా ఉన్నప్పుడు కూడా మీకు డబ్బు సంపాదించి పెట్టె ఆస్తులు.

మీ ఖర్చులకు పూచీకత్తుగా ఉండే ఆస్తులు.

మీరు చేయాలనుకుంటున్న పనులు చేయడానికి మిమ్మల్ని అనుమతించే ఆస్తులు.

అప్పులను అతి తక్కువ స్థాయిలో ఉంచండి.

పలు ఆదాయ మార్గాలను రూపొందించుకోవడం . ఇది మీరు అనుకున్నంత కష్టం కాదు.

మీరు ఏంచేస్తే నిజంగా ఆనందిస్తారో దాని గురించి ఆలోచించండి. లేదా ఏ విషయంలో మీరు ప్రతిభగలవారు.

అది పెట్టుబడి లేదా బోధన కావచ్చు.

చిత్రలేఖనం, పాటలు పాడడం, వంట చేయడం.

స్నేహితులు లేదా కుటుంబ సభ్యులతో సంప్రదింపులు లేదా చిన్న వ్యాపారాన్ని మొదలు పెట్టడం.

ఇలా ఏదో ఒకటి చేయండి. దాని ద్వారా డబ్బు సంపాదించండి.

నా ఉద్యోగంలో ఉపిరిసలపని పని చాలా ఉంది. మరి ఎలా ఇతర వ్యాపకాలకి సంబంధించిన పనులు కోసం సమయాన్ని ఎలా కేటాయించగలను?

మొదలు పెట్టడం అంత సులువు కాదు.

మీకు తీరిక లేదని మీ మనస్సు చెబుతుంటుంది. దాని కోసం చాలా శ్రమపడాల్సి ఉంటుంది.

కానీ ఎవరి కోసం కష్టపడతారు – మీ కోసమా? మరొకరి కోసమా?

కాబట్టి, మొదలుపెట్టండి.

ముందుగా, మీరు ప్రస్తుతం చేస్తున్న ఉద్యోగంలోనే కొనసాగండి.

మీకు వచ్చే జీతాన్ని భద్రతా వలయం (సేఫ్టీ నెట్)గా ఉపయోగించండి. జీతం వస్తుండడం వల్ల మొదటి రోజు నుండి, ఇతర ఆదాయ మార్గాల ద్వారా డబ్బు సంపాదించడానికి ఎటువంటి ఒత్తిడి లేదు.

రెండవది, మీరు చేస్తున్న ఉద్యోగంలో కొంత సమయాన్ని కేటాయించండి.

ఉదయం, రాత్రులు, వారాంతాలు, సెలవులు.

దాన్ని అదనంగా ఆదాయం సంపాదించడానికి కేటాయించండి.

రెండవది, ప్రణాళికల రూపకల్పన.

పరిపాలనా విధులను అవుట్ సోర్స్ చేయండి. సాంకేతిక పరిజ్ఞానాన్ని ఉపయోగించండి.

మీ సమయాన్ని వెచ్చించాల్సిన అవసరం లేని నిష్క్రియ ఆదాయం(ప్యాసివ్ ఇన్కమ్) వైపు దృష్టి మళ్లించి

వ్యాపారంలో డబ్బు సంపాదించడమే మీ లక్ష్యం.

దాని బదులు, మీ జ్ఞానం, మీ నైపుణ్యం, మీ ప్రణాళిక, మీ డబ్బు - మీ కోసం డబ్బు సంపాదిస్తుంది.

క్రియాశీల ఆదాయం (యాక్టివ్ ఇన్ కమ్): మీరు కేటాయించిన సమయం కోసం డబ్బు సంపాదించండి.	**నిష్క్రియ ఆదాయం (ప్యాసివ్ ఇన్కమ్):** తక్కువ సమయాన్ని పెట్టుబడిగా పెట్టి డబ్బును సంపాదించే వ్యవస్థను ఏర్పాటు చేయండి.
• వెచ్చించే సమయం ద్వారా మీరు చేసే నిర్దిష్ట పని ఆదాయాన్నిస్తుంది. • మీరు ఫుల్ టైం ఉద్యోగం చేస్తూన్నా, దానికి తోడు చిన్న చిన్న ఉద్యోగాలు చేస్తూ ఉండొచ్చు. ఇది భారతదేశంలో పూర్తిగా చట్టబద్ధమైనది. • మీ ఉద్యోగ ఒప్పందం అందుకు (మీకు ఉద్యోగం ఉంటే) అనుమతించేలా చూసుకోండి. ఆ నమ్మకాన్ని దెబ్బతీయకండి. • మీరు సరైన పద్ధతులను ఉపయోగించి మొదలు పెట్టిన తర్వాత నిష్క్రియాత్మక ఆదాయంగా మార్చుకోవచ్చు.	• స్వయం సమృద్ధి ఆదాయ మార్గం. • మీ క్రియాశీలక పనిగంటలతో సంబంధం లేకుండా స్థిరమైన, క్రమమైన ఆదాయం. • అక్షరాలా, మీరు నిద్రపోతున్నప్పుడు కూడా డబ్బు సంపాదించండి. • అవసరమైన ప్రాథమికస్థాయి పనిని మొదలు పెట్టండి, ఒకసారి అది మొదలయితే కనీస ప్రయత్నం చేస్తే చాలు. • నిష్క్రియాత్మక ఆదాయం అనేది ఆర్థిక స్వేచ్ఛకు మీ టికెట్. దాన్ని లెక్కలోకి తీసుకోండి.

→ **స్వతంత్రంగా పనిచేసే పథకాలను చేపట్టండి**

క్రియాశీల ఆదాయం:

మీ నైపుణ్యాలను ఉపయోగించండి.

బహుశా మీరు గ్రాఫిక్ డిజైనర్, రచయిత. ఓ వెబ్ డెవలపర్.

బోధించడంలో మంచి నైపుణ్యం ఉన్నవారు, బేకింగ్, వంట చేయడం, డిజిటల్ మార్కెటింగ్.

బహుభాషా కోవిదులయి, అనువాద సామర్థ్యాన్ని కలిగి ఉంటారు!

ఈ నైపుణ్యాలను పెంపొందించుకోండి. పార్ట్ టైమ్ సేవలు అందించండి. డబ్బులు సంపాదించండి.

పరోక్ష ఆదాయంగా మార్చుకోండి:

AI (ఆర్టిఫిషియల్ ఇంటెలిజెన్స్)ని మీ కొత్త BFF (బెస్ట్ ఫ్రెండ్ ఫరెవర్)గా చేసుకోండి.

ఆ నైపుణ్యాన్ని స్థిరమైన ఆదాయంగా మార్చుకోండి, దానికోసం మీరు కనీస ప్రయత్నం, సమయం కేటాయించాలి.

→ మీరు రాయగలరా?

AI-సహాయంతో కంటెంట్ క్రియేట్ చేయడానికి ప్రయత్నించండి. ఆర్టిఫిషియల్ ఇంటెలిజెన్స్ తో బ్లాగ్ పోస్టులు, సోషల్ మీడియా ఎంట్రీలు, పూర్తి నిడివి గల ఈ-బుక్స్ వంటివి చేయవచ్చు.

→ డిజైన్ అంటే ఇష్టమా?

లోగోలు, గ్రాఫిక్స్, యానిమేషన్లు చేయండి. వీటికి సంక్లిష్టమైన సాఫ్ట్ వేర్ పరిజ్ఞానం అవసరం లేదు.

→ సోషల్ మీడియాలో హల్ చల్ చేస్తున్నారా?

ప్రాముఖ్యం తెలిపే వ్యాపార బ్రాండ్ లు లేదా సోషల్ మీడియాని ప్రభావితం చేసే వాళ్ళ కోసం, ఖాతాలను నిర్వహించడానికి ఏఐ ని ఉపయోగించండి.

పోస్ట్ చేయడానికి చక్కటి సమయాలు, అత్యుత్తమ పనితీరు, ఆటో-షెడ్యూలింగ్ - ఆర్టిఫిషియల్ ఇంటెలిజెన్స్ ఉపయోగించడం వల్ల మీకు సులభంగా సాధ్యమవుతుంది.

→ మధురమైన కంఠ స్వరం ఉందా?

యూట్యూబ్ వీడియోలు, ప్రకటనలు లేదా పోడ్ కాస్ట్ ల కోసం ఏఐ వాయిస్-ఓవర్ లని ప్రయత్నించండి.

లేదా ఆడియో బుక్స్ చదవండి.

→ మీరు గొప్ప శ్రోత అని అందరూ చెబుతారా?

ప్రతిలేఖనం (ట్రాన్స్క్రిప్షన్) సేవలను అందించండి.

బ్లాగరులకి, పాడ్ కాస్టర్లకి , పరిశోధకులకి , విన్నదాన్ని వ్రాత పూర్వకంగా కోరుకునే ఎవరికైనా ఇది ఉపయోగపడుతుంది.

→ విషయాలను సృష్టించడం(కంటెంట్ క్రియేషన్)

క్రియాశీలకమైన ఆదాయం:

అభిరుచి లేదా ఆసక్తి ఉందా? దాన్ని అందరితో పంచుకోండి.

మీ అభిరుచికి తగ్గ వేదికను ఎంచుకోండి: బ్లాగ్, యూట్యూబ్ ఛానెల్, సోషల్ మీడియా ఖాతాను ప్రారంభించండి.

నిలకడగా ఉండండి.

ప్రేక్షకులను తయారు చేసుకోండి, వారితో మమేకమవ్వండి. ప్రామాణికమైన విషయాలు ఎల్లప్పుడూ ఆకట్టుకుంటాయి, విజయం సాధిస్తాయి.

క్రమంగా దానినే పరోక్ష ఆదాయంగా మార్చుకోండి:

మీ కంటెంట్ జనాలని ఆకర్షించిన తర్వాత, డబ్బు దానంతట అదే వస్తుంది.

మీకు నిలకడగా డబ్బును సంపాదించే ప్రకటనలుఇచ్చేవారు, మద్దతుదారులు వస్తారు.

అనుబంధ అమ్మకాల ద్వారా కూడా సంపాదించవచ్చు.

→ ఆన్ లైన్ కోర్సులు

క్రియాశీల ఆదాయం:

నైపుణ్యం ఉందా? పంచుకోండి!

ఒక విషయాన్ని ఎంచుకోండి - అది మీకు బాగా తెలిసినది ఏదైనా కావచ్చు. దాన్ని పాఠాలుగా విభజించండి.

ప్రత్యక్ష తరగతులను నిర్వహించండి.

మీరు సంపాదిస్తూనే, ఇతరులు నేర్చుకోవడంలో సహాయపడతారు.దానినే

పరోక్ష ఆదాయంగా మార్చుకోండి:

మీరు ఆ తరగతులను ఒకసారి రికార్డ్ చేసి, స్వీయ-వేగవంతమైన(సెల్ఫ్-పేస్డ్) కోర్సులుగా నడిపితే ఇంకా మంచిది.

వాటిని ఉడెమి, కోర్సెరా, స్కిల్ షేర్ వంటి వేదిక (ప్లాట్ ఫామ్)లలో అప్లోడ్ చేయండి.

లేదా మీ స్వంత ప్లాట్ఫామ్ లో చేసుకోండి.

క్రమంగా పరోక్ష ఆదాయంగా మారుతుంది!

→ స్టాక్స్‌లో ఇన్వెస్ట్ చేయండి

క్రియాశీల ఆదాయం:

స్టాక్స్ మీద పరిశోధన చేయండి.

సాంకేతిక విశ్లేషణ, మూలాధారంగా విశ్లేషణ చేయాలి.

వ్యాపారం.

భవిష్యత్తు & ఎంపికలు.

మార్కెట్ తెరిచిన వెంటనే తెరపై ప్రత్యక్షమవుతుంది.

వాస్తవానికి 15 నిమిషాల ముందు, ప్రీ-మార్కెట్ కదలికను గమనించండి !

పరోక్ష ఆదాయానికి మారండి:

మ్యూచువల్ ఫండ్స్ – మీ కోసం ఒక నిపుణుడు నిర్వహించే స్టాక్స్ పోర్ట్ ఫోలియో.

మీరు కొంటారు, వారికి ఫీజు చెల్లిస్తారు (సాధారణంగా అంత ఎక్కువగా ఉండదు), వారు నిర్వహిస్తారు, మీరు సంపాదిస్తారు!

దిగ్గజ కంపెనీల పనితీరు దీర్ఘకాలంలో మీ రాబడులను పెంచుతుంది.

→ ఆస్తుల రైలు బండి ఎక్కండి

క్రియాశీల ఆదాయం:

స్థలం, గది లేదా వాహనాలు నిలిపే చోటు ఉందా?

వెంటనే మీ స్థలాన్ని వినియోగించండి. దాన్ని అద్దెకు ఇవ్వండి.

సమస్యలు – అద్దెకోసం చర్చలు, అద్దె కలెక్ట్ చేయడం , నిర్వహణ ఉండవచ్చు.

కొందరికి ఆ పని నచ్చుతుంది.

కొందరు వేరే విధంగా ఆలోచిస్తారు.

పరోక్ష ఆదాయానికి మారండి:

పెద్ద మొత్తంలో పెట్టుబడి పెట్టడానికి డబ్బు లేదా?

నాకు అర్థమైంది. అదే.

రియల్ ఎస్టేట్ ఇన్వెస్ట్ ట్ మెంట్ ట్రస్టుల్లో (ఆర్ఈఐటీ) పెట్టుబడి పెట్టడం గురించి ఆలోచించండి.

స్టాక్స్ మాదిరిగానే వీటిని మీరు కొనవచ్చు.

అవి సృష్టించే ఆదాయంతో మీ పెట్టుబడులు పెరుగుతాయి.

→ మీ ఆస్తులు/బంగారాన్ని అద్దెకు ఇవ్వండి

క్రియాశీలక ఆదాయం:

ఇంట్లో ఉపయోగించకుండా ఉన్నా, ఉపయోగంలో లేని దాన్ని అద్దెకు ఇవ్వండి.

మీరు తరచుగా ఉపయోగించని కెమెరా?

మీరు ఒక్కసారే ఆడినా, కొన్న పీఎస్ 5

మీ దగ్గర అదనపు బంగారం ఉందా?

దాని మీద ఋణం తీసుకుని సంపాదించండి.

→ యాజమాన్యపు హక్కు ద్వారా సంపాదించండి

నిష్క్రియాత్మక ఆదాయం:

సృజనాత్మక వ్యక్తులు, ఇది మీ కోసం!

ఛాయాగ్రహణం: ఛాయాచిత్రాలను, స్టాక్ ఇమేజ్ సైట్స్ కు అమ్మండి. ఛాయాచిత్రాలను డౌన్లోడ్ చేసిన ప్రతిసారి డబ్బును సంపాదించండి.

కళ: మీ చిత్రలేఖనం పనికి, మీ అనుమతిని తీసుకోవడం ద్వారా ప్రతి అమ్మకానికి లేదా దానిని ఉపయోగించినప్పుడు దాని మీద రాయల్టీ సంపాదించండి.

సంగీత విద్వాంసుడు: సంగీతం సమకూర్చండి, పాటలు ప్రసారంపై వచ్చే రాయల్టీ హక్కును పొందండి.

రచయిత: పుస్తకం రాయండి. ఈ-బుక్ అయితే ఇంకా చాల మంచిది. ప్రతి అమ్మకం మీద రాయల్టీ సంపాదించండి.

సాంకేతిక పరిజ్ఞానము: సాఫ్ట్ వేర్ లేదా యాప్ లను అభివృద్ధి చేయండి. అమ్మకాలపై రాయల్టీ వస్తుంది. . లేదా యాప్ అమ్మండి.

ఒక చిట్కా ఏమిటంటే:

కొత్త విషయాలను ప్రయత్నించండి.

ఆసక్తిగా ఉండండి.

ఇది ప్రారంభించడం కష్టం, కానీ మీకు వాగ్దానం చేస్తున్నాను, ఇది చాలా ప్రయోజనకరంగా ఉంటుంది.

వ్యక్తిగతంగా, ఆర్థికంగా కూడా!

"మీ బుద్ధితో సంపాదించండి. సమయంతో కాదు"

— నావల్ రవికాంత్

అందరికీ సరిపోయేంత ఉంది.

ఎదుగుతున్న సమయంలో, సంపదతాలూకు నికర మార్పు, సున్నాగా వచ్చే ఒక ఆట అనుకున్నాను.

పరిమితమైన “వనరులు”ఉన్నాయి. ఎవరో ఒకరు గెలవాలంటే, మరొకరు ఓడిపోవాలి.

మనం దాన్ని నమ్మేలా చేశారు.

ఈ విషయంలో ఏమీ చేయలేమని అనిపిస్తుంది.

సీఈఓ సంపద , సిబ్బంది చేసే పనితో వస్తుంది.

మన స్నేహితుడికి మంచి ఉద్యోగం వచ్చింది, అది మనకు వచ్చే అవకాశం తక్కువ.

పైసా లేదనేది వాస్తవం.

సంపదను కేవలం పంచడానికి బదులు సృష్టించవచ్చు కూడా.

ఒక మ్యాగీ ప్యాకెట్ ఊహించుకోండి. దాని ధర రూ. 14. దానికి

కొద్దిగా నీళ్ళని, కొన్ని కూరగాయలను వాటితో కలపండి. కొంచెం కేచ్ అప్ కలిపి వడ్డించండి – దాన్ని మీరు రూ .45 లకు అమ్ముతున్నారు.

ఎవరో ఒకరు, దానికి విలువను కలిపి సంపద సృష్టించారు.

సంపద అనేది నికర మార్పు సున్నాగా ఉన్న ఆట కాదు, ఇక్కడ విజేత అన్నింటినీ తీసుకుంటాడు.

ఎవరూ నష్టపోవాల్సిన అవసరం లేదు.

ఇద్దరూవిజేతలేనా?

"అవును!

1000 మంది విజేతలా? ఖచ్చితంగా.

ఎందుకంటే దేనికైనా విలువను జోడించవచ్చు.

"ప్రతి ఒక్కరూ పైసాలో భాగాన్ని సంపాదించడానికి ప్రయత్నిస్తున్నారని అంటున్నారు. ప్రపంచం ఒక వంటగది అని వారికి తెలియదు. మీ పైసాను మీరే తయారుచేసుకొండి."

— టెర్రీ క్రూస్

దీని గురించి ఒక్కసారి ఆలోచించండి!

- ఆర్థిక అక్షరాస్యత అనేది ఒక పదం మాత్రమే కాదు. అదొక జీవన నైపుణ్యం. చదవండి. నేర్చుకోండి. చేయండి. అభివృద్ధి చెందండి. సంపదను పెంపొందించుకోండి.
- మీ జీతం సరిపోదు. అంతకు మించి ఆలోచించండి.

  ఎంత సంపాదించవచ్చు అనే దానికి పరిమితి లేదు.
- నిజమైన సంపద నిజమైన ఆస్తులను సంపాదించడంలో ఉంది, ఆస్తుల ముసుగులో ఉన్న అప్పుల్లో కాదు.

  మనలో చాలా మందికి ఈ రెండింటి మధ్య వ్యత్యాసం అర్థం కాదు.

  మిమ్మల్ని మీరు ప్రశ్నించుకోండి: ఇది మీకు డబ్బు సంపాదించి పెడుతుందా అని?

  అవును అయితే అది ఆస్తి.

  కాదా? కేవలం సొంతం చేసుకోవడం . అయితే అది బాధ్యత కూడా కావచ్చు.

  అంతులేని ఆలోచనా విధానాన్ని అలవర్చుకోండి.

  సంపద అనేది నికర మార్పు అనే ఆట కాదు. ఒక్క విజేతే అన్నీ తీసుకోడు.

  అందరికీ సరిపోతుంది.

ఇలా చేయండి!

1. ఆలోచించండి. అన్వేషించండి. ఆ తర్వాత, మరింత డబ్బు సంపాదించడానికి 3–5 మార్గాలు గుర్తించండి.

   ఎప్పుడు ప్రారంభిస్తారో, ఎలా ప్రారంభిస్తారో నిర్ణయించుకోండి.

   ____

2. మీరు నిజంగా కోరుకొన్న విషయం గురించి ఆలోచించండి; దానిని ఎందుకు సాధించలేకపోతున్నాను అని ఆలోచించండి.

   ఇప్పుడు మిమ్మల్ని మీరు ఇలా ప్రశ్నించుకోండి, 'దానిని ఎలా సాధించగలను? ఎలా చెయ్యగలను?

   ____

కాబట్టి నేను దానిని తెలివిగా ఖర్చు చేయగలను

సింగర్ రిహన్నా అతిగా ఖర్చు చేసిన తరువాత దాదాపుగా దివాళా తీసింది.
దీంతో ఆమె తన ఆర్థిక సలహాదారుపై కేసు వేసింది.

"సలహాదారుడు వస్తువులు గురించి డబ్బు ఖర్చు పెడితే వస్తువులే వస్తాయి, డబ్బు కాదు అని చెప్పడం నిజంగా అవసరమా?"

— "సైకాలజీ ఆఫ్ మనీ" లో మోర్గాన్ హౌస్ల్

2016 లో నా స్టార్ట్ అప్ ఒక సంక్షోభాన్ని ఎదుర్కొంది.

నిధుల కొరత ఏర్పడింది. ఉద్యోగస్తుల తప్పేమీ లేకపోయినా వారిని తొలగించారు.

నగదు ఆదా కోసం వ్యవస్థాపకులు వేతనాల్లో కోత విధించారు.

నా ఆదాయం కంటే అప్పుడు నా ఖర్చులు ఎక్కువగా ఉన్నాయి.

త్వరలోనే డబ్బులు వస్తాయని భావించి యథావిధిగా ఖర్చు చేస్తూనే ఉన్నాను. కానీ అలా జరగలేదు.

త్వరలోనే డబ్బులు వస్తాయని భావించి ఎంత వరకు , నా క్రెడిట్ కార్డులను ఎంత ఉపయోగించుకోగలనో అంత వరకు వాడుకున్నాను. కానీ అలా జరగలేదు.

డబ్బు అవసరం కావడంతో స్నేహితుల నుండి, కంపెనీ నుండి కూడా అప్పు తీసుకున్నాను.

బతకడానికి కాదు. బదులుగా, నా జీవనశైలి(లైఫ్ స్టైల్)ని కొనసాగించడానికి.

ఎందుకంటే నా జీవనశైలిని తగ్గించుకోవడం అనేది నా వైఫల్యాన్ని అంగీకరిస్తున్నట్టేనని భావించాను.

కానీ ఇప్పుడు అర్థమైంది.

నాకు లేని డబ్బుని ఖర్చు చేయడం, భరించలేని జీవనశైలిని కొనసాగించడం: అదే నిజమైన వైఫల్యం.

ఇది తక్కువ ఖర్చు చేయడం గురించి కాదు.

ఇది సరిగ్గా ఖర్చు చేయడం గురించి.

అప్పట్లో తెల్లవారు జామున 2 గంటల వరకు చాటింగ్ చేస్తూ, అర్ధరాత్రి చాయ్ తాగడం.

వర్షాకాలంలో మ్యాగీ చేసుకోవడం.

వర్షంలో తడిసిపోవడం.

వీధుల్లో క్రికెట్. జిమ్ సెషన్స్. కుటుంబ సభ్యులతో రాత్రుళ్ళు బోర్డ్ గేమ్ ఆడడం.

ఇష్టమైన సినిమాను టీవీలో చూడడం.

ఇష్టమైన వ్యక్తులతో సరదాగా గడపడం, నచ్చినది చేయడం. ఆ క్షణాలు మరువలేనివి. అవి అపురూపమైన జ్ఞాపకాలను అందిస్తాయి.

కానీ వాస్తవికంగా ఉందాం.

ఇలాంటి సందర్భాలు చాలా అరుదు.

అంత సమయం లేదు. అలాగే అంత డబ్బు కూడా లేదు.

నెలంతా డబ్బు సంపాదన కోసం తంటాలు పడుతున్నారు.

నెలాఖరుకల్లా మీ డబ్బంతా ఎక్కడికి పోయిందో తెలుసుకోవాలని అనుకుంటారు.

బిల్లులు. అద్దె. ఇతర ఖర్చులు.

మీరు నిజంగా కోరుకున్న వస్తువులను కొన్నారు.

మీకు అస్సలు ఇష్టం లేని వస్తువులను కొన్నారు.

అది అస్పష్టమైన మాట.

మరో వైపు అపరాధ భావం.

ఎందుకంటే ప్రపంచం మొత్తం "రక్షించు, రక్షించు, రక్షించు" అని అరుస్తోంది!

నిజం ఏమిటంటే:

మీరు ఇష్టపడే వాటిని భరించగలరు.

ఈ విషయమే మరోలా చెబుతాను.

మీకు నచ్చిన వస్తువులను కొనాలి.

ఒక్కసారి మాత్రమే జీవిస్తాం కనుక ఒత్తిడి లేకుండా జీవితాన్ని గడపాలి.

అదీ, అపరాధభావం లేకుండా.

మీరు ఎంత సంపాదించినా ఫర్వాలేదు.

మీకు కావాల్సిందల్లా క్రమశిక్షణ.

బడ్జెట్.

మీరు ఇష్టపడే వస్తువుల కోసం 30% ఖర్చు చేయడానికి కేటాయించండి.

పెద్దగా ఆలోచించకుండా , ఆ 30% ఖర్చు చేయండి.

మీ ఖర్చులకి ప్రణాళిక వేసుకోండి.

ఇది మీ ఆర్థికపరమైన గూగుల్ మ్యాప్ లాంటిది, తెలివిగా-ఖర్చు పెడితే అది గమ్యస్థానానికి తీసుకువెళుతుంది.

పన్ను చెల్లించిన తరువాత మీ ఆదాయాన్ని క్రమబద్ధీకరించండి.

- ప్రాథమిక అవసరాల కోసం 50%

  అవసరం అనేది ఒక తప్పని సరి ఖర్చు, అది లేకుండా జీవించలేరు. ఉదా: అద్దె డబ్బు, ఈఎంఐలు, ఆహారం, రవాణా, ఫోన్/ఇంటర్నెట్ బిల్లులు, రోజు వేసుకునే బట్టలు, నిత్యావసరాలు.

- 30% మీ కోరికలు / అభిష్టాలు / మీరు ప్రేమించే విషయాలు

  నిజానికి అవసరం లేనివే కానీ, కోరుకుంటున్నారు.

  మీరు ఇష్టపడే విషయాలు, మిమ్మల్ని సంతోషపెట్టే విషయాలు కూడా అవే.

  వారాంతంలో సందడి. ఖరీదైన ఫోన్.

  గాడ్జెట్స్. బహుశా మోటార్ సైకిల్.

  పార్టీ చేసుకోవడానికి లేదా తినడానికి డబ్బు.

- పొదుపుపై 20 శాతం పెట్టుబడి పెట్టండి.

  దానివల్ల భవిష్యత్తులో మరింత అభివృద్ధి చెందుతారు.

  ఏదో ఒక సమయంలో ఆర్థిక స్వేచ్ఛను పొందుతారు.

  దీని గురించి తరువాత అధ్యాయాలలో మరింత తెలుసుకోండి.

ఉదాహరణకు, మీ జీతం నెలకు 20,000 రూపాయలు అనుకుందాం. మీరు దానిని ఎలా విభజిస్తారో ఇక్కడ ఉంది:

ప్రారంభ వేతనం	అవసరాలు	కోరికలు	పొదుపు
నెలకు 20,000 రూపాయలు	10,000 రూపాయలు (50%)	6,000 రూపాయలు (30%)	4,000 రూపాయలు (20%)

ఇప్పుడే మీరు సంపాదించడం ప్రారంభిస్తే ,ఈ నియమం గొప్పగా ఉంటుంది.

మీరు ఉద్యోగం చేస్తున్న మొదటి సంవత్సరంలో ఇలా చేయండి. మీ మొదటి ఇంక్రిమెంట్ వచ్చేవరకు.

ఇంక్రిమెంట్ అందుకున్న తర్వాత (లేదా అదనపు ఆదాయ వనరులను తయారు చేసుకోండి), 50/30/20 నిష్పత్తిని తిప్పి చూడండి

- మీ ఇంక్రిమెంట్‌లో 50% మీ పెట్టుబడులకు,
- మీ ఇంక్రిమెంట్‌లో 30% మీ కోరికలకు,
- మీ ఇంక్రిమెంట్‌లో 20% మీ అవసరాల కోసం

మీ మునుపటి ఆదాయానికి 10% కలిపారని అనుకుందాం (ఇంక్రిమెంట్లు, వేరే ఇతర ఆదాయాల ద్వారా), అంటే నెలకు రూ .2,000/

దాన్ని మూల వేతనమైన ₹ 20,000 కు కలపండి.

మీ జీతం ఇప్పటికీ 50 (అవసరాలు) / 30 (కోరుకున్నవి) / 20 (పొదుపు) నియమాన్ని ఉపయోగించి విభజించబడుతుంది.

రివర్స్ నిష్పత్తి మీ ఇంక్రిమెంట్లకు మాత్రమే వర్తిస్తుంది – 50 (పొదుపు) / 30 (కోరుకున్నవి) / 20 (అవసరాలు).

ఇలా:

ప్రారంభ వేతనం	ఇంక్రిమెంట్	అవసరాలు	కోరికలు	పొదుపు
₹20,000		₹10,000 (50%)	₹6,000 (30%)	₹4,000 (20%)
	₹2,000	₹400 (20%)	₹600 (30%)	₹1,000 (50%)
	కొత్త ప్రణాళిక	₹10,400	₹6,600	₹5,000

ఈ విధంగా, మీరు 3 విషయాలను గ్రహిస్తారు.

1. మీ ఆదాయంతో పాటు మీ అవసరాలు పెరగవు (ఇది ప్రజలు చేసే పెద్ద తప్పు)
2. మీరు మీ పెట్టుబడుల నిష్పత్తిని పెంచుకుంటూ ఉంటారు

3. మీరు ఇష్టపడే (కోరుకునే) వస్తువుల కోసం, ఇప్పటికీ 30% ఉంచుతారు.

మీ స్వంత MS ఎక్సెల్ బడ్జెట్ కాలిక్యులేటర్ డౌన్ లోడ్ చేయడానికి ఈ QR కోడ్ ను స్కాన్ చేయండి.

కానీ ప్రతి ఇంక్రిమెంట్ పై ఈ నిష్పత్తిని ఎందుకు పాటించాలి?

50:30:20 ని ఎందుకు అలాగే ఉంచలేను?

ఇదిగో కారణం:

- మీ అవసరాలు మీ ఆదాయానికి అనుగుణంగా పెరగవు.ఉదా: మీ ఆదాయం 4 సంవత్సరాలలో రూ. 20,000 నుండి రూ. 60,000కు పెరుగుతుంది. అంటే దీని అర్థం ఇంతకు ముందు మీరు తిన్న మోమోస్ కంటే మూడు రెట్లు ఎక్కువగా తినడం ప్రారంభిస్తారా? లేక ఒకే గమ్యస్థానానికి చేరుకోవడానికి 1 ఆటోకు బదులు 3 ఆటోల్లో వెళ్తారా? లేదు! మీ అవసరాలు అప్పటికప్పుడే రూ. 10,000 నుంచి రూ. 30,000కు పెరగవు.

  అవి ద్రవ్యోల్బణానికి అనుగుణంగా పెరుగుతాయి, అయితే మీ మొత్తం ఆదాయంతో దానిని అధిగమించవచ్చు!

- మీ పొదుపు ఎప్పటికీ మీ మొత్తం జీతంలో 20% వద్ద ఉండదు. ఎక్కువ పొదుపు చేయండి, తద్వారా ఎక్కువ పెట్టుబడి పెడతారు.

  ఎక్కువ పెట్టుబడి పెట్టండి, తద్వారా త్వరగా ఆర్థికంగా స్వతంత్రులవుతారు.

  ప్రతి సంవత్సరం కేవలం 20% లాక్ చేయడం వల్ల సాధ్యం కాదు.

మీరు ఎక్కువ సంపాదించినప్పటికీ, ఉన్నత విద్య, ఊహించలేని విధంగా వివాహం లేదా సౌకర్యవంతమైన పదవి విరమణ వంటి కలల కోసం మీ దగ్గర సరిపోయినంత డబ్బు ఉండదు.

మీరు ఎంత సంపాదించినా, ఇది పనిచేస్తుంది.

మీ 'కోరికల' ప్రణాళిక నెలకు రూ.10,000? కానీ మీరు రూ.25,000 ఫోన్ కొనాలనుకుంటున్నారు?

నో కాస్ట్ ఈఎంఐ ఆప్షన్ పొందండి. లేదా 3 నెలలు ఆగండి.

ఇది మీ ప్రణాళికకు సరిపోతుంది.

ఖర్చుల విషయంలో క్రమశిక్షణతో వుండండి.

మీరు ఇష్టపడని లేదా కోరుకోని వస్తువులపై ఖర్చు తగ్గించాలని అనిపిస్తుంది. ఒత్తిడి పెరుగుతుంది. దానివల్ల కోరుకునే అన్ని వస్తువులపై ఖర్చు చేయవచ్చు.

> **"మీకు అవసరం లేని వస్తువులను కొంటె, త్వరలోనే మీకు అవసరమైన వస్తువులను అమ్ముకోవాల్సి వస్తుంది."**
>
> **— వారెన్ బఫెట్**

మీరు ఖర్చు చేసే ముందు, కొంత గ్యాప్ ఇవ్వండి. మిమ్మల్ని మీరు ప్రశ్నించుకోండి.

ఇది నాకు అవసరమా?

ఒక గుంపుతో వారాంతరపు విహారయాత్ర? వినడానికి బాగుంటుంది.

మీరు కోరుకుంటున్న ఫోన్ ఉంది, అది దాదాపు అందుబాటులో ఉంది.

కాని... సముద్రపు ఒడ్డు, పర్వతాలు, జ్ఞాపకాలు, అవునా?

బలంగా ఆత్రుత మొదలవుతుంది.

కాసేపు ఆగండి.

మీరు "కొనడానికి" ముందు "ఎందుకు" గురించి ఆలోచించండి.

ఈ యాత్ర నిజంగా ఆనందం కోసమేనా లేక వదిలిపెట్టకుండా ఉండలేకపోవడం వల్లా?

"ఇది ఎప్పుడూ ఆలోచించండి: "దీన్ని నిజంగా కోరుకుంటున్నానా, అందరూ వెళ్తున్నారు కనుక వెళ్లాలనుకుంటున్నానా?"

మీకు కావాల్సింది అదే అయితే, ఆర్థిక పరిస్థితిని సర్దుబాటు చేసుకుని వెళ్ళండి.

కాకపోతే, "లేదు, ఈసారి కాదు" అని చెప్పండి.

ఆరాటం పడడం వల్ల తోటివారికి రాలేనని చెప్పడం కష్టమవుతుంది.

అది మీ ఆర్థిక ప్రణాళికకు మించి ఉన్నా..

కానీ "ఇలా చేయడం నాకు ఎంతో ఉపయోగం" అనే స్పష్టమైన అవగాహన మీకు ఉండటం ఎంతో ముఖ్యం.

అసలు ధర ఎంత?

మీరు డబ్బును ఖర్చు చేసే ముందు, కనపడని ఖర్చులు ఉన్నాయేమో తనిఖీ చేయండి.

పైకి కనిపించనివి, కానీ ఎక్కడో దాగి వున్నవి:

కొత్త కారు కొంటున్నారా? ఎక్స్-షోరూమ్ ధర కేవలం ప్రారంభ ధర మాత్రమే.

మీరు వెంటనే కనిపించని ఖర్చులను కలపండి – రిజిస్ట్రేషన్ రుసుములు, బీమా, పన్నులు, నిర్వహణ.

దీనికి తోడు పెరుగుతున్న ఇంధన ధరలు, పార్కింగ్ ఫీజులు.

అధునాతమైన సాంకేతిక పరిజ్ఞానము కలిగిన ఆట వస్తువులపై దృష్టి పడిందా? ఇది కేవలం పరికరం గురించి మాత్రమే కాదు.

మీకు యాడ్-ఆన్‌లు, యాక్ససరీలు, వారంటీలు, ఆఫ్టర్-సేల్స్ సేవలు, సెక్యూరిటీ సాఫ్ట్ వేర్ ఉన్నాయి.

హే, బహుశా మీ వారాంతపు విహార యాత్రలలో కూడా పైకి కనిపించని ఖర్చులు ఉండవచ్చు – మీరు అక్కడికి వెళ్లిన తర్వాత కారు అద్దెకు తీసుకోవడం, 1 బీర్ అనుకుంటే అది10 బీర్లుగా మారుతుంది.

మీరే గమనించండి.

అసలు ఖర్చు ఏమిటో తెలుసుకోండి.

రమిత్ సేథీ తన అద్భుతమైన పుస్తకం "ఐ విల్ టీచ్ యు టు బి రిచ్" లో వాటిని "ఘోస్ట్ కాస్ట్స్" అంటారు.

మీరు వాటిని చూడరు. అవి ఎదురుపడే వరకు!

వాటిపైమీకు నమ్మకం లేదు.

మీరు అదనపు ఖర్చులను భరించగలరా అని ఆలోచించండి.

ఒక పెద్ద ప్రశ్న: ఇల్లు కొనాలా లేదా అద్దెకు తీసుకోవాలా?

మీరు మీ 20 ,30 ప్రారంభంలో ఉన్నప్పుడు ఇంటిని సొంతం చేసుకోవడం – ఇది నిజంగా మీ లక్ష్యమా?

లేదా మనకి నేర్పించిన ఒక గొప్ప భారతీయ కలా?

మనకు ఎప్పుడూ ఇలా చెబుతారు:

ఇంటి యాజమాన్యం = ఉత్తమ పెట్టుబడి నిర్ణయం + చివరి రోజుల్లో ఆనందం.

అని పెద్దవారు అంటారు.

ఇంతకంటే గొప్పది ఏముంటుంది?

దానికి తోడు, అతి గొప్ప ప్రత్యక్ష సాక్ష్యం.

మీరు అద్దె చెల్లిస్తుంటే, ఈఎంఐ కూడా చెల్లించవచ్చు.

నిజమే కదా?

అది ఎప్పటికీ కాదు !

ఇక్కడ వాళ్లు చెప్పని నిజం ఒకటి ఉంది.

మనం ఇల్లు కొనాలని నిర్ణయించుకున్నప్పుడు, అది ఎప్పుడైనా కూడా భావోద్వేగ నిర్ణయమే.

మనం అక్కడ ఉండాలనుకున్నాం కాబట్టే కొంటాం – ఆ తలుపు మీద మన పేర్లను పెట్టుకుంటాం.

ఏదో ఒక రోజు పెరుగుతున్న అద్దెలను భరించలేమని భయపడి ముందుగానే కొంటున్నాం.

మనకు భద్రత కావాలి కాబట్టే కొంటాం – ఏది ఏమైనా మన తలపైన కూడా పైకప్పు ఉంటుందని తెలుసుకోవాలి.

మనం గొప్ప కోసం కొంటాం – 30, 40ఏల వయస్సులో అద్దెకు ఉంటున్నామని ఒప్పుకుంటే, ప్రపంచం మనని విఫలమైనవారిలా చూస్తుంది.

మనం కొంటాం ఎందుకంటే వివాహం చేసుకోవడానికి ఇది ఒకానొక ఏకైక మార్గం. – తల్లిదండ్రులు తమ పిల్లల కోసం ఆర్థికంగా మంచి భాగస్వాములను కోరుకుంటారు.

అన్నీ విలువైనవే.

కానీ అవి అన్ని భావోద్వేగాలు.

నేను ఆ విషయం లో వాదిస్తాను.

మీరు భావోద్వేగాల కంటే ముందు, హేతుబద్ధంగా ఆలోచించండి .

ముందుగా లెక్కలు వేయండి.

ఎందుకంటే, అవి భావోద్వేగాలకు సంబంధం లేకుండా వస్తాయి.

అద్దె ఆదాయం: ఒక అంతర్గత రహస్యం

అద్దె ఆదాయం = (మీరు చెల్లించే వార్షిక అద్దె / ఆస్తి విలువ) × 100

దీని ఉహించండి:

మీరు బెంగుళూరులో ఒక అందమైన స్టూడియోను అద్దెకు తీసుకున్నారు.

చక్కటి సమాజం, అత్యున్నత సౌకర్యాలు, 600 చదరపు అడుగులు.

ఇంటి విలువ? రూ. ఒక కోటి.

నెలవారీ అద్దె? నిర్వహణ ఖర్చులతో కలిపి రూ.15,000.

అద్దె దిగుబడి లెక్క: మీరు ప్రతి సంవత్సరం ఇంటి విలువలో 1.8% అద్దెగా చెల్లిస్తున్నారు.

అవును, మీరు 1.8% వార్షిక ఖర్చుతో రూ. 1 కోటి విలవున్న ఇంట్లో జీవితాన్ని గడుపుతున్నారు!

ఇంటి విలువ అలాగే అద్దె సమానంగా పెరుగుతాయి, అనే ఆ రెండింటినీ ఊహించుకోండి.

ఆ ఇల్లు మీకు ఎప్పుడు సొంతమవుతుందో తెలుసా?

ఆ ఇంట్లో 60 ఏళ్లు గడిపిన తర్వాత!

అద్దె ఆదాయం గురించి ఎందుకు పట్టించుకోవాలి?

ఇల్లు కొనాలా వద్దా అని నిర్ణయించడానికి ఇది మీకు నమ్మకమైన మార్గదర్శి.

ఇంటి అసలు ధర కోసం మధ్యవర్తిని అడగండి.

అద్దె ఆదాయం లెక్కించండి.

ఇంటిని సొంతం చేసుకోవడానికి , ఎంత సమయం పడుతుందో అంచనా వేయండి.

25-30 ఏళ్లు?

అద్దెకు తీసుకోవడం అనేది తెలివైన పని.

కానీ దాన్ని మరింతగా విడగొట్టి చూద్దాం.

అద్దెకు సంబంధించిన ఖర్చులను పరిశీలిద్దాం.

→ ముఖ్యమైన ఖర్చు? నెలవారీ అద్దె.

సౌకర్యవంతమైన ప్రదేశంలో నివసించడానికి ఇది మీకు అవకాశం ఇస్తుంది.

కొనాలనే ఆలోచన తగ్గించడంపై ప్రభావాన్ని చూపుతుంది.

కొనడానికి సంబంధించిన ఖర్చులను పరిశీలిద్దాం.

→ ముందస్తు చెల్లింపు(డౌన్ పేమెంట్)

ఇది మీరు ముందుగా చెల్లించే ఆస్థి ధరలో కొంత శాతం.

సాధారణంగా ఇది ఆ ఆస్తి విలువలో 20-25% ఉంటుంది.

ఇది ఖర్చు కావడానికి కారణం, ఈ డబ్బును ఖర్చు చేయగలిగే స్తోమత ఉంటే దానిని అలాగే పెట్టుబడిగా పెట్టగలరు .

కానీ ఇప్పుడు, దానిపై రాబడిని సంపాదించడానికి బదులుగా - దాని నుండి ఏమీ సంపాదించలేరు.

అది ఆపర్చునిటీ కాస్ట్.

→ ఈ ఎమ్ ఐ (ఇంకా వడ్డీ)

ఋణం తీసుకుంటే ప్రతి నెలా ఈఎంఐలు చెల్లించాల్సి ఉంటుంది.

ఇది మీ కొత్త అద్దె లాంటిది, కానీ ఇంటి యజమానికి బదులుగా బ్యాంకుకు కడుతున్నారు. దాని మీద వడ్డీ పడుతుందన్న విషయాన్నీ మరచిపోవద్దు.

రూ. 50 లక్షల ఇంటి ఋణం కోసం, మీరు 20 సంవత్సరాల కాలానికి అదనంగా రూ. 58 లక్షలు వడ్డీగా చెల్లిస్తారు. డబ్ల్యూ ఎఫ్ టి!

→ రిజిస్ట్రేషన్ ఖర్చులు

మీరే యజమాని అని తెలిపే కాగితాల రూపంలో అవి ఉన్నట్టుగా భావించండి.

ఇంటి ఖర్చులో 3–7% మధ్య ఉంటుంది. కొన్నవాళ్లే కట్టవలసి వస్తుంది.

→ బ్రోకర్ ఖర్చులు

బ్రోకర్లు మీ ఇంటిని వెతకడంలో సహాయపడతారు.

వారికి ఇవ్వాల్సింది? బ్రోకరేజ్, కమిషన్.

సాధారణంగా ఇంటి ఖర్చులో 1% ఉంటుంది.

→ నిర్వహణ ఖర్చులు

ఇంటి నిర్వహణ ఖర్చులు.

విద్యుత్ నుంచి ప్లంబింగ్ వరకు అన్నీ సజావుగా అవ్వడానికి చేయాల్సింది.

ఇది మీ ఇల్లు, మీ అందమైన ఇల్లు, నడిపించడానికి చెల్లించే మూల్యం !

మీరు ఈ ఖర్చులన్నింటినీ కలిపినప్పుడు, 20 సంవత్సరాల వ్యవధిలో ఇంటి ధరలో దాదాపు 3 రెట్లు చెల్లించాల్సి ఉంటుంది.

ఇప్పుడు, చిన్న వయస్సులో కొనుగోలు చేయడానికి బదులుగా, 2 తెలివైన ఎంపికలు చేశారనుకుందాం.

1. డౌన్ పేమెంట్, వచ్చే 10 ఏళ్ల కాలానికి ఏకమొత్తంగా జమ చేయండి.
2. మీ ఇంటి ఋణం తాలూకా ఈఎంఐ, అద్దె మధ్య గల వ్యత్యాసాన్ని నెలవారీ సిప్ గా పెట్టుబడి పెట్టండి.

ఆ తర్వాత, 10 సంవత్సరాల కాల వ్యవధిలో, మీరు మీ కలల ఇంటిలో దాదాపు 50–70% డౌన్ పేమెంట్ తో కొనడానికి తగినంత మూలానిధి(క్యాపిటల్) ని సిద్ధం చేసుకుంటారు.

నన్ను నమ్మొద్దు. లెక్కలు వేసుకోండి.

ఎక్సెల్ షీట్ లో వీక్షించడానికి ఈ QR కోడ్ ను స్కాన్ ఏ చేయండి.

ఎందుకు?

నన్ను తప్పుగా అర్థం చేసుకోకండి. ఇల్లు కొనొద్దని అనడం లేదు.
మీరు యుక్త వయస్సులో ఉన్నప్పుడు ఇల్లు కొనకండి.

మీరు చిన్నవయసులో ఉన్నప్పుడు:

→ అద్దె, మీ ప్రణాళికలో అధిక జీవన ప్రమాణాలను అందిస్తుంది.
భారతదేశంలో అద్దె ఆదాయం చాలా తక్కువగా ఉంటుంది (1–3%)
కాబట్టి మీ నెలవారీ అద్దె మీ వాలెట్ పై భారం కాదు.
ఈ ఆలోచన విధానంతో ఖరీదైన అపార్ట్మెంట్ కొనలేకపోవచ్చు.

కానీ ఖచ్చితంగా దానిని అద్దెకు తీసుకోవచ్చు!

→ అద్దెకు ఇవ్వడం వల్ల పెట్టుబడి అవకాశాల కోసం నిధుల సమీకరణ అవుతుంది

ఆ ముందస్తు చెల్లింపులకు ఉంచిన డబ్బు? మీరు వేరే చోట, స్టాక్స్, బాండ్స్, లేదా సైడ్ హసల్ ప్రారంభించడానికి కూడా పెట్టుబడిగా పెట్టవచ్చు.

ఇది మీ డబ్బును పెంచుకోవడానికి ఒక అవకాశం ఇస్తుంది.

→ అద్దె జీవితాన్ని సులభతరం చేస్తుంది

మిమ్మల్ని ఒక స్థానానికి పరిమితం చేయదు.

కనీసం తొందరగా కూడా కాదు.

మరో నగరంలో ఉద్యోగావకాశం వచ్చిందా?

విభిన్న పరిసరాల గురించి తెలుసుకోవాలనుకుంటున్నారా?

ఒకవేళ కావాలనుకుంటే ఇతర దేశాలకు కూడా వెళ్ళవచ్చు?

ఇంటిని అమ్మే ఒత్తిడి లేకుండా అద్దెకు ఇవ్వడం వల్ల అది సాధ్యమవుతుంది.

ఇది సూట్కేస్ కాకుండా, వీపుకు కు బాగ్ ఉండటం వంటిది.

సాహసయాత్ర ఎప్పుడు చెయ్యాలంటే అప్పుడు చేయడానికి సిద్ధంగా ఉంటారు.

మీ 20 ఏళ్ల వయసులో ఊహించండి

కొన్ని సంవత్సరాలలో ఎక్కడకు వెళ్తారనే విషయం మీకు తెలియదు.

అద్దెకు ఉండడం అనేది మారుతున్న నగరాలకు వెళ్ళడానికి, ఒక పాస్ పోర్ట్ లా అనిపిస్తుంది

ఉద్యోగాలను మారాలనుకుంటే – హాయిగా మారచ్చు.

ఇంకో విషయం – డబ్బు ఎప్పుడూ తక్కువగా ఉంటుంది

మీ 30 ఏళ్ల కాలం నాటిపరిస్థితి ని వేగంగా ఊహించండి .

ఎక్కడ ఉండాలనుకుంటున్నారో అనే విషయంలో మీ దగ్గర స్పష్టమైన మ్యాప్ ఉంది.

మీరు ఫలానా నగరంలో స్థిరపడాలి అనుకుంటున్నారా? అప్పుడు కొనాలనుకోవడం మరింత అర్థవంతంగా ఉంటుంది.

మీరు ,ఆర్థికంగా కూడా ఎదిగారు.

మీ 20వ ఏట మీరు పెట్టుబడిగా చేసిన ముందస్తు చెల్లింపు తాలూకా డబ్బు?

ఇప్పుడు ఆ డబ్బు చక్కటి స్థాయికి ఎదిగింది.ఎంతో ఎక్కువయ్యింది.

మీ 30 ఏళ్ళ వయస్సులో కూడా, అధిక ఈఎంఐలను కట్టగలిగే సామర్థ్యం కలిగి ఉంటారు.

కాబట్టి, కాలక్రమేణా తక్కువ వడ్డీ చెల్లిస్తారు.

నిర్ణయం: అందరికీ సరిపోయే విధంగా ఒకే సమాధానం లేదు.

మా అమ్మానాన్నలకు 50 ఏళ్ళు వచ్చేకే ఇల్లు వచ్చింది. నేను నా 40 ఏళ్ల వయసులో తీసుకున్నాను.

ఎప్పుడు కొనాలి? అనేది అది మీ అభీష్టం పైనే ఉంటుంది. ఎప్పుడైనా.

చివరికి, మీకు ఏది సరైనదో ఆ నిర్ణయిం తీసుకుంటారు.

ఇది మీకు సరిపోయేది కాదో నిర్ధారించుకోండి.

ఆర్థికంగా – అంకెలను మార్చండి.

భావోద్వేగపరంగా – అది ఆనందాన్ని కలిగిస్తుంది కాబట్టి అలాగే చేయండి.

మొండి బాకీలకు దూరంగా ఉండండి

ఈ రోజు, అప్పులు చేయడం చాలా సులభం.

సులభంగా లభించే క్రెడిట్ కార్డులు.

ఆకర్షణీయమైన కొనుగోలు-ఇప్పుడు-కొనండి-తరువాత చెల్లించండి-అనే పథకాలు.

తిరిగి పొందలేని ఋణం అంటే అనవసరమైన వస్తువు లేదా తగ్గిపోయే దానికోసం కోసం తీసుకునే రుణం.

కారు రుణాలు, క్రెడిట్ కార్డు, వినియోగదారుల రుణాలు: మొండి బకాయిలు.

క్రెడిట్ కార్డులు 35-40 శాతం ఎక్కువ వడ్డీ రేటుతో మిమ్మల్ని బాదుతాయని మీకు తెలుసా?

ఈ వడ్డీ రేట్లను, 8-9 శాతం గల గృహ రుణాలతో పోల్చండి. లేదా 10-12 శాతం వడ్డీ రేట్లు గల విద్యా రుణాలు.

నిజంగా?

మీ క్రెడిట్ కార్డు బిల్లును ఎల్లప్పుడూ పూర్తిగా చెల్లించండి.

రూపాయి కూడా మిగిల్చకుండా చెల్లించండి.

లేకపోతే ఆ వడ్డీ రేట్లు పేరుకుపోవడం మొదలవుతుంది.

మీరు "అప్పు" అని చెప్పడానికి ముందే, తప్పించుకోలేని , కష్టమైన రుణాల ఉచ్చులో చిక్కుకున్నారు.

"కనీస మొత్తం బకాయి" చెల్లింపు అనే ఉచ్చులో పడవద్దు.

మీ బ్యాంకు మిమ్మల్ని, బకాయిలో కేవలం 5-10% మాత్రమే చెల్లించమని అడుగుతుంది.

ఉదాహరణకు: ₹10,000 బ్యాలెన్స్ లో కేవలం ₹500 చెల్లించి, మీ కార్డును క్రియాశీలకంగా పనిచేసేలా ఉంచుతుంది.

ఈ ఒప్పందం వినసొంపుగా ఉంది కదా? కానీ...

మిగిలిన రూ. 9,500 మీద వడ్డీ పడుతుంది. అంటే మీ రుణం పెరుగుతుంది అన్నమాట.

మీ చెల్లింపులు కూడా పెరుగుతాయి.

అంతేకాకుండా, మీ క్రెడిట్ రేటింగ్ కూడా దెబ్బతింటుంది.

క్రెడిట్ కార్డులు ఉచితంగ వచ్చే డబ్బు అనే భ్రమను కల్గిస్తాయి

మీరు నగదు కోసం తిరుగుతున్నారని అనుకుంటారు, నిజానికి మీకా అవసరం లేకపోయినా.

ఇది మీరు తరువాత చెల్లిస్తారని అనుకుని రుణం తీసుకోవడం వంటిది.

స్పాయిలర్ అలర్ట్: నిజ జీవితంలో గారడీ ఎప్పుడూ పనిచేయదు.

మీ క్రెడిట్ కార్డును కూల్ డెబిట్ కార్డులా చూసుకోండి.

నగదు సిద్ధంగా ఉన్నప్పుడు మాత్రమే దానిని స్వైప్ చేయడానికి వెళ్ళండి.

లేదా రాబోయే నెలలో ఖచ్చితంగా నగదు వచ్చే పరిస్థితి ఉంటేనే క్రెడిట్ కార్డు వాడండి.

డబ్బు సంపాదించడానికి క్రెడిట్ కార్డులను ఉపయోగించండి!

→ వడ్డీ లేని రుణాలు = ఉచిత నగదు

క్రెడిట్ కార్డులు 30–45 రోజుల వడ్డీ లేని వ్యవధిని అందిస్తాయి.

మీకు కావాల్సిన వాటిని కొనడానికి మినీ ఋణం లాంటిది.

కాబట్టి మీరు నెల ప్రారంభంలో కార్డును ఉపయోగించి పెద్ద కొనుగోలు చేస్తే, ఆ మొత్తాన్ని స్వల్పకాలిక ఋణ నిధిలో పెట్టుబడి పెట్టండి.

మీరు సంతోషంగా కొంత డబ్బును సంపాదిస్తారు, ఉచితంగా!

ఉచిత నగదును ఎప్పుడు వద్దని చెప్పకు మిత్రమా.

→ మెరుగైన క్రెడిట్ స్కోర్ = సులభమైన, తక్కువ వడ్డీ రుణం

మీ క్రెడిట్ స్కోర్ (సిబిల్ స్కోర్) క్రెడిట్ విలువను నిర్ణయిస్తుంది.

మీరు ఎంత స్థిరంగా మీ రుణాలను చెల్లిస్తారో, మీకు ఇంకా ఎన్ని రుణాలు ఉన్నాయి అనే దానిపై ఆధారపడుతుంది.

అధిక స్కోరు = మెరుగైన క్రెడిట్ ప్రొఫైల్.

కాబట్టి, మీరు మీ కార్డు బిల్లును సకాలంలో, పూర్తిగా చెల్లిస్తే – మీ రేటింగ్ పెరుగుతుంది, అలాగే మెరుగుపడుతుంది.

మెరుగైన రేటింగ్ అంటే భవిష్యత్తులో మీకు వీఐపీ రుణాలు పొందే అవకాశం ఇస్తుంది.

మీకు తక్కువ వడ్డీ రేట్లు లభిస్తాయి!

దీర్ఘకాలంలో డబ్బును ఆదా చేయండి.

→ బహుమతి అంశాలు = మీకు ఉచితాలు

ఎయిర్ మైల్స్, ఉచిత టిక్కెట్లు, హోటల్ బసల కోసం రివార్డ్ పాయింట్లను ఉపయోగించుకునేలా చేయండి.

గిఫ్ట్ కార్డులు, క్యాష్ బ్యాక్ ఇంకా మరెన్నో.

ఈ ఉచితాలను అన్వేషించండి, సద్వినియోగం చేసుకోండి!

ప్రో చిట్కా:

మీరు మొదటిసారి క్రెడిట్ కార్డు కోసం దరఖాస్తు చేసినప్పుడు, సున్నా వార్షిక ఛార్జీలు ఉన్న ఒకదాన్ని ఎంచుకోండి.

మీ రుణాలను వేగంగా చెల్లించడానికి ఒత్తిడి లేని మార్గం

మీరు తెలుసుకోవలసిన ఏకైక సూత్రం: రుణ కాలపరిమితిని తగ్గించండి తద్వారా మీరు చెల్లించే వడ్డీని తగ్గించుకోవచ్చు.

కేవలం 10 ఏళ్లలో, 25 ఏళ్ల రుణాన్ని ఎలా చెల్లించవచ్చో ఇక్కడ తెలుసుకుందాం:

ఋణం అంటే ఏమిటో ఇక్కడ విశ్లేషిద్దాం.

ఈఎమ్ఐ = అసలు (రుణం తీర్చడానికి చెల్లించబడింది) + వడ్డీ (బ్యాంకుకు చెల్లించబడింది).

ప్రారంభ దశలో: మీరు ఎక్కువ వడ్డీ, తక్కువ అసలు చెల్లిస్తారు. బ్యాంకులు లాభాలను ఆర్జిస్తాయి.

కాలక్రమేణా: మీరు అసలు మొత్తాన్ని ఎక్కువగా చెల్లిస్తారు, వడ్డీ తగ్గుతుంది.

మీ వడ్డీ ఖర్చులను వీలైనంత త్వరగా తగ్గించుకోవడమే ఈ చిట్కా.

రుణాలపై వడ్డీని ఆదా చేయడానికి 2 మార్గాలు ఉన్నాయి

- ప్రతి సంవత్సరం అదనపు ఈఎంఐలు చెల్లించండి
- ప్రతి సంవత్సరం మీ ఈఎంఐని పెంచుకుంటూ ఉండండి

ఫలితం: మీరు వడ్డీ భారాన్ని గణనీయంగా తగ్గించడంతోపాటు, మీ రుణ కాలపరిమితిని కూడా తగ్గించగలరు

ఉదాహరణ:

₹40 లక్షల రుణాన్ని మీరు 8 శాతం వడ్డీ రేటుకు 25 సంవత్సరాల కాలపరిమితి లో తీసుకున్నారనుకోండి.

ప్రతి సంవత్సరం: మీరు 1 అదనంగా ఒక ఈఎంఐ కడితే (అంటే 12కు బదులుగా 13 ఈఎంఐలు) + మీ అసలు ఈఎంఐ మొత్తాన్ని (ప్రతి సంవత్సరం 5 శాతం పెంచండి)

25 సంవత్సరాల రుణాన్ని మీరు కేవలం 12.5 సంవత్సరాలలో తీరుస్తారు!

మీరు మీ ఈఎంఐని ప్రతి సంవత్సరం 10 శాతానికి పెంచితే ఏమవుతుంది?

మీరు మీ 25 ఏళ్ల రుణాన్ని కేవలం 10 సంవత్సరాలలోనే తిరిగి చెల్లిస్తారు!

మీరు 25 సంవత్సరాలలో చెల్లించిన వడ్డీలో 50% ఆదా చేస్తారు.

ముఖ్యమైన అంశం? రుణ మొత్తం ఎంత అనేది ముఖ్యం కాదు.

ఈ లెక్కలు ఎప్పుడూ పనిచేస్తాయి!

నేను మళ్లీ చెప్తున్నాను.

మీరు ప్రతి సంవత్సరం 1 అదనపు ఈఎంఐని చెల్లిస్తూ + ఒరిజినల్ ఈఎంఐని ప్రతి సంవత్సరం 10 శాతానికి పెంచితే, 25 సంవత్సరాలలో చెల్లించవలసిన రుణాన్ని కేవలం 10 సంవత్సరాలలో చెల్లిస్తారు!

MS ఎక్సెల్ లో ఇది ఎలా పనిచేస్తుందో చూడటం కోసం ఈ QR కోడ్ ని స్కాన్ చేయండి.

చేతిలో అదనపు డబ్బు: రుణం చెల్లించాలా లేదా డబ్బును పెట్టుబడి పెట్టాలా?

ఈ 3 విషయాలను పరిశీలించండి:

- మీరు చెల్లిస్తున్న వడ్డీ:
  * ఒకవేళ > 10 శాతం కంటే ఎక్కువ అయితే, అప్పుడు ముందస్తు చెల్లింపును పరిగణించండి, ఎందుకంటే రుణం భారమైనది.
  * ఒకవేళ < 10 శాతం కంటే తక్కువ అయితే, అదనపు డబ్బును మ్యూచువల్ ఫండ్స్ లో ఇన్వెస్ట్ చేసే విషయాన్ని పరిగణించండి. కాలక్రమేణా మంచి రాబడిని సంపాదించవచ్చు.
- రుణం తీసుకుని ఎంత కాలం అయ్యింది:
  * ఒకవేళ రుణం లో 60 శాతం కంటే ఎక్కువ కాలపరిమితి తీరినట్లయితే- ముందస్తుగా చెల్లించవద్దు. ఎందుకంటే అప్పుడు వడ్డీ కంటే అసలు మొత్తాన్ని ఎక్కువగా చెల్లిస్తున్నారు.
  * ఒకవేళ అది 60 శాతం కంటే తక్కువ కాలపరిమితి లో ఉంటే- ముందస్తు చెల్లింపును పరిగణనలోకి తీసుకోండి. వడ్డీ ఆదా అవుతుంది.
- బకాయి మొత్తం:
  * ఒకవేళ అదనపు నగదు కన్నా ఎక్కువగా ఉంటే (>), చెల్లించండి, రుణ కాలపరిమితిని తగ్గించండి (EMI కాదు)
  * ఒకవేళ అదనపు నగదు కన్నా తక్కువగా ఉంటే (<), పూర్తిగా చెల్లించండి అలాగే రుణాన్ని క్లోజ్ చేయండి.

తీవ్రమైన అప్పుల్లో కూరుకుపోయారా? చాలా రుణాలు ఉన్నాయా?

వాటిని ఒక చక్కగా నిర్వహించడానికి రెండు సింపుల్ పద్దతులు

"గణితంతో నడిచే" ఎవలాంచి మెథడ్	"విన్-ఫోకస్డ్" స్నోబాల్ పద్ధతి
→ తక్కువ ఈఎంఐలు ఉన్న రుణాలను తగ్గుతున్న వరుస క్రమంలో ఉంచండి.	→ ఎక్కువ ఈఎంఐలు గల రుణాలను ఎక్కువ నుంచి తక్కువ క్రమంలో ఉంచండి.
→ ముందుగా అత్యధిక ఈఎంఐ గల రుణాలు చెల్లించండి, ఆ తర్వాత చిన్న రుణాల చెల్లింపుపై దృష్టి పెట్టండి.	→ మొదట చిన్న ఈఎంఐ రుణాలతో ప్రారంభించి, ఆ తర్వాత పెద్ద రుణాలకు వెళ్లండి
→ మీరు అత్యధిక రుణాలను ముందుగా చెల్లిస్తారు కాబట్టి, వడ్డీపై చాలా ఆదా చేస్తారు.	→ మీకు పురోగతి భావనను కలిగిస్తుంది. ఇది బరువు తగ్గడానికి ప్రయత్నించడం లాంటిది. బరువు చూసుకునే యంత్రం లో కొంత మార్పును చూడటం వల్ల మీ ఆహారం, వ్యాయామం పట్ల ఉత్సాహంగా ఉంటారు. ఇది రుణాల విషయంలోనూ వర్తిస్తుంది.
→ అయితే, అత్యధిక ఈఎంఐ రుణం కూడా దీర్ఘకాలిక రుణమైతే, ప్రక్రియ సుదీర్ఘంగా, నిరుత్సాహకరంగా ఉంటుంది.	→ అయితే, మొత్తం మీద వడ్డీ ఎక్కువ చెల్లిస్తారు.

దేన్ని ఎంచుకోవాలో ఖచ్చితంగా తెలియట్లేదా? MS ఎక్సెల్ లో ప్రతి పద్ధతిని పరీక్షించడాని కోసం ఈ QR కోడ్ ని స్కాన్ చేయండి.

మీ రుణాలను వేగంగా చెల్లించడానికి అదనపు చిట్కాలు:

→ మీ ఋణం కాలపరిమితిని పొడిగించండి.

మీరు మరింత సమయం అడిగినప్పుడు, మీ నెలవారీ చెల్లింపులు తగ్గుతాయి.

వడ్డీ ఇంకా ఎక్కువగా చిన్న చిన్న రుణాల అసలు చెల్లించడానికి అదనపు నగదును ఉపయోగించండి.

→ ఖరీదైన రుణాలను రీఫైనాన్స్ చేయండి

ముందుగా అధిక వడ్డీ రుణాలు చెల్లించి, ఆ తర్వాత చిన్న మొత్తాలపై దృష్టి పెట్టాలి.

ఉదాహరణకు 40–50 శాతం గల క్రెడిట్ కార్డు వడ్డీని తగ్గించండి.

ఎలా? దీన్ని 13–16 శాతం వడ్డీ గల పర్సనల్ లోన్ తో మార్చుకోండి.

మీ క్రెడిట్ కార్డు రుణాన్ని తీర్చడానికి దీనిని ఉపయోగించండి. అప్పుడు, మిగిలిన వాటి గురించి ఆలోచించండి.

→ రుణాల వాయిదాలను ఆదాయంలో 30 శాతం లోపు ఉంచండి.

అది మించనివ్వకుండా చూడండి.

50:30:20 బడ్జెట్ నియమానికి కట్టుబడి ఉండండి . మరి ఎప్పటికీ తప్పు చేయరు.

→ పరిష్కరించడమే దీనికి చివరి ప్రయత్నం

మీ రుణాన్ని పూర్తిగా చెల్లించడానికి తక్కువ రుణాల విషయంలో బేరసారాలు చేయండి.

దీని వల్ల ఒక ప్రధాన ప్రతికూలత వస్తుంది: ఇది మీ క్రెడిట్ రేటింగ్‌ను శాశ్వతంగా దెబ్బతీస్తుంది.

భవిష్యత్తులో రుణాలు పొందడం కష్టమవుతుంది.

ముందుగా అప్పు తీర్చండి.
రుణం నుండి విముక్తి పొందడం అంటే సంపాదించే
దాని కంటే ఎక్కువ విలువైనది.

— మార్క్ క్యూబన్

దీని గురించి ఆలోచించండి!

- బడ్జెట్ (వార్షిక ప్రణాళిక)

  పన్ను కట్టిన తర్వాత మీ ఆదాయం నుంచి: 50 శాతం ప్రాథమిక అవసరాలకు వెళ్తుంది. మీ కోరికలు/ ఇష్టాలు / వస్తువులకు 30 శాతం. పెట్టుబడికి 20 శాతం.

  పై నిష్పత్తిని, మీకు వచ్చేది ఏవైనా అంటే, ఆదాయం పెరగడం/ అదనపు రాబడి విషయంలో తిప్పి చూడండి.

  పెట్టుబడులకు 50 శాతం. మీ కోరికలకు 30 శాతం. మీ అవసరాలకు 20 శాతం.

  అవసరమైన ఖర్చు, యధేచ్ఛగా చేసే ఖర్చుల మధ్య తేడాను గుర్తించడానికి వార్షిక ప్రణాళిక మీకు సాయం చేస్తుంది.

  మీరు ఇష్టపడని విషయాలపై ఖర్చును తగ్గించమని ఈ ప్రణాళిక మిమ్మల్ని ప్రోత్సహిస్తుంది, కాబట్టి మీరు అనుకున్న అన్ని విషయాలపైనా ఖర్చు చేయవచ్చు.

  ఇది మీ భవిష్యత్తు కోసం పొదుపు చేయడానికి, పెట్టుబడి పెట్టడానికి మిమ్మల్ని ప్రేరేపిస్తుంది.

- డబ్బు గురించి ఏదైనా పెద్ద నిర్ణయం తీసుకునే ముందు:
  - లెక్కలు వేసుకోండి.

    పైకి కనిపించకుండా అంతర్లీనంగా ఉన్న వాటితో సహా అన్ని ఖర్చులను పరిగణనలోకి తీసుకోండి.

    ఇది మీ దీర్ఘకాలిక లక్ష్యాలకు అనుగుణంగా ఉందో లేదో పరీక్షించుకోండి.
  - మీరు కోరుకున్నారు కనక మాత్రమే ఖర్చు చేయండి. ఎందుకంటే ఇది మీ బాధ్యత!

డబ్బు విషయానికి వస్తే యోలో (వై ఓ ఎల్ ఓ–యు ఓన్లీ లివ్స్ ఒన్స్), ఫోమో (ఎఫ్ ఓ ఎం ఓ – ఫియర్ అఫ్ మిస్సింగ్ అవుట్), లాంటి మాటలు చెప్పే తోటివారి ఒత్తిడిని పట్టించుకోకండి.

– క్రెడిట్ కార్డు ఋణాలలో చిక్కుకోవద్దు – దయచేసి

– కనీస చెల్లింపులు చేయకండి.!

మీ క్రెడిట్ కార్డ్‌ని డెబిట్ కార్డ్ లాగా పరిగణించండి. మీ వద్ద నగదు ఉంటేనే స్వైప్ చేయండి.

ఇలా చేయండి!

1. లెక్కలేయండి. అన్నింటికీ సంబంధించినవి!

- మీ వార్షిక ఆదాయం

జీతం: ______________________

ఇతర ఆదాయ మార్గాలు (అద్దె, అదనపు ఆదాయం మొదలైనవి): ______________________

సంపాదించిన వడ్డీ (ఎఫ్డీలు మొదలైన వాటిపై): ______________________

ఇతర ఆదాయాలు: ______________________

మొత్తం ఆదాయం: ______________________

- మీ వార్షిక వ్యయం.

అవసరాలు (ఈఎంఐలు, అద్దె, వినియోగాలు, ప్రయాణం, ఆహారం మొదలైనవి): ______________________

కోర్కెలు (ఫోన్, బయట తినడం, ప్రయాణం, కారు/బైక్ మొదలైనవి): ______________________

పొదుపులు/పెట్టుబడులు: ______________________

మొత్తం వ్యయం: ______________________

- ప్రతి వ్యయ వర్గం తాలూకూ వాటాను లెక్కించండి:
  అవసరాలు (అవసరాలను మొత్తం ఖర్చులతో విభజించండి):
  ____

  కోరికలు (కోరికలను మొత్తం ఖర్చులతో విభజించండి):
  ____

  పొదుపు (పొదుపును మొత్తం ఖర్చులతో విభజించండి):
  ____

  ప్రస్తుత నిష్పత్తి: అవసరాలు: కోరికలు:పొదుపు (ఉదా. 50:30:20) ______________________

- మీ బ్యాంకు ఖాతాలలోని నిల్వలను పరిశీలించండి:
  మీకు ఎన్ని బ్యాంకు ఖాతాలు ఉన్నాయో రాసి ఉంచుకోండి.
  ____

  అలాగే ఒక్కోదానిలో మీ దగ్గర ఎంత డబ్బు ఉందో చూసుకోండి.
  ____

- మీకున్న రుణాలను లెక్కించండి:
  మీకు ఎన్ని రుణాలు ఉన్నాయో వాటిని రాసి ఉంచుకోండి.
  ____

  మొత్తం రుణంలో ఇంకా ఎంత మిగిలి ఉంది, అలాగే ఇంకాఎంత కాలం మిగిలి ఉంది. ______________________

మీకు ఎన్ని క్రెడిట్ కార్డులు ఉన్నాయో వాటిని రాసి ఉంచుకోండి.

____

ప్రతి కార్డుపై ఎంతెంత బకాయిలు ఉన్నాయి?

____

- మీ పెట్టుబడులను పరిశీలించండి:
  ఇప్పటివరకు మీరు పెట్టిన పెట్టుబడులు, వాటి విలువ రాయండి. బంగారం, మ్యూచువల్ ఫండ్స్, స్టాక్స్, ఎఫ్డీలు, రియల్ ఎస్టేట్ ఇలా అన్నీ ఉన్నవి. ______________

____

____

____

____

____

మీ దగ్గర అంత ఖచ్చితమైన గణాంకాలు ఉండకపోవచ్చు, కానీ, అంచనాలు వుంటాయిగా.

ఈ సంఖ్యలు మిమ్మల్ని నిరుత్సాహపరచవచ్చు లేదా మిమ్మల్ని ప్రోత్సహించవచ్చు.

మీరు ఇప్పుడిప్పుడే మీ అనవసరమైన ఖర్చుని కనుకుంటు న్నారు!

2. మీ ఆర్థిక పరిస్థితి అర్థం చేసుకోండి.

- మొత్తం ఆస్తులను లెక్కించండి: ______________
- ఇది ఈ రోజు వరకు మీ పెట్టుబడులు, డబ్బు మొత్తం.
- మీమొత్తంబాధ్యతలనులెక్కించండి______________

- ఇది మీరు బకాయి ఉన్న రుణ మొత్తాలు, క్రెడిట్ కార్డు బిల్లుల మొత్తం.
- మీ నికర విలువను గుర్తించండి ____________________
  అది (ఆస్తులు – అప్పులు).

3. శ్రద్ధగా ఆలోచించండి

క్రింది వాటిని గమనించండి:

- మీ ఆర్థిక డేటాను గుర్తించడం మీకు సులభమేనా? ____________________
- మీరు ఎక్కడ ఉండాలనుకుంటున్నారో, ఆ మార్గంలోనే ఉన్నారా? ____________________
- మీరు బాగా చేస్తున్న 3 పనులు ఏమిటి? మీరు వాటిని మరింత ఎక్కువగా ఎలా చేయగలరు? ____________________
- మీరు మెరుగుపరచుకోగల 3 విషయాలు ఏమిటి? ____________________

  ఇది కేవలం ఒక ఆలోచనా ప్రక్రియ మాత్రమే.

  నిర్ణయాలకు రాకండి. భయాందోళనలు వద్దు.

  అంత మన మంచికే.

4. చేయవలసింది!

- నెలవారీ ప్రణాళిక షీట్ ను తయారు చేయండి.
  MS ఎక్సెల్ లో సులభమైన బడ్జెటింగ్ టూల్ కోసం ఈ QR కోడ్ స్కాన్ చేయండి.

మీరు ఎంత ఖర్చు చేస్తున్నారు, ఎంత పొదుపు చేస్తారు, ఎంత పెట్టుబడి పెడుతున్నారో తెలుసుకోవడానికి దీనిని ఉపయోగించండి.

కనీసం 20% పొదుపుతో ప్రారంభించండి. మీ ఆదాయం పెరిగేకొద్దీ, దానిని 50% వరకు పెంచండి.

- మీ రుణాలను వేగంగా చెల్లించండి.

  ప్రతి సంవత్సరం ఒక అదనపు ఈఎంఐ చెల్లించండి.

  ప్రతి సంవత్సరం మీ ఈఎంఐని 10% పెంచండి.

  దీంతో 25 ఏళ్ల రుణాన్ని కేవలం 10 ఏళ్లకు తగ్గిస్తుంది!

- మీ రుణాలను (ముఖ్యంగా అధిక వడ్డీలు) మీకు వీలైనంత త్వరగా చెల్లించండి.

  వ్యక్తిగత రుణంతో (ఇది చాలా తక్కువ వడ్డీకి వస్తుంది) అన్ని క్రెడిట్ కార్డ్ ల ఋణాన్ని తిరిగి చెల్లించడం.

  పాత రుణాల కాలపరిమితిని పొడిగించడం ద్వారా వాటి ఈఎంఐని తగ్గించండి. కొత్త రుణాలను వేగంగా చెల్లించడానికి అదనపు నగదును ఉపయోగించండి.

  చివరి అస్త్రంగా ఎలగోలా సెటిల్ చేసుకోవడానికి ప్రయత్నించండి. ఇది మీ క్రెడిట్ స్కోర్ ని శాశ్వతంగా తగ్గిస్తుంది.

కానీ నేను పొదుపు చేయాలని
ప్రజలు అంటున్నారు!

మీ జీతం తక్కువగా ఉన్నప్పుడు పొదుపు చేసే అలవాటును పెంపొందించుకోకపోతే, ఎక్కువగా సంపాదించడం ప్రారంభించినప్పటికీ ఎక్కువగా పొదుపు చేయలేరు.

పదేళ్ల పాటు మార్కెట్ లో ఇస్తున్న దాని కన్నా తక్కువ జీతం తీసుకున్నాను.
దానికి బదులుగా, నేను నా స్టార్ట్-అప్‌లో ఈక్విటీని ఎంచుకున్నాను.
ఉద్దేశపూర్వకంగా, నాకు నేను చివరగా చెల్లించుకున్నాను.
ఈక్విటీపై జూదం ఆడాను, పొదుపు విషయం మర్చిపోయాను.
అది నాకు చాలా ఎక్కువ రాబడిని ఇస్తుందని నమ్మాను.

అనుకున్న విధంగా పనులు జరగకపోవడంతో నగదు కొరతతో స్టార్ట్-అప్ నడిపించడానికి కూడా లేక సతమతమయ్యాను.

నాకు డబ్బు చాలా ఎక్కువగా అవసరమైనప్పుడు, నా దగ్గర చాలా తక్కువగా ఉందని తెలుసుకున్నాను.

పొదుపు సెక్సీ కాదు.

మనం పొదుపు చేయాలి. అది మనకు అర్థమవుతుంది.
భవిష్యత్తు కోసం, మన పెళ్లి కోసం, పిల్లల కోసం, రిటైర్మెంట్ కోసం.
బ్లా బ్లా బ్లా వగైరా...వగైరా... ఇదంతా ముందే విన్నాను.

అయినా, మనం చేయము.
ఎందుకంటే పొదుపు సెక్సీ కాదు. సరదా కాదు. ఉత్తేజకరమైనది కూడా కాదు.
ఈ విషయం చికాకుగా ఉంటుంది.

భవిష్యత్తు చాలా దూరంలో కనిపిస్తోంది.

మన లక్ష్యాలు చాలా దూరంలో కనిపిస్తున్నాయి.

"పదవీవిరమణా? ఇంకా సరిగ్గా సంపాదించడం ప్రారంభించనేలేదు!"

మనం తగినంత డబ్బు సంపాదించడం లేదు...

మనం జీవితాన్ని కోల్పోతున్నాం...

మన స్నేహితులు గోవాలో సూర్యాస్తమయాల రీల్స్ పెడుతున్నారు.

మనం ఎందుకు పొదుపు చేయాలి?

కాబట్టి పొదుపు వాయిదా వేసుకుంటాం.

మనం పొదుపు చేయడం రేపు ప్రారంభిద్దాం. వచ్చే నెలలో.. వచ్చే ఏడాది.

ఈ రోజు కాదు.

కానీ మనం పొదుపు చేయాలి.

ఎందుకంటే. *జీవిత మంటే వ్యామోహం.*

ఇంచుమించు బాలీవుడ్ సినిమాలా అనిపిస్తుంది.

ఒక క్షణం, మనం సంతోషంగా ఒక చెట్టు చుట్టూ తిరుగుతూ, నృత్యం చేస్తున్నాం. మరుక్షణం ఒక ఎగిరే కొబ్బరికాయ మన మీద పడింది.

మలుపులు, డ్రామా. .

అది మన విషయంలో జరిగినప్పుడు అంత వినోదాత్మకంగా అనిపించదు.

వైద్య అవసరాలు, అత్యవసర పరిస్థితులు. ఉద్యోగం పోయింది.

దావాలు. కుటుంబంలో అనుకోని మరణం.

అన్ని భయంకరమైన విషయాలను ఆలోచించాలి.

అవి ఎప్పటికీ జరగవని (అదృష్టం వల్ల) అనుకుంటున్నాం.

కానీ అవి జరగవచ్చని మనకు తెలుసు.

అలాంటి సమయాల్లో మనం ఆందోళన చెందాల్సిన ఒక విషయం ఏమిటంటే, మన దగ్గర తగినంత నిధులు ఉన్నాయా లేదా అనే విషయమే.

"జీవితం మీ దారిలో ఉండే వంటగది సింక్‌ని తప్ప మిగతా అన్నింటిని విసిరేస్తుంది, చివరకి అది వంటగది సింక్‌ను కూడా విసిరేస్తుంది. అడ్డంకులను తప్పించుకోవడమే మీ పని."

— ఆండ్రీ అగస్సీ, ఓపెన్

పొదుపు చివరికి మీకు అసహ్యాన్ని వ్యక్తపరచే శక్తిని ఇస్తుంది

మీరు ద్వేషించే ఉద్యోగం నుంచి తప్పుకునే శక్తి.

మీ నిల్వలు తగ్గకుండా వైద్య అత్యవసర పరిస్థితిని ఎదిరించగలిగే శక్తి.

రుణంపై మెరుగైన వడ్డీ రేటును పొందే శక్తి.

మీకు ఇష్టమైన ప్రాంతాలకి వెళ్ళే శక్తి.

మీ షరతులకు అనుగుణంగా జీవితాన్ని జీవించే శక్తి.

మీరు ఇష్టపడేదాన్ని వదులుకోవాల్సిన అవసరం లేదు.

పొదుపు అంటే ఖర్చును నియంత్రించడానితో సమానం కాదు. ఇంట్లో కూర్చొని ఉండడం, దయనీయంగా ఉండడం కాదు.

మీరు ఎంత పొదుపు చేయాలనుకుంటున్నారో, నిర్ణయించుకున్న తర్వాత, మిగిలిన మొత్తాన్ని కావలసిన దాని కోసం ఖర్చు చేయండి.

ఎలాంటి అపరాధభావం లేకుండా.

పొదుపు అనేది మీ నియంత్రణలో ఉన్న విషయం,

మీ సంపాదన ఎల్లప్పుడూ మీ నియంత్రణలో ఉండదు.

మీరు కష్టపడి పనిచేస్తారు, కానీ ఆదాయం లో మార్పు రావచ్చు.

మీ యజమాని. ఆర్థిక వ్యవస్థ. మీకున్న సమయం. మారుతున్న మార్కెట్లు.

మీ పెట్టుబడి మీద రాబడులు మీ నియంత్రణలో ఉండవు.

అనిశ్చయమైన మార్కెట్ అంచనాలను కఠినం చేస్తాయి.

కానీ, మీరు పొదుపు చేసే మొత్తం – అది పూర్తిగా మీ ఇష్టం.

పెద్ద మొత్తంతో ప్రారంభించాల్సిన అవసరం లేదు.

కానీ, ప్రారంభించండి.

డబ్బు సంపాదించడం ఒక నైపుణ్యం, డబ్బును దాచుకోవడం మరొక నైపుణ్యం.

డబ్బు సంపాదించడం ఎలాగో తెలుసుకోవడానికి సంవత్సరాలు గడుపుతున్నాం.

ఈ డబ్బును ఎలా కాపాడుకోవాలనే దానిపై మనం ఒక్క నిమిషం కూడా ఆలోచించం.

నేను పొదుపు చేయడం ఎలా ప్రారంభించాలి?

మీరు ఎందుకు పొదుపు చేస్తున్నారో మీకు తెలిస్తే తప్ప, ఎంత పొదుపు చేయాలో మీకు తెలియదు.

మీరు కేవలం "పొదుపు" చేస్తుంటే, అది యాదృచ్ఛిక సంఖ్య లా అనిపిస్తుంది. దాన్ని అవగాహన చేసుకోకపోతే, దాన్ని పట్టించుకోరు.

పానీయాలు ఎప్పుడూ మీకు అందుబాటులోనే ఉంటాయి. ఎప్పుడూ జొమాటో/ స్విగ్గీ లో బుక్ చేయడానికి సిద్ధంగా ఉంటారు. విశ్రాంతిగా తీసుకోవడానికి మీరు ఎప్పుడూ సిద్ధంగా ఉంటారు.

మిమ్మల్ని ఎవరూ ఆపడం లేదు.

అందుకే, సంపాదించేది ఎప్పుడూ తక్కువగానే ఉంటుంది.

మీరు ఎంత ఖర్చు పెట్టినా, ఎప్పుడూ అపరాధ భావంతో వుంటారు.

మీరు ఏది పొదుపు చేసినా, పెట్టుబడి పెట్టినా, అది సరిపోతుందో లేదో మీకు ఎప్పటికీ తెలియదు.

మీరు మీ జీవితాంతం డబ్బు వెంటపడుతూనే ఉంటారు.

మీ లక్ష్యం "సెలవుల కోసం పొదుపు చేయడం "లేదా" ఇంటి కోసం పొదుపు చేయడం" అయితే, మీకు ప్రయోజనాన్ని చేకూరుస్తుంది.

ఇది మీరు తీసుకునే నిర్ణయాలకు పదును పెడుతుంది.

ప్రలోభాలను తగ్గిస్తుంది. ఫోకస్ పెంచుతుంది.

చిన్న తేడా. భారీ ప్రభావం.

మీ లక్ష్యాలను నిర్దేశించుకోండి. ఒక్కోదానికి ఎంత ఖర్చవుతుందో తెలుసుకోండి.

→ మీ లక్ష్యాలను జాబితాగ తయారు చేయండి. మీరు వాటిని ఎప్పుడు సాధించాలనుకుంటున్నారు?

- దీర్ఘకాలిక లక్ష్యాలు: సాధారణంగా (>)10 సంవత్సరాలకంటే ఎక్కువ.

  ఉదా: పిల్లల చదువు, పదవీ విరమణ, గృహ రుణం చెల్లింపు.

- మధ్యకాలిక లక్ష్యాలు: సాధారణంగా 3 నుంచి 10 ఏళ్లలో సాధించాలనుకునే లక్ష్యాలు.
  ఉదా: అంతర్జాతీయ యాత్రలు, విద్య, వివాహం, కారు.
- స్వల్పకాలిక లక్ష్యాలు:
  ఉదా: బీమా, అత్యవసర నిధి, దేశీయ విహారయాత్రలు, ఫోన్

→ ప్రతి లక్ష్యానికి ఎంత ఖర్చవుతుందో గుర్తించండి.

- ప్రతి లక్ష్యానికి , ఈనాటి ధరల ప్రకారం ఎంత అవుతుందో లెక్క కట్టండి.
  అయితే ధర ఎప్పటికీ ఒకేలా ఉండదు.

  ఎందుకంటే, ద్రవ్యోల్బణం. దీంతో నిత్యావసర వస్తువులు, సేవల ధరలు కాలక్రమేణా పెరిగే అవకాశం ఉంది.
- మీరు నిర్దేశించిన కాల వ్యవధి ఆధారంగా, మీ లక్ష్యం తాలూకు "భవిష్యత్తు ధర(ఫ్యూచర్ ప్రైస్)"ను లెక్కించండి.

  వార్షిక ద్రవ్యోల్బణ రేటు ~6% అనుకుందాం.

  ఉదా: మీ లక్ష్యం 7 సంవత్సరాలలో వివాహం చేసుకోవడం. మీకు దాని కోసం ₹10 లక్షలు కావాలి.

  6% వార్షిక ద్రవ్యోల్బణాన్ని పరిగణనలోకి తీసుకుంటే, అప్పటికి ఖర్చు ~₹15 లక్షలు అవుతుంది.

ఫలితం:

	లక్ష్యాలు	ఎన్ని సంవత్స రాలలో?	ప్రస్తుత ధర	భవిష్యత్తు ధర
స్వల్పకాలిక	అత్యవసర నిధి	1	1,50,000	1,59,000
	స్వదేశీ యాత్రలు	2	50,000	56,180
	చరవాణి	2	50,000	56,180
మధ్యకాలిక	అంతర్జాతీయ యాత్రలు	3	2,50,000	2,97,754
	విద్య (ఎంబీఏ)	5	10,00,000	13,38,226
	వివాహం	7	10,00,000	15,03,630
దీర్ఘకాలిక	ఇంటి ఋణం కోసం ముందస్తు చెల్లింపులు	15	20,00,000	47,93,116
	పిల్లల చదువు	25	25,00,000	1,07,29,677
	పదవీ విరమణ	40	1,00,00,000	10,28,57,179

ఆపై పొదుపు చేసే ఆలోచనా విధానాన్ని పెంపొందించుకోండి

→ మీ జీతంలో కనీసం 20 శాతం పొదుపు చేయాలనే లక్ష్యం ఉండాలి. 50:30:20 వార్షిక ప్రణాళిక నియమాన్ని గుర్తుంచుకోండి? మీ జీతంలో 50% మీ అవసరాలకు (నిత్యావసర ఖర్చులు).

మీ జీతంలో 30% మీ కోరికలకు (కోరికలు, ఎందుకంటే, మీకు జీవితం ఉంది!)

మీ జీతంలో 20% మీ పొదుపు కొరకు (తద్వారా పెట్టుబడులు - మీ స్వల్ప, మధ్యతరహా, దీర్ఘకాలిక లక్ష్యాల కోసం)

→ మొదట పొదుపు చేయండి. తర్వాత ఖర్చు పెట్టండి

మనలో చాలామంది పొదుపు అంటే ఆదాయంలోంచి ఖర్చులు తీసివేయడం అని అనుకుంటారు. అది తప్పు.

ఒక నెల ఖర్చులు పెరిగితే అప్పుడు ఎలా? అంటే పొదుపు చేయరా?

మీరు మీ ఖర్చులను అదుపు చేయలేకపోతే ఏమవుతుంది? మీ పొదుపును అదుపు చేయలేకపోతున్నారా?

మీకు ఆదాయం వచ్చిన వెంటనే, మీ పొదుపు కోసం 20% మళ్లించండి.

ఆ ప్రక్రియను ఆటోమేటిక్ గా చేయండి - ఎస్.ఐ.పిల ద్వారా, వేరొక బ్యాంక్ ఖాతాకు దాన్ని స్వీప్ చేయడం ద్వారా, ఏ రకంగా నైనా!

మీ అవసరాల విషయంలో రాజీ పడకూడదు.

కాబట్టి, మీరు మీ అవసరాలు, పొదుపు కోసం చెల్లించిన తర్వాత, ఎంత మిగిలితే అంత మీ ఇష్టాలు, కోరికల కోసం వాడుకోండి.

పొదుపు = అవసరాలు మైనస్ అహం.

మీ అవసరాలు: అద్దె, కిరాణా సరుకులు, విద్యుత్, ఇంకా నివారించలేని- ఇతర అత్యవసర బిల్లులు.

మీ ఇగో అడ్డుపడింది: మీకు కావాల్సిన కొత్త ఐఫోన్, ప్రశాంతంగా కనిపించడానికి, ప్రతిరోజూ తాగాల్సిన స్టార్ బక్స్ కాఫీ, ఆహ్లాదాన్ని ఇచ్చే స్నీకర్స్, హై-ఎండ్ జిమ్ సభ్యత్వం మొదలైనవి.

మీరు అతిశయంగా చేసే ఖర్చులను, అవసరాల తర్వాత మిగిలి ఉన్న వాటిలో నుండి తీసివేస్తే, అది మీ పొదుపు అవుతుంది.

→ ఆదాయం పెరిగే కొద్దీ మీ పొదుపును మరింత పెంచుకోండి.

మీరు నెలకు రూ.25,000 సంపాదిస్తున్నారని అనుకుందాం.

మీరు తెలివైనవారైతే, మీ నెలవారీ విభజన ఇలా కనిపిస్తుంది:

అవసరాలు: రూ. 12,500 (50%)

కోరికలు: రూ. 7,500 (30%)

పొదుపు: ₹5,000 (20%)

10 సంవత్సరాల తరువాత, మీ నెలసరి ఆదాయం ఇప్పుడు నెలకు ₹ 2.5 లక్షలు అని చెప్పండి (ఇది అసాధ్యం కాదు, నన్ను నమ్మండి!)

అదే నియమాన్ని వర్తింపజేస్తే, అవసరాల కోసం ₹1.25 లక్షలు ఖర్చు చేస్తారు.

పొరపాటు!

జీతంతో పాటు మీ అవసరాలను పెంచుకోవద్దు.

వాటిని అలాగే ఉండనివ్వండి

మీ స్థోమత కంటే తక్కువ స్థాయి లో జీవించండి, దానివల్ల మరింత ఎక్కువ ఆదా చేసుకోవచ్చు.

→ మానసికంగా, మీకు వచ్చే ప్రతి ఇంక్రిమెంట్ ఈ క్రింది విధంగా విభజించబడాలి:

ఇంక్రిమెంట్‌లో 20% అవసరాలకు వెళ్తుంది.

అందులో 30% మీ కోరికలకి వెళ్తుంది.

50% మీ పొదుపు వైపు వెళ్తుంది.

కాలక్రమేణా, మీ కేటాయింపు నిష్పత్తి ఆదర్శవంతమైన మిశ్రమానికి చేరుకుంటుంది:

- పొదుపు, పెట్టుబడులకు 50%
- 30% కోరికలకు
- అవసరాలకు 20%.

→ కేవలం పొదుపు చేయొద్దు. పెట్టుబడి పెట్టండి.

మనం ఎప్పుడూ పొదుపు చేయమని చెప్తాం.

కానీ మనలో చాలా మంది ఆ డబ్బును బ్యాంకు ఖాతాలో దాచి ఉంచడం అని అనుకుంటారు.

కాదు!

పెట్టుబడి చేయడానికి మనం పొదుపు చేస్తాం.

బ్యాంకు ఖాతాలో డబ్బులు మురిగి పోకుండా చూసుకోవాలి.

ఈ పెట్టుబడులు స్వల్ప-/మధ్య-/దీర్ఘకాలిక లక్ష్యాలను చేరుకోవడానికి రాబడిని అందిస్తాయి.

→ ఎక్కడ పెట్టుబడి పెట్టాలి అనేది ఎంత ముఖ్యమో , పొదుపు చేయాలనేది కూడా అంతే ముఖ్యం.

పొదుపు అంటే మీరు తెలివిగా పెట్టుబడులు పెట్టడం అని అర్థం.

దాని అర్థం గరిష్ఠ రాబడిని పొందే చోట పెట్టుబడి పెట్టడం అని కాదు.

విభిన్న లక్ష్యాల కోసం వివిధ పెట్టుబడులు ఎలా పనిచేస్తాయో అర్థం చేసుకోండి. మీ లక్ష్యాలను చేధించడానికి వాటిని కలపండి. అలాగే సరిపోల్చండి.

దీని గురించి మనం 6వ అధ్యాయంలో వివరంగా తెలుసుకుందాం.

మీరు పెట్టుకున్న లక్ష్యాల ఆధారంగా దీనిని స్వయంచాలకంగా రూపొందించే MS ఎక్సెల్ బడ్జెట్ కాలిక్యులేటర్ ను డౌన్ లోడ్ చేయడానికి ఈ QR కోడ్ ను స్కాన్ చేయండి.

ఎక్కువ పొదుపు చేయడానికి మీకు సహాయపడే 13 చిట్కాలు

→ వార్షిక ప్రణాళిక – చికాకు పరుస్తుంది కానీ ప్రభావవంతమైనది!

మీరు లెక్క కట్టకపోతే మెరుగుపరచలేరు.

మీ ఆదాయంలో కనీసం 20% ప్రతి నెల/సంవత్సరం ఆదా చేయాలి.

→ మీ పొదుపులను ఆటోమేటిక్ గా చేయండి

మన దగ్గర బ్యాంకులో డబ్బు ఉంటే, దానిని ఖర్చు చేయడానికి మొగ్గు చూపుతాము.

సరైన పని చేయడం , ఎల్లప్పుడూ సులభం కాదు.

కాబట్టి, సరైన విషయాన్ని సులభతరం చేయండి!

సాంకేతికతను ఉపయోగించడం!

మీరు వీలయినంత వరకు జీతంలో ఇపిఎఫ్ కట్ చేయడానికి ఒప్పుకోండి, కాబట్టి అది మీకు అందుబాటు లో వుండదు.

నెలసరి ఎస్.ఐ.పి చేయండి (వాటిని ఆపడానికి లేదు!).

ప్రత్యేక పెట్టుబడి ఖాతాను తెరవండి.

మీకు జీతం వచ్చిన వెంటనే ఆ ఖాతాలోకి పెట్టుబడి మొత్తాన్ని జమ చేయండి.

మీ అత్యవసర నిధి, ఎస్.ఐ.పి వాయిదాలు, మొత్తం పెట్టుబడులను కొత్త ఖాతాలో ఉంచండి.

→ 30-రోజుల నియమం

మీరు నిజంగా ఏదైనా ఒక పెద్దదాన్ని కొనాలనుకుంటే, 30 రోజులు వేచి ఉండండి.

మీకు ఇది అవసరం లేదని నిర్ణయించుకునే అవకాశం ఉంది.

→ పదిహేను రోజులకు ఒకసారి డబ్బులు 'లేవని' అనుకోండి.

వారానికి లేదా పక్షం రోజులకు ఒకసారి దేనికి ఖర్చు చేయకండి. దేనికైనా సరే.

గమనించవలసింది: ఈ విషయంలో ముందస్తుగా కొంత రెడీగా ఉండాలి.

ఆహారం? ఇంటి నుంచే ఆహారం తెచ్చుకోండి.

పనికి వెళ్లాలా? కార్ పూల్ లో వెళ్ళండి.

కాఫీ? ఈ ఖర్చు వుండకూడదనే మీ ఆఫీసులో కాఫీ మెషీన్ పెట్టారు.

→ క్రెడిట్ కార్డుల కంటే డెబిట్/యూపీఐని ఎంచుకోండి.

డెబిట్/యుపిఐ అనేది మీ దగ్గర ఖచ్చితంగా ఉన్న డబ్బు.

మీ దగ్గర నిజంగా లేని డబ్బు ఉందనే భ్రమ క్రెడిట్ కార్డులు కలిగిస్తాయి.

అది మీ దగ్గర లేకపోతే, ఖర్చు పెట్టలేరు. కదా!

ఉత్తమ పని ఏమిటంటే? ఇది ఉచితం (చాలా చోట్ల ఇప్పటికీ క్రెడిట్ కార్డులపై సర్ ఛార్జీలను వసూలు చేస్తారు)!

→ మీ దగ్గర 100% డబ్బు ఉంటేనే క్రెడిట్ కార్డులను ఉపయోగించండి.

క్రెడిట్ కార్డులు మంచి విషయం అవుతుంది:

- 30 నుంచి 45 రోజుల వరకు వడ్డీ లేని రుణం.
- మెరుగైన క్రెడిట్ రేటింగ్ (మీరు ప్రతి నెలా పూర్తి చెల్లింపు చేస్తే)
- రివార్డులు ,వోచర్లు – అవి ఎవరు కాదనుకుంటారు?

కానీ మీ దగ్గర డబ్బు పూర్తి మొత్తం ఉంటేనే.

→ షాపింగ్ జాబితాలను తయారు చేయండి, వాటికి కట్టుబడి ఉండండి

ఇది వాస్తవం – ఒక జాబితా మనల్ని దానికి కట్టుబడి ఉండేలా చేస్తుంది.

మీరు ఆన్లైన్‌లో కొనుగోలు చేస్తున్నప్పటికీ ఇలా చేయండి.

→ ఒకవేళ మీరు తరచుగా దేనినైనా ఉపయోగించేవారు కాకపోతే అద్దెకు తీసుకోండి.

ఈ రోజుల్లో, ప్రతిదీ అద్దెకు దొరుకుతోంది – కార్లు, గాడ్జెట్లు లేదా గౌన్లు అయినా కావచ్చు!

కాబట్టి, మీరు తరచుగా ఉపయోగించని వస్తువులను కొనుగోలు చేయవద్దు.

మా తల్లిదండ్రుల కాలంలో అద్దెకు తీసుకోవడం ఆశ్చర్యానికి గురిచేసింది.

ఈ కాలం పద్ధతి ఏమిటంటే 'తగ్గించండి, పునర్వినియోగం చేయండి (రెడ్యూస్ రీ యూస్)' . అలా చేయండి.

పి.ఎస్. నేను నా కెమెరా లెన్స్ అద్దెకు తీసుకున్నాను. నేను ఇష్టపడేవి చాలా ఖరీదైనవి అయినా వాటిని సంవత్సరానికి 7 రోజులు ఉపయోగించడానికి అతి తక్కువ అద్దె చెల్లిస్తాను!

→ పెద్ద పరిమాణంలో కొనుగోలు చేయండి

పెద్ద పరిమాణాలు కొనుగోలు చేస్తే వాటి యూనిట్ ధర చౌకగా ఉంటుంది.

మీకు నిల్వ చేసుకోవడానికి పెద్ద స్థలం ఉంటే, పెద్ద ప్యాక్‌లను, ముఖ్యంగా పాడైపోని వస్తువులను కొనుగోలు చేయండి.

→ డీల్/డిస్కౌంట్ సైట్ లను ఉపయోగించండి

వీలైనంత వరకు డీల్స్, డిస్కౌంట్ సైట్లను వాడండి. అందులో సిగ్గు పడాల్సినది ఏమి లేదు.

మీరు మీ డబ్బును గౌరవిస్తారని దీని అర్థం.

మీ డబ్బు మిమ్మల్ని తిరిగి గౌరవించడం ప్రారంభిస్తుంది.

మీ రుణాలను వేగంగా చెల్లించండి.

మీకు 25 సంవత్సరాల గృహ రుణం ఉన్నంత మాత్రాన, దానిని తిరిగి చెల్లించడానికి మీకు 25 సంవత్సరాలు పడుతుందని కాదు.

మొదట్లో చెల్లింపులలో ఎక్కువ భాగం వడ్డీకే పోతుంది, అసలు చెల్లించిన దాంట్లో చాలా తక్కువగా ఉంటుంది.

త్వరగా చెల్లించండి, పొదుపు చేయండి!

ఉదా: సంవత్సరానికి 1 అదనపు ఈఎంఐ చెల్లించండి (12 కు బదులుగా 13). ఆ ఈఎంఐని ఏటా 10 శాతం పెంచాలి.

25 ఏళ్ల రుణం 10 ఏళ్లకు తగ్గుతుంది. మీ వడ్డీ మొత్తంపై మీరు 60% ఆదా చేయొచ్చు!

దీని గురించి 3వ అధ్యాయంలో వివరంగా చదవండి.

→ మీరు చిన్నవయసులో ఉన్నప్పుడే జీవిత బీమాను కొనుగోలు చేయండి.

మీరు తక్కువ ప్రీమియం చెల్లించి ఎక్కువ కవరేజీని పొందుతారు.

మీరు చాలా ప్రాథమికమైన వాటిపై ఎందుకు ఆదా చేయకూడదు?

ఉదా: మీరు 25 సంవత్సరాల వయస్సులో బీమాను కొనుకుగోలు చేస్తే అది మీకు 65 సంవత్సరాల వయస్సు వచ్చేసరికి, మీకు 40 సంవత్సరాల కవరేజీ లభిస్తుంది ,అదే మీరు 35 సంవత్సరాల వయస్సులో భీమా కొనుగోలు చేస్తే (అప్పుడు 30 సంవత్సరాలకు మాత్రమే కవరేజ్ పొందుతారు) మీరు తక్కువ ప్రీమియం చెల్లించాల్సి ఉంటుంది.

దీని గురించి 5వ అధ్యాయంలో వివరంగా చదవండి.

→ ప్రచ్ఛన్న పద్ధతిలో ఆన్‌లైన్‌లో షాపింగ్ చేయండి

మీరు ఆన్‌లైన్‌లో వస్తువుల కోసం వెతుకుతున్నప్పుడు ధరలు పెరుగుతూనే ఉంటాయి – అవి విమాన టిక్కెట్‌లు, హోటళ్లు లేదా ఉత్పత్తులైనా కూడా.

ప్రచ్ఛన్న పద్ధతికి మారండి.

కొత్త వినియోగదారుడికి ఇచ్చిన ధరను మీరు పొందుతారు.

ఇది సాధారణంగా అతి తక్కువ ధర, ఎందుకంటే వారు కొత్తవారిని వినియోగదారులుగా మార్చాలని కోరుకుంటారు.

ఇది యాప్స్ లో పనిచేయదు, కాబట్టి మీ డెస్క్‌టాప్ లేదా ల్యాప్‌టాప్‌లో మీ కొనండి.

గమనిక: దీనిని నిరూపించడానికి నా దగ్గర మార్గం లేదు.

మీ కోరికలు, అవసరాల విషయంలో రాజీ పడకుండా, మరింత డబ్బును ఆదా చేయడానికి ఈ హ్యాక్‌లను స్మార్ట్ మార్గంగా ఉపయోగించండి.

మీ భవిష్యత్తు కోసం ఒక బహుమతిగా పొదుపు చేయండి:

భద్రత కోసం ఒక బహుమతి.

మీ జీవిత లక్ష్యాలను చేరుకోగల సామర్థ్యం.

అనూహ్యతకు ఒక భద్రతా వలయం.

మీ స్వంత నిబంధనల ప్రకారం జీవించే స్వేచ్ఛ.

కానీ

కేవలం పొదుపు చేయాలనే మనస్తత్వంపైన మీ దృష్టి సారించి, జీవితంలో ముందుకు సాగకండి.

మీరు ఎంత పొదుపు చేయవచ్చో అనే దానికి ఒక పరిమితి ఉంటుంది.

అయితే మీరు ఎంత సంపాదించగలుగుతారనే దానిపై పరిమితి లేదని గుర్తుంచుకోండి.

మీ ఆదాయాన్ని పెంచుకునే మార్గాలను అన్వేషిస్తూ ఉండండి.

ఇది పొదుపు చేయాలనే సంకల్పం కంటే వేగంగా, సంపదను పెంచుకోడానికి మీకు సహాయపడుతుంది.

"మీరు స్వంతంగా జీవన ప్రణాళికను రూపొందించుకోకపోతే, వేరొకరి ప్రణాళికల్లో పడే అవకాశం ఉంది. వారు మీ కోసం ఏమి ప్లాన్ చేశారో ఊహించండి?

పెద్ద కష్టం కాదు."

— జిమ్ రోన్

దీని గురించి ఆలోచించండి!

మీరు ఎంత పొదుపు చేయగలరో దానికి ఎల్లప్పుడూ పరిమితి ఉంటుంది.

ముఖ్యమైన విషయాలపై దృష్టి పెట్టండి.

ఆదా చేయండి, పెట్టుబడి పెట్టండి, కానీ బుద్ధిపూర్వకంగా చేయండి.

మీ ఆదాయాన్ని పెంచడంపై దృష్టి పెట్టండి. గుర్తుంచుకోండి, ఇది అపరిమితమైనది!

ఇది చెయ్యండి!

- మీ కోసం స్పష్టమైన ఆర్థిక లక్ష్యాలను నిర్దేశించుకోండి.

  స్వల్పకాలిక (<3సంవత్సరాలు)లో మీరు చేయాలనుకుంటున్న పెద్ద ఖర్చులు ఏమిటి?

  (ఉదా: కొత్త ఫోన్, వెకేషన్, కొత్త జ్యూసర్, జిమ్ మెంబర్‌షిప్ మొదలైనవి)

  ____

  మీడియం టర్మ్ (3-10 సంవత్సరాలు)లో మీరు చేయాలనుకుంటున్న పెద్ద ఖర్చులు ఏమిటి?

  (ఉదా: పై చదువులు, కొత్త కారు, వివాహం, అంతర్జాతీయ సెలవులు మొదలైనవి)

  ____

మీరు దీర్ఘకాలిక (> 10 సంవత్సరాలు?) చేయాలనుకుంటున్న పెద్ద ఖర్చులు ఏమిటి?

(ఉదా: పదవీ విరమణ నిధిని నిర్మించడం, ఇల్లు కొనడం, పిల్లల చదువు మొదలైనవి)

నేటి ధరల ప్రకారం, ఆ లక్ష్యాలను చేరుకోవడానికి మీకు అవసరమైన డబ్బును లెక్కించండి.

జీవితంలో మీకు ఎంత డబ్బు అవసరమో లెక్కించండి!

ఈ ప్రక్రియ మీరు అనుకున్నదానికంటే చాలా సులభం.

Excel షీట్‌ని ఉపయోగించి మీ "మ్యాజిక్ నంబర్"ని కనుగొన డానికి సులభమైన మార్గం కోసం దిగువ కోడ్‌ను స్కాన్ చేయండి.

- చెక్: మీరు మీ జీతంలో కనీసం 20% ఆదా చేస్తున్నారా? లేకపోతే, మీ పొదుపును పెంచుకోవడానికి మీరు తీసుకోవలసిన చర్యలు ఏమిటి?

- మీ పొదుపు ఖాతా నుండి ఆ డబ్బును తీసుకోండి, పెట్టుబడి పెట్టండి!

తెలివిగా పెట్టుబడి పెట్టకుండా పొదుపు చేయడం అర్థరహితం.

నన్ను నేను కాపాడుకోవడానికి ఆ డబ్బుని ఉపయోగించాలి

"ఇన్సూరెన్స్ అనేది పారాచూట్ లాంటిది;
మీకు ఇది మొదటిసారి అవసరం అయినప్పుడు లేకపోతే,
మీకు మళ్లీ అవసరం ఉండదు."

— అజ్ఞాన వ్యక్తి

26వ ఏట, నేను నా మొదటి ఉద్యోగంలో చేరాను.

కంపెనీ నుంచి ఆరోగ్య బీమా వచ్చింది.

నాకోసం, నా తల్లిదండ్రుల కోసం.

అవును!

కవరేజ్ చాలా బాగుంది. నేను థ్రిల్ అయ్యాను.

నేను ప్రారంభించిన 3 సంవత్సరాలలో వదిలిపెట్టాను.

నా కార్పొరేట్ బీమాకి అంతరాయము కలిగింది. నేను కొత్త ప్లాన్ కొనడం ఆలస్యం చేసాను.

పెద్ద తప్పు.

ఒక సాయంత్రం, మా నాన్నకు విపరీతమైన కడుపు నొప్పి వచ్చింది.

అతనికి తీవ్రమైన ప్యాంక్రియాటైటిస్ ఉన్నట్లు నిర్ధారణ అయింది.

వారం రోజుల పాటు ఆసుపత్రిలో ఉన్న తర్వాత బిల్లు చూసాం. ₹2.4 లక్షలు!

నేను ఆశ్చర్యపోయాను.

నేనొక మూర్ఖుడ్ని

కనీస అవసరాలప్పుడు జీవితం మీకు పాఠాలు నేర్పుతుంది.

ఆ మాట నిజమే.

మొదటిది, చివరిది: ఎల్లప్పుడూ... మిమ్మల్ని మీరు రక్షించుకోండి.

- అనూహ్యమైన, అత్యవసర పరిస్థితుల మధ్య వైద్య విపత్తులను ఎదుర్కోడానికి,
- మిమ్మల్ని స్థిరంగా ఉంచడానికి ఆరోగ్య బీమా తీసుకొండి.
- మరణం, వైకల్యం, ప్రమాదాలు – ఊహించలేనివి సంభవించినప్పుడు జీవిత బీమా తీసుకోండి.
- మిగతా వాటి కోసం అత్యవసర నిధిని ఏర్పాటు చేసుకోండి.

బోరింగ్ గా ఉంది కదూ. ముఖ్యంగా మీరు చిన్న వయస్సులో ఉన్నప్పుడు.

వాస్తవం: మీరు చిన్న వయస్సులో ఉన్నప్పుడే బీమాను ప్రారంభించడానికి ఉత్తమ సమయం.

ఎందుకు? మీరు చిన్న వయస్సులో ఉన్నప్పుడు తక్కువ ప్రీమియంలు చెల్లిస్తారు.
క్షమించండి, ప్రీమియం అంటే ఏమిటి అడగవచ్చు?
మొదటి నుండి ప్రారంభిద్దాం.

భీమా:

ఏదైనా ప్రమాదం జరిగితే మీకు ఆర్థిక రక్షణ కల్పించేందుకు మీరు కంపెనీతో చేసుకునే ఒప్పందం.

అవసరమైతే, భారీ మొత్తాన్ని స్వీకరించడానికి మీరు చెల్లించే చిన్న మొత్తంగా భావించండి.

ప్రీమియం:

భద్రతా వలయాన్ని అందించడానికి మీరు చెల్లించే చిన్న మొత్తం (ప్రతి నెల లేదా ప్రతి సంవత్సరం).

పరిధి:

అవసరం వచ్చినప్పుడు లేదా ఘటన (మీరు బీమా తీసుకున్నది) జరిగినప్పుడు మీకు వచ్చే గరిష్ట మొత్తం.

ఆరోగ్య బీమా: ఆశ్చర్యకరమైన వైద్య బిల్లుల నుండి రక్షణ

ఆరోగ్య బీమా పొందడానికి ఉత్తమ వయస్సు?

మీ 20లు.

ముందుగానే ప్రారంభించడం అనేది ఉత్తమమైన- ఆలోచన. ఎందుకు?

- తక్కువ ప్రీమియంలు, అధిక కవర్

తీసుకోండి – మీరు యవ్వనంలో ఉన్నప్పుడు, (ఆశాజనకంగా వూహిస్తే) , మీ ఆసుపత్రిలో చేరే అవకాశాలు తక్కువగా ఉంటాయి.

కాబట్టి, బీమా కంపెనీలు మీకు ప్రీమియం ని తగ్గించాయి.

మీరు తక్కువ చెల్లిస్తారు, మీరు మెరుగైన పరిధిని పొందుతారు.

పెద్దగా బిల్లు లేకుండా వుత్తమమైన చికిత్స పొందినట్లు భావించండి.

- మీరు నో-క్లెయిమ్ బోనస్ పొందుతారు.

మీరు ఆరోగ్య బీమాను క్లెయిమ్ చేయకపోతే, చాలా బీమా సంస్థలు నో క్లెయిమ్ బోనస్‌ని అందజేస్తాయి.

ఇది డిస్కౌంట్ లేదా కవరేజీలో పెరుగుదల, ఇది సంవత్సరాలుగా పోగవుతుంది.

మీరు చిన్న వయస్సులో ఉన్నప్పుడు, మీరు నో-క్లెయిమ్ బోనస్ పొందే అవకాశాలు ఎక్కువగా ఉంటాయి.

ఎందుకంటే ఓ యువతా!

మీరు ఎంత ఆరోగ్యంగా ఉంటారో, మీ ఆరోగ్య బీమా ఒప్పందం అంత మెరుగ్గా ఉంటుంది.

ఆరోగ్యంగా ఉండటానికి ఆరోగ్య బీమా హై-ఫైవ్.

- తక్కువ తిరస్కరణ రేట్లు

ముందుగా ఉన్న ఆరోగ్య పరిస్థితుల కారణంగా మీరు తిరస్కరించబడే అవకాశం తక్కువ.

వయసు పెరిగే కొద్దీ ఆరోగ్య సమస్యలు తలెత్తుతాయి.

యవ్వనంలో ఉన్నప్పుడు కవరేజీని పొందడం వలన మీరు, సంభావ్య "వృద్ధుల" సమస్యల నుండి రక్షించబడతారని నిర్ధారిస్తుంది.

మీకు అవసరమైన కవరేజీని ఎలా నిర్ణయిస్తారు?

సంవత్సరానికి ఆసుపత్రి వుండేరోజులు × ఆసుపత్రి గది రేటు.

మీరు సంవత్సరానికి ఆసుపత్రిలో గడిపిన రోజుల సంఖ్యను ఊహించండి.

మంచి వ్యక్తిగత ప్లే ఫీల్డ్ అంటే 20 రోజులు.

తర్వాత, మీ నగరంలో, చుట్టుపక్కల ఆసుపత్రిలో కనీస ధరను తనిఖీ చేయండి, రోజుకు ₹25,000 అని అనుకోండి .

లెక్కవేసి నిర్ణయించండి: రోజులను రేటుతో గుణిస్తే మీ కవరేజీకి సమానం.

పై ఉదాహరణలో: 20 రోజులు × ₹25,000 = ₹5 లక్షల కవరేజీ.

మీ తల్లిదండ్రుల కోసం, దాదాపు 30–45 ఆసుపత్రి రోజులను పరిగణించండి.

కాబట్టి, 30–45 రోజులు × రేటు = వాటి కవరేజ్.

ఫ్యామిలీ ఫ్లోటర్ ప్లాన్ స్వీట్ డీల్ లాగా ఉంది: అవునా? కాదా?

తరుచూ కాదు.

ఎందుకంటే వయస్సు లో పెద్దవారయినవారి వయస్సు ఆధారంగా ప్రీమియం నిర్ణయించబడుతుంది.

మీ తల్లిదండ్రులు 60కి చేరుకున్న తర్వాత, వారి ప్రీమియంలు పెరుగుతాయి. (ఎందుకంటే ఆరోగ్య సమస్యల సంభావ్యత ఎక్కువగా ఉంటుంది).

కాబట్టి, ఫ్యామిలీ ప్లాన్ ప్రీమియం కూడా పెరుగుతుంది.

తల్లిదండ్రులు కూడా ఎక్కువసార్లు ఆసుపత్రులకి వెళ్తారు.

వారు వారి నిర్దిష్ట అవసరాలకు తగిన ప్రణాళికకు అర్హులు.

ఇక్కడ మెరుగైన విధానంమేమిటంటే:

మీరు, మీ జీవిత భాగస్వామి, మీ పిల్లల కోసం ఒక ప్రణాళిక.
మీ తల్లిదండ్రులకు మరొకటి.

మీరు ఇప్పటికే కార్పొరేట్ హెల్త్ ఇన్సూరెన్స్ లో జేరి ఉంటే?
మీకు వ్యక్తిగత కవరేజ్ కూడా అవసరం. ఎందుకంటే:

- మీరు ఉద్యోగాలు మారినప్పుడు, మీ కార్పొరేట్ కవరేజ్ ముగుస్తుంది.
- ఏం కాకపోయినా ఆరోగ్యకరమైన జీవనంతో, నో-క్లెయిమ్ బోనస్ కూడా

వ్యక్తిగత బీమాతో, స్థిరమైన కవరేజీగా పొందుతారు.

మీరు కష్టపడి సంపాదించిన నో-క్లెయిమ్ బోనస్ కూడా అలాగే ఉంటుంది.

భారతదేశంలో, మీరు ఒకేసారి 2 ఆరోగ్య బీమా పథకాలలో జేరవచ్చు.

నగదు రహిత చెల్లింపుల కోసం, ఒకేసారి ఒక ప్లాన్‌ను మాత్రమే ఉపయోగించవచ్చు.

నగదు రహిత పథకం తర్వాత, మీరు మిగిలిన ఖర్చుల కోసం రెండవ ప్లాన్‌ను ఉపయోగించవచ్చు.

ఉదాహరణకి:

హాస్పిటల్ బిల్లు: ₹4 లక్షలు

కార్పొరేట్ ప్లాన్: *₹2 లక్షలు*

వ్యక్తిగత ప్లాన్: ₹3 లక్షలు

నగదు రహిత చెల్లింపు కోసం మీ వ్యక్తిగత ప్లాన్ నుండి ₹3 లక్షలు ఉపయోగించండి.

₹1 లక్ష నగదు చెల్లించి, ఆపై మీ కార్పొరేట్ ప్లాన్ నుండి రీయింబర్స్‌మెంట్‌ను క్లెయిమ్ చేయండి.

– చాలా కార్పొరేట్ ప్లాన్‌లలో సహ చెల్లింపు (కో-పే) సౌకర్యం వుంటుంది.

ఇది బీమా కంపెనీతో మెడికల్ బిల్లును విభజించడం లాంటిది.

మీరు సాధారణంగా ఖర్చులో 10-20% ఖర్చు చేస్తారు. మిగిలిన వాటిని కంపెనీ భరిస్తుంది.

ఇది దుర్వినియోగాన్ని నివారించడానికి ఉద్దేశించబడింది.

వ్యక్తిగత బీమాతో, సహ-చెల్లింపు ఉండదు.

- అన్ని చికిత్సలు లేదా విధానాలను కలిగి ఉండకపోవచ్చు

కార్పొరేట్ బీమా పథకాలు నిర్దిష్ట వైద్య చికిత్సలు లేదా విధానాలను దాటవేయవచ్చు.

వారి అవసరాలతో సంబంధం లేకుండా ఉద్యోగులందరికీ ఒకే విధంగా ఉంటాయి.

వ్యక్తిగత ప్లాన్‌తో, మీరు నియంత్రణలో ఉంటారు, మీ అవసరాలకు సరిపోయేలా మీ కవరేజీని తీసుకోండి.

రాజీ లేదు, వేరేమార్గాలు లేవు - మీకు అవసరమైనది రక్షణ మాత్రమే.

హెల్త్ ఇన్సూరెన్స్ ప్లాన్‌లో చూడవలసిన ముఖ్యమైన మూడు విషయాలు:

- ముందుగా ఉన్న వ్యాధి (PED=Pre existing disease) కవరేజీ.

మీ ప్లాన్ గతం నుండి వున్న ఆరోగ్య సమస్యలను కవర్ చేస్తుందని నిర్ధారించుకోండి.

తర్వాత, వేచి ఉండే సమయాన్ని తనిఖీ చేయండి: PED కవరేజ్ కోసం మీరు ఎంతకాలం వేచి ఉండాలి?

దాదాపు ఒక సంవత్సరం ఫర్వాలేదు, ఎక్కువైతే వద్దు.

- ఆసుపత్రి గది అద్దెకి పరిమితి లేదు

గది ఖర్చులపై పరిమితి విధించని ప్లాన్‌ను ఎంచుకోండి.

అదనపు ఖర్చుల గురించి ఒత్తిడి లేకుండా మీ గదిని ఎంచుకునే స్వేచ్ఛ మీకు అనుకూలమైనది.

– నగదు రహిత ఆసుపత్రి నెట్‌వర్క్

నో క్యాష్ బిల్లు సెటిల్‌మెంట్‌ను అందించే ఆసుపత్రులకు లింక్ చేయబడిన ప్లాన్‌ల కోసం చూడండి.

అత్యవసర సమయాల్లో లాంగ్ డ్రైవ్‌లను నివారించడానికి, సమీపంలోని అలాంటి ఆసుపత్రులు ఎన్ని ఉన్నాయో తనిఖీ చేయండి.

ఆరోగ్య బీమాను ఎలా కొనుగోలు చేయాలి?

ముందుగా, నేరుగా / ఆన్‌లైన్‌లో కొనుగోలు చేయండి, బీమా ఏజెంట్ల ద్వారా కాదు – వారు కమీషన్‌లను సంపాదించడానికి మీకు ఖరీదైన పాలసీని యిస్తారు .

కొనుగోలు చేయడానికి చక్కటి ప్రదేశం పాలసీబజార్. మీరు ఎంచుకోవడానికి వారు అన్ని ప్లాన్‌లను సిద్ధం చేసారు.

పిజ్జా ఆర్డర్ చేసినంత సులభం.

ఇది బీమా ప్రపంచంలోని MakeMyTrip లేదా ixigo లాంటిది.

మీరు పూర్తిగా క్లూలెస్ అయితే, మీరు కస్టమర్ సేవలను ఎంచుకోవచ్చు.

వారు మీ అవసరాలకు అనుగుణంగా నిష్పాక్షికమైన సంప్రదింపులను చేస్తారు. అదనంగా, వారు మీ వెన్నుదన్నుగా ఉండి ,బీమా విషయాలను పరిష్కరిస్తారు.

దురదృష్టవశాత్తూ, ఈ బీమా కంపెనీలేవీ మన కోసం ఏమీ చెల్లించడం లేదు.

ఇక్కడ ఓ చిట్కాకూడా ఉంది: మీరు ఇప్పటికే ఒక నిర్దిష్ట బీమా కంపెనీని ఇష్టపడితే, నేరుగా వారి వెబ్‌సైట్‌కి వెళ్లి కొనుగోలు చేయండి.

జీవిత బీమా: కుటుంబానికి రక్షణ

జీవిత బీమా అనేది వృద్ధుల విషయమా? లేదు! కాదు

ఆరోగ్య బీమా మాదిరిగానే, యువకులలో మీ జీవిత బీమా పొందడం అంటే తక్కువ ప్రీమియంలు

ఎర్లీ బర్డ్ FTW! (FTW= ఫర్ ద విన్ –గెలుపు కోసం)

ది స్వీట్ స్పాట్: 25 నుండి 35 వరకు. మీరు కవరేజ్, ఖర్చు కి సరైన మిశ్రమాన్ని పొందుతారు.

మీ రిటైర్మెంట్ వరకు కొనండి – దీర్ఘకాలం ఆలోచించండి.

మీకు 25 ఏళ్లు ఉండి, 65 ఏళ్ల వయసులో పదవీ విరమణ చేస్తే: 40 ఏళ్లపాటు జీవిత బీమా ప్లాన్ తీసుకోండి.

ఇది మీ ప్రియమైనవారి కోసం ఒక భద్రతా వలయం, ప్రత్యేకించి మీరు ప్రధాన వ్యక్తిఅయితే.

ఒకవేళ (దేవుడుచల్లగా చూడాలి) మీకు ఏదైనా జరిగితే, వారు దుర్భర పరిస్థితులలో అనుభవించరు.

వారి జీవితాలను కొనసాగించడానికి ఆర్థికపరమైన మద్దతు ఉంటుంది.

మీరు తెలుసుకోవలసిన 3 ప్రధాన ప్రణాళికలు:

- టర్మ్ ప్లాన్: తక్కువ ప్రీమియం, అత్యధిక కవరేజీ

ఇది నిర్ణీత కాల వ్యవధికి కవరేజీని అందిస్తుంది: 10, 20, 30 సంవత్సరాలు, మొదలైనవి.

మీరు కంపెనీకి వార్షిక ప్రీమియం చెల్లిస్తారు.

మీరు మరణించిన సందర్భంలో, మీ కుటుంబానికి చెల్లిస్తారు.

పదవీకాలం ముగిసే వరకు మీరు ఆరోగ్యంగా ఉంటే, మీరు ఏమీ రాదు.

డబ్బు వృధా అయినట్లే అన్న భావన కల్గవచ్చు.

కానీ, ఆగండి...

- మరణం సంభవించినప్పుడు మాత్రమే కంపెనీ మీకు రుణపడి ఉంటుంది. కాబట్టి మీరు కనీస ప్రీమియంతో గరిష్ట కవరేజ్ ని పొందుతారు.

  2023 నాటికి, మీరు దాదాపు 25 సంవత్సరాల వయస్సు ఉన్నట్లయితే, మీరు ₹1 కోటి కవరేజ్ కోసం సంవత్సరానికి సుమారు ₹11,000 చెల్లిస్తారు.

- మీరు స్థిరమైన వార్షిక ప్రీమియం చెల్లిస్తారు, కానీ దాని వాస్తవ విలువ కాలక్రమేణా తగ్గుతుంది (అది మీకు చౌకగా లభిస్తుంది).

  ఎలా? ద్రవ్యోల్బణం కారణంగా పెరుగుతున్న జీవన వ్యయం.

  మీరు 35 ఏళ్ల వయస్సులో ఉన్నప్పుడు ₹11,000 విలువ సంవత్సరానికి ₹6,000 లాగా ఉంటుంది; మీకు 45 సంవత్సరం లో ₹3,500.

- ప్రీమియం సెక్షన్ 80C కింద పన్ను మినహాయింపుకు అర్హత పొందుతుంది.

– పెట్టుబడి ప్రణాళిక: బీమా, పెట్టుబడిని మిళితం చేస్తుంది.

మీరు బీమా కవర్ కోసం కొంత భాగాన్ని చెల్లించండి. మిగిలినవి పెట్టుబడి పెట్టండి – స్టాక్స్ లేదా బాండ్లు.

మీ మరణం ఊహించని సందర్భంలో, మీ కుటుంబం కవరేజ్ మొత్తాన్ని, పెట్టుబడిగా పెట్టిన మొత్తాన్ని పొందుతుంది.

మీరు జీవించువుంటే, పాలసీ మెచ్యూర్ అయినట్లయితే (దాని కాలవ్యవధి పూర్తి అవుతుంది), పెట్టుబడి మొత్తాన్ని పొందుతారు.

పెట్టుబడి మొత్తం ఎంత అవుతుంది? ఇది మీరు పెట్టుబడి పెట్టడానికి ఎంచుకున్న పాలసీ మీద ఆధారపడి ఉంటుంది.

చాలా మంచిది. ప్రజలు టర్మ్ ప్లాన్‌ను ఎందుకు పరిగణనలోకి తీసుకుంటారు?

ఎందుకంటే:

- అదే కవరేజ్‌కి ప్రీమియంలు ఎక్కువగా ఉంటాయి, ఎందుకంటే , మెచ్యూరిటీ సమయంలో తిరిగి పొందుతున్నారు.

  పెట్టుబడి రాబడితో అదే ₹1 కోటి ప్లాన్ కి , మీకు సంవత్సరానికి దాదాపు ₹20,000 ఖర్చు అవుతుంది.

- రిటర్న్‌లు ఎల్లప్పుడూ అంత ఆకర్షణీయంగా ఉండవు. మీరే పెట్టుబడి పెట్టడం ద్వారా మీరే మంచి రాబడిని పొందవచ్చు.

– పెట్టుబడులు మార్కెట్ నష్టాలకు లోబడి ఉంటాయి.

అది దురదృష్టం. అలాంటప్పుడు ప్రజలు దానిని ఎందుకు పరిగణిస్తారు?

ఎందుకంటే:

ఇది భద్రత, రాబడి ల భ్రమను కలిగిస్తుంది – బీమా మీ జీవితాన్ని, పెట్టుబడులని కవర్ చేస్తుంది

వృద్ధి.

పెట్టుబడి మొత్తం సాధారణంగా ఒకేసారి పొందడంవల్ల చాలా ఎక్కువగా అనిపిస్తుంది. ప్రజలు ఏమి చేయలేకపోతున్నారు అని గ్రహించండి

- వారు అనేక దశాబ్దాలుగా చెల్లించారు,
- ద్రవ్యోల్బణం కారణంగా ఈ భారీ మొత్తం అంత భారీగా ఉండదు!

– గ్యారెంటీడ్ రిటర్న్ ప్లాన్: అధిక ప్రీమియం కానీ హామీ చెల్లింపు

అదనపు ప్రయోజనాలతో దీన్ని పొదుపు ఖాతా లాగా భావించండి. కానీ మీరు డబ్బు పెట్టండి.

మీరు మరణిస్తే, మీ కుటుంబానికి పెట్టుబడి మొత్తంతో పాటు కవరేజ్ మొత్తం అందుతుంది.

ప్లాన్ ముగిసినప్పుడు, మీరు హామీ ఇచ్చిన మొత్తాన్ని లేదా హామీతో కూడిన రాబడిని పొందుతారు.

ఇది ఎల్లప్పుడూ మీరు కట్టిన దానికంటే ఎక్కువగా ఉంటుంది: ప్లాన్, పెట్టుబడి వ్యవధి, వడ్డీ రేట్లు మొదలైన వాటిపై ఆధారపడి ఉంటుంది.

ఉదాహరణకు, మెచ్యూరిటీపై మీ ప్రీమియంను మీకు తిరిగి ఇచ్చే ₹1 కోటి జీవిత బీమా ప్లాన్‌కు సంవత్సరానికి ₹30,000 ఖర్చు అవుతుంది.

60 సంవత్సరాల ముగింపులో, మీకు సుమారు ₹25 లక్షలు వస్తుంది. అది మీకు చాలా ఎక్కువ అనిపించవచ్చు.

కానీ గుర్తుంచుకోండి: మీరు తిరిగి పొందే డబ్బుకు ఇప్పటికి సమానమైన కొనుగోలు శక్తి ఉండదు.

ఎందుకంటే? మీరు ఊహించనిది: ద్రవ్యోల్బణం!

ఎంత కవరేజీ తీసుకోవాలో ఎలా నిర్ణయిస్తారు?

ఇది మీ వార్షిక జీతానికి కనీసం 10 రెట్లు వుండాలి - వీలైతే 25 రెట్లు ఉండేలా చూసుకోండి.

కాబట్టి, మీ వార్షిక జీతం సంవత్సరానికి ₹5 లక్షలు అయితే, కనీసం ₹50 లక్షలు, వీలైతే ₹1.25 కోట్ల కవరేజ్ తీసుకోండి.

యాడ్ ఆన్‌లు అంటే ఏమిటి, ఎందుకు శ్రద్ధ వహించాలి?

వాటిని మీ వ్యక్తిగత సలహాదారులా భావించండి.

వారు మీ ప్రత్యేక అవసరాలకు సరిపోయేలా ప్లాన్‌ను అందిస్తారు.

మీరు ఖచ్చితంగా పరిగణించవలసిన టాప్ 4 యాడ్ ఆన్‌లు:

→ క్రిటికల్ అనారోగ్యం కవర్ చేస్తుంది.

మీరు పెద్ద అనారోగ్యంతో బాధపడి, పని చేయలేకపోతే, ఈ యాడ్ ఆన్ మీరు నిలకడగావుండడానికి చెల్లిస్తుంది.

→ వైకల్యం యాడ్-ఆన్

మీరు వైకల్యం కారణంగా పని చేయలేకపోతే , ఈ యాడ్-ఆన్ మిమ్మల్ని స్థిరంగా ఉంచడానికి చెల్లిస్తుంది.

→ తీవ్రమైన అనారోగ్యంపై ప్రీమియం మినహాయింపు.

తీవ్రమైన అనారోగ్యం సంభవించినట్లయితే, భవిష్యత్తులో ప్రీమియంలు కట్టరు.

మీరు మీ రికవరీపై దృష్టి పెట్టాలి.

→ వైకల్యంపై ప్రీమియం మినహాయింపు

మీరు డిసేబుల్ అయితే, ఇది మీ ప్రీమియంలను రద్దు చేస్తుంది.

మీ కవరేజ్ చెక్కుచెదరకుండా ఉంచబడుతుంది.

భాగస్వామికి సరైన లైఫ్ ఇన్సూరెన్స్ కంపెనీని మీరు ఎలా ఎంచుకుంటారు?

→ బ్రాండ్ కీర్తి

ఘన ట్రాక్ రికార్డ్ ఉన్న కంపెనీని ఎంచుకోండి.

జీవిత బీమా అనేది దీర్ఘకాలిక అవసరం కాబట్టి మీరు విశ్వసించే బ్రాండ్‌లను నమ్మండి.

ప్రసిద్ధ బ్రాండ్లు. బహుశా మీ బ్యాంకింగ్ భాగస్వామి కూడా కావచ్చు.

→ అధిక దావాల లేదా ప్రాతినిధ్యాల నిష్పత్తి

క్లెయిమ్‌ల నిష్పత్తిని తనిఖీ చేయండి: వ్యక్తులు బీమాను క్లెయిమ్ చేసినప్పుడు, వాస్తవానికి ఎంత శాతం ప్రాసెస్ చేయబడుతోంది?

అధిక క్లెయిమ్‌లు ఇవ్వడం మంచి సంకేతం.

కనీసం 99% కోసం చూడండి.

→ హై పే అవుట్ రేషియో

క్లెయిమ్ చేసిన మొత్తానికి నిష్పత్తిగా చెల్లించిన మొత్తాన్ని తనిఖీ చేయండి:

ప్రజలు బీమాను క్లెయిమ్ చేసినప్పుడు, వాస్తవానికి ఎంత శాతం చెల్లించబడుతోంది?

అధిక చెల్లింపు నిష్పత్తి మంచి సంకేతం.

మళ్ళీ, కనీసం 99%,

మీరు జీవిత బీమా పాలసీని తీసుకునప్పుడు, ప్రతి విషయాన్ని తెలియ చేయండి.

ధూమపానం, ఆరోగ్య చరిత్ర, జీవనశైలి ఎంపికలు అన్నీ బయట పెట్టండి. పూర్తిగా తెలియచేయడం మీ కవరేజీని బలంగా ఉంచుతుంది!

తర్వాత చెల్లింపులను తప్పించుకోవడానికి లేదా తిరస్కరించడానికి బీమా కంపెనీలకు అవకాశం ఉండదు.

జీవిత బీమాను ఎలా కొనుగోలు చేయాలి?

ముందుగా మీకు ఎలాంటి ప్లాన్ కావాలో నిర్ణయించుకోండి – టర్మ్, ఇన్వెస్ట్‌మెంట్ లేదా గ్యారెంటీ రిటర్న్ ప్లాన్?

నా సిఫార్సు టర్మ్ ఇన్సూరెన్స్.

ఆరోగ్య బీమా మాదిరిగానే, నేరుగా/ఆన్‌లైన్‌లో కొనుగోలు చేయండి, ఏజెంట్ ద్వారా కాదు.

ఎందుకంటే అది కమీషన్ తో కలిసి ఉంది, అది మరింత ఖరీదైనది.

కొనుగోలు చేయడానికి మంచి స్థలాలు – పాలసీబజార్, డిట్టో.

మీకు అనుమానంగా వుందేమో, కానీ వారు ఇలా చెప్పినందుకు నాకు ఏ మాత్రం డబ్బు చెల్లించలేదు!

మీరు ఏ బీమా కంపెనీతో భాగస్వామిగా ఉండాలనుకుంటున్నారో మీకు తెలిస్తే, మీరు వారి సైట్‌కి నేరుగా వెళ్లి కొనుగోలు చేయాలి.

అత్యవసర నిధి: అన్నింటిని ఎదుర్కొనే రక్షణకవచం

ఆరోగ్యపరంగా అత్యవసర పరిస్థితులు? కవర్ చేయబడింది.

కుటుంబ రక్షణా? కవర్ చేయబడింది.

ఇప్పుడు, అత్యవసర నిధి? ఇది కొంచెం ఎక్కువగా అనిపిస్తుంది.

మీరు నెలకు ₹25,000–30,000 సంపాదిస్తూ, మీ ఇరవై లలో ఉన్నారని ఊహించుకోండి.

కష్టకాలంలో కూడ ,జీవితం సాగిపోతోంది,!

మీకు వూహించని విధంగా ₹1 లక్ష ఖర్చు వచ్చింది.

ఇప్పుడు పరిస్థితి ఏమిటి? అప్పు చేయడం ఒక సులభమైన పరిష్కారంగా అనిపించవచ్చు.

కానీ ఆ పరిస్థితిని ఎదుర్కొందాం, అప్పు చేయడం ఎప్పుడూ నమ్మదగిన ఎంపిక కాదు.

అదనంగా, 20లలో ఉన్నవారు ఈఎంఐ లలో ఎందుకు చిక్కుకోవాలనుకుంటారు?

అక్కడ అత్యవసర నిధి వస్తుంది.

అత్యవసర నిధి DIY బీమా పథకం లాంటిది.

జీవిత, ఆరోగ్య బీమా పరిధిలోలేని పరిస్థితుల కోసం నగదు దాచబడింది.

కారు బ్రేక్‌డౌన్‌లు, ఇంటి పరిష్కారాలు, ఆకస్మికంగా ఉద్యోగంలో ఇబ్బందులు, చట్టపరమైన మార్పులు, ప్రయాణ అత్యవసర పరిస్థితులు.

ఊహించని అంశాలు.

మీరు మీ అత్యవసర నిధికి ఎంత కేటాయిస్తారు?

→ మీరు నెలలో తప్పనిసరిగా చెల్లించవలసిన చెల్లింపులను విభజించండి.

అద్దె, ఈఎంఐలు, యుటిలిటీ బిల్లులు - అవసరమైనవి.

మీరు, విలువైన భోజనం లేదా షాపింగ్ కి వృథాగా ఖర్చుపెట్టకుండా వుంచిన ఆదాయాన్ని

→ 6తో గుణించండి

అప్పుడు మీదగ్గర అత్యవసర నిధి ప్రారంభించడానికి 6 నెలల సేఫ్టీ కాష్ వుంది .

అదనంగా కూడా కావాలా?

12-నెలల కుషన్ లక్ష్యంగా పెట్టుకోండి: ఇది సరైనది.

మీ అత్యవసర నిధిని తయారుచేసుకోడానికి 3 సులభమైన మార్గాలు:

→ కొంతకాలం ఖర్చులు, పెట్టుబడులని నిలిపి వేయండి .

మీ అత్యవసర నిధి ప్రస్తుతానికి వున్న ప్రాధాన్యత.

→ ఊహించని ఆదాయం? ఇది బోనస్ అయినా, తల్లిదండ్రుల నుండి వచ్చిన డబ్బు అయినా లేదా మెచ్యూర్డ్ ఎఫ్డి అయినా, దాన్ని నేరుగా మీ ఫండ్‌లో వేయండి .

→ ఫండ్ కోసం ప్రత్యేకంగా లేదా ఉప-ఖాతాగా - నియమించబడిన ఖాతాను సృష్టించండి.

ఖచ్చితంగా, ప్రతి నెలా దానిలో డబ్బువేయండి.

మీరు అత్యవసర నిధిని ఎక్కడ ఉంచుతారు?

→ 10% అసలు నగదురూపం లోఉంచండి. - దానివల్ల వెంటనే (ASAP) నిధులను పొందడం సులభం అవుతుంది.

మీరు ఏటీఎంకి సులభంగావెళ్ళగలిగితే, డెబిట్ కార్డ్ కూడా ఉపయోగ పడుతుంది.

→ మీ బ్యాంక్ ఖాతాకు 20% కేటాయించండి – గంటలలో మీకు అందేలా.

దానిని పొదుపు ఖాతాలో ఉంచుకోండి.

అవును, ఇది సంవత్సరానికి సగటున 3-4% మాత్రమే సంపాదిస్తుంది, కానీ ఈ డబ్బు వృద్ధి కోసం కాదు. ఇది అత్యవసర పరిస్థితుల కోసం.

→ మిగిలిన 70% ఫిక్స్‌డ్ ఇన్‌కమ్ ఫండ్స్‌లో 24-48 గంటల్లో మీకు అందేలా పెట్టుబడిగా పెట్టండి.

ఫిక్స్‌డ్ డిపాజిట్ కావచ్చు. అవును, ఒక ఎఫ్ డి! ఇక్కడ నేను చెప్పదల్చుకున్నదేమిటంటే:

మీరు వృధి కోసం వెతకడం లేదు. ఎలాంటి జరిమానా లేకుండా ఉచితంగా, వేగవంతంగా ఉపసంహరణను అనుమతించేది ఏదైనా మీకుఎంతో అవసరం.

లేదా లిక్విడ్ మ్యూచువల్ ఫండ్స్.

లిక్విడ్ మ్యూచువల్ ఫండ్స్ కొనుగోలు చేసిన 7 రోజుల తర్వాత ఉచిత ఉపసంహరణలను అనుమతిస్తాయి, 24 గంటలలోపు చెల్లించడం, వీటికి వడ్డీ రేటు సాధారణంగా ఎఫ్ డి రేట్లకు దగ్గరగా ఉంటుంది.

అనుకూలమైన చిట్కాలు

- ముందుగా అత్యవసర నిధి, తర్వాత పెట్టుబడులు.
- దీన్ని బుల్లెట్‌ప్రూఫ్‌గా ఉంచండి - స్టాక్ అడ్వెంచర్‌లు లేవు, క్రిప్టో ఎస్కేడ్‌లు లేవు, బంగారం లేదా రియల్ ఎస్టేట్ ప్రయోగాలు లేవు. ఆకస్మిక కొనుగోళ్ల కోసం కాకుండా, నిజమైన అత్యవసర పరిస్థితుల కోసం మాత్రమే ఈ ఫండ్‌ను ఉపయోగించండి.
- మీరు మీ ఫండ్‌ని ఉపయోగిస్తే, దాన్ని వీలైనంత త్వరగా రీఫిల్ చేయండి.

"***అత్యవసర నిధి అనేది మీ మనశ్శాంతికి బీమా లాంటిది.***"

— డేవ్ రామ్సే

ఇది చేయండి!

- ఆరోగ్య బీమా పొందండి

  ఒక అనూహ్యమైన వైద్య అత్యవసర పరిస్థితి, మీ మొత్తం జీవితం లో చేసిన పొదుపును తుడిచిపెట్టగలదు. కాబట్టి, సిద్ధంగా ఉండండి!

  మీ 20లు ఉత్తమ సమయం: మీరు తక్కువ ప్రీమియంలు చెల్లించి, నో-క్లెయిమ్ బోనస్‌ను పొందుతారు.

- ముందుగా మీ పరిశోధన చేయండి!
- మీకు ఏ కవరేజ్ ఉత్తమం?
- మీ ప్లాన్ కవర్ చేయాల్సిన,కవర్ కాని విషయాలు ఏమిటి?
- సమీక్షించండి.చర్య తీసుకోండి!:
- మీకు, మీజీవిత భాగస్వామికి , పిల్లలకు ఆరోగ్య బీమా ఉందా?
- మీ తల్లిదండ్రులకు ఆరోగ్య బీమా ఉందా?
- మీకు మీ కార్పొరేట్ బీమా కాకుండా వేరే బీమా ఉందా?

  మీకు, మీ కుటుంబానికి ఒక ప్రత్యేక పాలసీని, మీ తల్లిదండ్రులకు మరో ప్రత్యేక పాలసీని తీసుకోండి.

  మీరు కార్పొరేట్ ఆరోగ్య బీమాను కలిగి ఉన్నప్పటికీ, వ్యక్తిగత ఆరోగ్య బీమా పథకాన్ని తీసుకోండి.

- జీవిత బీమా పొందండి

  అతి తక్కువ ప్రీమియం ఉంటుంది కనుక 20లలో దీన్ని తీసుకోవడానికి ఉత్తమ సమయం.

  నా అభిప్రాయం ప్రకారం, టర్మ్ ఇన్సూరెన్స్ అనేది బీమా లలో ఉత్తమమైనది.

- పరిశోధన చేయండి (ఎల్లప్పుడూ!)

- మీకు ఏ కవరేజ్ ఉత్తమం?
- మీకు అవసరమైన యాడ్-ఆన్‌లు ఏమిటి?
- ఏ రకమైన జీవిత బీమా ప్లాన్ మీకు ఉత్తమమైనది?
- ఉదా., టర్మ్ ఇన్సూరెన్స్, ఇన్వెస్ట్‌మెంట్ + ఇన్సూరెన్స్, గ్యారెంటీ రిటర్న్ ప్లాన్‌లు
- అందుబాటులో ఉన్న అన్ని ప్లాన్‌లను అన్వేషించండి. ఆన్ లైన్ లో కొనండి.
- అత్యవసర నిధిని రూపొందించండి

  అత్యవసర జీవిత, ఆరోగ్య బీమా కోసం మీ DIY బీమా ప్లాన్ కవర్ చేయదు. (మీ పద్ధతిలో మీ ఆరోగ్య ప్రణాళికను రూపొందించుకోండి,)

  కనీసం 6 నెలల ఫండ్ సిద్ధం చేసుకోండి. ఉత్తమంగా అయితే 12 నెలలు.

  నిధిని విభజించండి: 10% నగదు; 20% బ్యాంకు ఖాతా; స్థిర ఆదాయంలో 70%

  ఆకస్మిక కొనుగోళ్ల కోసం కాకుండా నిజమైన అత్యవసర పరిస్థితుల కోసం మాత్రమే ఫండ్‌ను ఉపయోగించండి.

నేను చేయవలసిందంతా నా డబ్బుని వృద్ధి చేసుకోవడమే!

"పెట్టుబడి అనేది పొడిగా అవుతున్న పెయింట్ చూడటం లేదా గడ్డి పెరగడం చూడడం లాంటిదిగా ఉండాలి. మీకు ఉత్సాహం కావాలంటే, $800 తీసుకొని లాస్ వెగాస్‌కు వెళ్లండి.

— పాల్ శామ్యూల్సన్

సంపన్నులు మాత్రమే పెట్టుబడి పెట్టారని ఊహించాను.

వారు మాత్రమే పెట్టగలరు.

పెట్టుబడి పెట్టడానికి వారికి మాత్రమే మిగులు ఉంది.

అందుకే కొన్నాళ్లు పెట్టుబడికి దూరంగా ఉన్నాను.

నేను ఎక్కువ డబ్బు సంపాదించిన తర్వాత, పెట్టుబడి పెడతాను.

ఒక రోజు అదృష్టం కలసి వచ్చింది; భారీ బోనస్ లేదా ఏదో చెల్లింపు వస్తుంది.

అప్పుడు పెట్టుబడి పెడతాను.

పెట్టుబడి పెట్టడానికి మనం ధనవంతులుగా ఉండాల్సిన అవసరం లేదని తెలుసుకోవాలనుకుంటున్నాను.

ఇది వ్యతిరేకమైనది – సంపద కావాలంటే మనం పెట్టుబడి పెట్టాలి.

మనం ఎంత త్వరగా ప్రారంభించామో, ఎంత మొత్తంలో పెట్టుబడి పెడతామో అన్నది అంతగా పట్టింపు లేదు.

సమయానికున్న శక్తిని సద్వినియోగం చేసుకునే అవకాశాన్ని కోల్పోయాను.

సమ్మేళనపు శక్తిని ఉపయోగించుకునే అవకాశాన్ని కోల్పోయాను.

చాలాసేపు వేచి ఉన్నాను. మీరు వేచి ఉండకూడదు.

సంపాదన ఆర్థిక మీకు స్థిరత్వాన్ని ఇస్తుంది.
పెట్టుబడి మీకు ఆర్థిక స్వాతంత్రం ఇస్తుంది.

మనకి ఉద్యోగం వచ్చినప్పుడు, ఆర్థికంగా స్వతంత్రంగా ఉన్నామని అనుకుంటాం.

మనకి క్రమం తప్పకుండా డబ్బు వస్తుంది.

మనకి కావాల్సినవి, మనం చెల్లించగలం.

మనం జీవితం కోసం ఎన్నో ఏర్పాటు చేసుకున్నాం.

కానీ మీరు? మీరు ఏర్పాటు చేసారా?

మీరు డబ్బు కోసం ఆ ఉద్యోగంపై ఆధారపడి ఉన్నారు.

ఇది మీ బిల్లులను చెల్లించడంలో మీకు సహాయపడుతుంది

ఉద్యోగం ముగుస్తుంది = ఆదాయం ముగుస్తుంది.

సంపాదన మీకు ఆర్థిక స్థిరత్వాన్ని ఇస్తుంది.

ఇది మీకు ఆర్థిక స్వాతంత్రం ఇవ్వదు.

నిజమైన ఆర్థిక స్వాతంత్రం ఎప్పుడు వస్తుంది:

మీ పెట్టుబడుల నుండి వచ్చే ఆదాయం మీ అవసరాలు, ఖర్చుల కోసం చెల్లించినప్పుడు.!

మీరు పని చేసినప్పుడు కోరడంవల్ల, చేయడం వల్లా కాదు.

ఉదయం 9 నుండి సాయింత్రం 5 వరకు కష్టం లేకుండా కూడా, బాగా జీవించడానికి మీకు డబ్బు ఉన్నప్పుడు.

అదీ ఆర్థిక స్వేచ్ఛ అంటే.

డబ్బు మీద వ్యామోహంతో మన జీవితాలను వృధా చేసుకుంటాము.

మనం సరిగ్గా పెట్టుబడి పెట్టడం ఎలాగో నేర్చుకున్నట్లయితే, మనం ఎక్కువగా జీవించడం, తక్కువగా చింతించడంపై దృష్టి పెట్టవచ్చు.

పెట్టుబడి అనేది మీరు అనుకున్నది కాదు.

పెట్టుబడి పెట్టడం అనేది మనం సినిమాల్లో చూసేది కాదు.

ఆ భారీ వాణిజ్య భవనాలు. వేగవంతమైన నిర్ణయాలు.

అధిక విలువలు. తీవ్ర ఉద్రిక్తత. హృదయ విదారకమైన నష్టాలు.

క్షణంలో లక్షాధికారులు! మరుక్షణం పేదలు!

పెట్టుబడి పెట్టడం అంటే త్వరితగతిన లాభాలు పొందడమే అని మనం భావిస్తున్నాము.

వాస్తవానికి, ఇది నెమ్మదిగా సాగే ఆరోహణ. కాలక్రమేణా సంపదను పోగుచేయడానికి స్థిరమైన పురోగతి.

బంగారం లేదా స్టాక్‌లు లేదా మ్యూచువల్ ఫండ్స్ వంటి ఆస్తులలో మనం డబ్బును ఉంచుతాం.

ఈ ఆస్తులు మన డబ్బును పెంచుతాయి, మనకు రాబడిని ఇస్తాయి.

పెట్టుబడి పెట్టడం అంటే ఎక్కువ డబ్బు వచ్చే వరకు వేచి ఉండటమే అని భావిస్తున్నాం.

వాస్తవానికి, మీరు ఎంత పెట్టుబడి పెట్టారనే దాని గురించి కాదు, మీరు పెట్టుబడి పెట్టడం వేగంగా ప్రారంభించడం ముఖ్యం.

20 ఏళ్ల వయస్సులో, స్టాక్ ఎక్స్చేంజీలో నెలకు 500 పెట్టుబడి పెడితే, మీకు 60 ఏళ్లు వచ్చేసరికి 60 లక్షలు ఉంటాయి.

మీరు 30ఏళ్ళ వయసులో నుండి నెలకు 500 పెట్టుబడి పెడితే, మీకు 60 ఏళ్లు వచ్చేసరికి, మీ వద్ద కేవలం 17.6 లక్షలు మాత్రమే ఉంటాయి.

మీరు 30 ఏళ్ల వయసులో నెలకు 1000 పెట్టుబడి పెట్టినా, మీకు 60 ఏళ్లు వచ్చేసరికి, మీ దగ్గర 35 లక్షలు మాత్రమే ఉంటాయి.

ముందుగానే పెట్టుబడి పెట్టడం లో ఉన్న శక్తిని చూసారా?

మీరు ప్రతి నెలా ఆదా చేసిన మొత్తంతో పెట్టుబడి పెట్టడం ప్రారంభించండి. (కనీసం 20% పొదుపు, గుర్తుంచుకోండి!).

దానిని క్రమంగా కొనసాగించండి.

పెట్టుబడి పెట్టడం చాలా ప్రమాదకరమని భావిస్తున్నాము.

వాస్తవానికి, అన్ని నిర్ణయాలలో ముప్పుఉంటుంది.

మీ డబ్బును ఎఫ్డీలు లేదా సేవింగ్స్ ఖాతాలో ఉంచడం వలన ప్రమాదం ఉంటుంది.

దానిని ద్రవ్యోల్బణ ముప్పు అంటారు.

మీ డబ్బు విలువ, ప్రతి సంవత్సరం క్షీణిస్తుంది, ఎందుకంటే ఇది ద్రవ్యోల్బణ రేటును కూడా అధిగమించదు.

పొదుపు చేయడం చాలా గొప్పది, కానీ పెట్టుబడి లేకుండా ఇది అర్థరహితం.

రిస్క్ తీసుకోకపోవడం అతి పెద్ద రిస్క్.

ప్రతి మంచి పెట్టుబడిదారుడు ఒకప్పుడు అనుభవశూన్యుడు.

ముందుగానే పెట్టుబడి పెట్టండి. స్థిరంగా పెట్టుబడి పెట్టండి.

ఎందుకంటే చక్రవడ్డీ అద్భుతంగా వస్తుంది.

మనమంతా పాఠశాలలో సాధారణ వడ్డీని, చక్రవడ్డీని ఆసక్తితో చదువుకున్నాం.

మనమంతా ఆ సూత్రాలను హృదయపూర్వకంగా నేర్చుకున్నాం. గణితానికి వర్తింపజేసాం.

ప్రశ్నలు సరిగ్గా ఉన్నాయి (ఒకరకంగా!). దాని గురించి మర్చిపోయాం.

ఎందుకంటే ఎవరు పట్టించుకుంటారు?

మనం పట్టించుకోవాలి, కచ్చితంగా!

చక్రవడ్డీ అనేది ముందుగానే పెట్టుబడి పెట్టమని, స్థిరంగా పెట్టుబడి పెట్టమని చెప్పడానికి ఒక కారణం.

ఎందుకంటే, చక్రవడ్డీతో, మీ డబ్బు దానంతగా అది డబ్బు సంపాదిస్తుంది.

మీరు వడ్డీపై వడ్డీ పొందుతారు!

ఏ పని చేయకుండా!

అది ఇలా పనిచేస్తుంది:

మీరు 10% రాబడి రేటుతో మ్యూచువల్ ఫండ్‌లో ₹20,000 పెట్టుబడి పెట్టండి.

సంవత్సరం 1:

పెట్టుబడి: ₹20,000

రాబడి రేటు: 10%

సంపాదించిన రాబడి: ₹2,000

ఇప్పుడు మీ మొత్తం పెట్టుబడి: రూ. 22,000

సంవత్సరం 2:

కొత్త పెట్టుబడి బేస్: ₹22,000

రాబడి రేటు: 10%

ఆర్జించిన రాబడి: రూ. 2,200

ఓ నిమిషం ఆగండి. ఇప్పుడేం జరిగిందో చూశారా?

మీ రాబడి మీ అసలు పెట్టుబడిపై మీరు సంపాదించిన ₹2,000 కాదు.

ఇది ఇప్పుడు ₹2,200

కాబట్టి, మీరు మీ అసలు మొత్తంపై మాత్రమే సంపాదించడం లేదు, మీరు మీ వడ్డీపై వడ్డీని కూడా సంపాదిస్తున్నారు!

ఇప్పుడు మీ మొత్తం పెట్టుబడి: రూ. 24,200

సంవత్సరం 3:

కొత్త పెట్టుబడి బేస్: ₹24,200

రాబడి రేటు: 10%

సంపాదించిన రాబడి: ₹2,420 (గత సంవత్సరం ₹2,200, మొదటి సంవత్సరం ₹2,000తో పోలిస్తే)

ఏమి జరుగుతుందో మీరు చూస్తున్నారా?

ప్రతి సంవత్సరం, మీరు గత సంవత్సరం కంటే అదే రిటర్న్ రేటు కోసం ఎక్కువ సంపాదిస్తున్నారు!

3 సంవత్సరాలలో, మీరు ₹6,620 సంపాదిస్తారు!

10 సంవత్సరాలలో, మీ దగ్గర ₹51,875 ఉంటుంది. అది మీ పెట్టుబడికి రెట్టింపు.

45 సంవత్సరాలలో, మీరు ₹14.6 లక్షలు పొందుతారు.

మీరు ఏమీ చేయకుండానే.

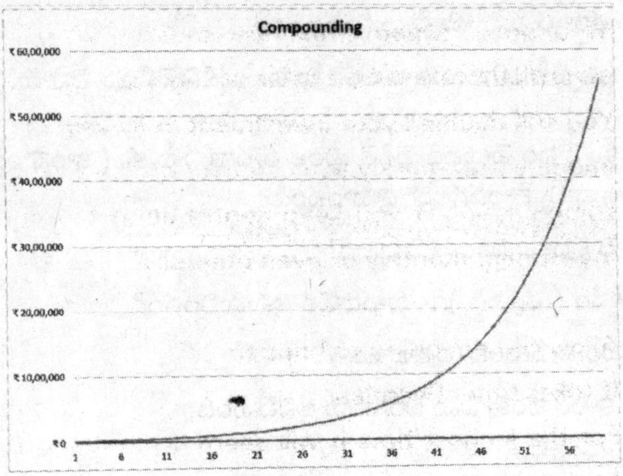

మీరు ఎక్కువ డబ్బు పెట్టలేదు.

వృద్ధి రేటు అలాగే ఉంది.

కానీ మీరు మీ వడ్డీపై వడ్డీని సంపాదించారు.

ప్రతి సంవత్సరం మీ బేస్ (మీరు వడ్డీని సంపాదించారు) పెరిగింది.

మీరు వడ్డీని సంపాదించే ఆధారం పెరిగింది.

సంవత్సరానికి, మీ డబ్బు సమ్మేళనమయ్యింది.

కాంపౌండింగ్ సమయానికి విశ్రాంతి తీసుకుంటుంది.

ప్రారంభంలో, కర్వ్ (వక్ర రేఖ) దాదాపు ఫ్లాట్‌గా కనిపిస్తుంది.

కానీ ఆ తర్వాత, హూష్!

పైన వివరించిన ఉదాహరణలో , మీరు ప్రారంభం లో ₹20,000 పెట్టుబడి పెట్టిన తర్వాత మరో రూపాయిని పెట్టలేదు.

మీరు ఇప్పటికీ 10 సంవత్సరాలలో మీ పెట్టుబడిని రెట్టింపు చేసారు.

మీరు మీ కోసం పెట్టుబడి పెడితే ,ఎంత త్వరగా సమ్మేళన(కాంపౌండింగ్) ప్రయోజనాన్ని పొందగలరో ఊహించండి

నెలవారీ లేదా వార్షికంగా పెట్టుబడి!

సమ్మేళనం (చక్రవడ్డీ)గా మారడానికి అనుమతించండి.

సమయం పడుతుంది. దశాబ్దాలు.

చాలా కాలం వరకు ఏమీ జరగనట్లు అనిపిస్తుంది.

ఇది జరుగుతోంది!

"చక్రవడ్డీ ప్రపంచంలోని ఎనిమిదవ అద్భుతం. దానిని అర్థం చేసుకున్నవాడు దానిని సంపాదిస్తాడు."

— ఆల్బర్ట్ ఐన్‌స్టైయిన్

మనకు కావలసింది సమయం.

ముందుగానే ప్రారంభించండి.

చక్రవడ్డీ మీ కోసం పని చేయడానికి మరింత ముందు సమయం.

మార్కెట్ హెచ్చు తగ్గులు వాతావరణాన్ని ఎదిరించి,

మీ లక్ష్యాలను చేరుకోవడానికి సంవత్సరానికి తక్కువ డబ్బు పెట్టుబడి పెట్టాలి. ఉత్తమమైనది!

దీన్ని వూహించండి.

మీరు, మీ స్నేహితుడు.

ఇద్దరూ 25 వ పడిలో ఉన్నారు.

అదే ఉద్యోగం, ఏడాదికి ₹6 లక్షల జీతం.

మీరు వెంటనే మీ జీతంలో 20% ఆదా చేస్తారు. అది సంవత్సరానికి ₹1,20,000 లేదా నెలకు ₹10,000.

మ్యూచువల్ ఫండ్‌లో పెట్టుబడి పెట్టండి, 12% వార్షిక రాబడి.

ఆపై మీ ఇద్దరికీ 45 ఏళ్లు వచ్చినప్పుడు మీరు మీ స్నేహితుడిని కలుస్తారు.

మీరు హాయిగాకూర్చున్నారు, ఎంతయ్యిందో అంచనా వేయగలరా?

₹1,00,00,000.

అవును – అది నిక్కచ్చిగా కోటి! మిత్రమా! నిజమే!

అందమైన, అందమైన, సమ్మేళనం!

అయితే మీ స్నేహితుడికి వేరే ప్రయాణం చేసాడు.

20 ఏళ్ల వయస్సులో మీ జీతంలో 20% పెట్టుబడి పెట్టినందుకు మిమ్మల్ని చూసి నవ్వాడు.

జీవితాన్ని ఆస్వాదించాల్సిన, జీవించే వయస్సు అది, !

కాబట్టి అతను చేసింది అదే.

తన డబ్బును రకరకాలుగా ఖర్చు చేశాడు.

ప్రజలను ఆకట్టుకునే ప్రయత్నం చేస్తున్నారు.

35 ఏళ్ళ వయసులో అతను మీ ఆటలో మిమ్మల్ని ఓడించాలని నిర్ణయించుకున్నాడు.

ఆ సమయంలో, మీరిద్దరూ సంవత్సరానికి ₹12 లక్షలు సంపాదిస్తున్నారు.

అతను అన్నాడు, నేను కేవలం 20% పెట్టుబడి పెట్టడం లేదు.

నేను నా ఆదాయంలో 30% పెట్టుబడి పెట్టబోతున్నాను!

అంటే సంవత్సరానికి ₹3.6 లక్షలు లేదా నెలకు ₹30,000.

3X మీ నెలవారీ పెట్టుబడి.

అతను మిమ్మల్ని 45కి కలుస్తాడు.

అతని దగ్గర ₹70 లక్షలు ఉన్నాయి.

మీ దగ్గర ఉన్న దానిలో 70%, 3X మీ నెలవారీ పెట్టుబడికన్నా. ఎక్కువ పెట్టుబడి పెట్టాడు.

కానీ అతను ఆలస్యంగా ప్రారంభించాడు.

కాబట్టి అతనికి తక్కువ వచ్చింది.

మీ 20లు పెట్టుబడి పెట్టడానికి ప్రతికూల సమయంగా అనిపించవచ్చు.

మీ బ్యాంక్ బ్యాలెన్స్? మీరు అనుకున్నట్టు లేదు.
విద్యా రుణమా? అయ్యో.
రోజూవారీ ఖర్చులు? అవి వస్తూనే ఉంటాయి.
మీకు ఎప్పుడూ డబ్బుతక్కువగా ఉన్నట్లు అనిపిస్తుంది.

నిజానికి మీ 20వ పడి లోనే పెట్టుబడి ప్రారంభించడానికి సరైన సమయం.
సంపూర్ణంగా ముఖ్యమైన సమయం.
ప్రతి మంచి పెట్టుబడిదారుడు మంచి స్థితికి చేరే సమయం.

మీరు వాల్ స్ట్రీట్ జిత్తులమారి కానవసరం లేదు.
మీకు సూపర్ స్టాక్ పికింగ్ పవర్‌లు లేదా రహస్య నైపుణ్యాలు అవసరం లేదు.
ఎందుకంటే మీకు ఫైనల్ చీట్ కోడ్ ఉంది: అదే సమయం.

అది చాలా ముఖ్యమైన వ్యక్తి దగ్గరున్న పాస్ లాంటింది.
అదే మీ గొప్ప ఆస్తి.

ప్రారంభించండి. మీ డబ్బు వృధిచెందనివ్వండి.

మనకు ద్రవ్య రూపంలో రాబడులు కూడా కావాలి ... అతి తక్కువ రిస్క్‌తో!

మనం ద్రవ్యరూపంలో రాబడులను ఇష్టపడతాం!

మనం పెట్టుబడి పెట్టిన ప్రతిసారీ, సంభావ్య లాభాలను ఆశిస్తాం.

అయినప్పటికీ, ప్రతి సంభావ్య బహుమతితో పాటు, స్వాభావికమైన ముప్పు కూడా ఉంది.

మీ దృష్టిలో పడిన కొత్త క్రిప్టో? ఇది రాత్రిపూట ఎదగవచ్చు లేదా క్రాష్ కావచ్చు. ఆ ట్రెండింగ్ స్టాక్? స్కై-రాకెట్ లేదా పతనం కావచ్చు.

అత్యాధునిక ప్రారంభం? భారీ సంభావ్యత, కానీ టేకాఫ్ చేయడానికి ముందు నిలిచిపోవచ్చు.

ముప్పులను, ప్రమాదాలను తొలగించలేము. కానీ వాటిని మేనేజ్ చేయవచ్చు.

తక్కువ రిస్క్ సాధారణంగా తక్కువ రాబడిని సూచిస్తుంది.

ఎఫ్డీ లు ఆలోచించండి. తక్కువ రిస్క్, కానీ రాబడి కేవలం ద్రవ్యోల్బణాన్ని అధిగమించదు.

అధిక రిస్క్ అంటే అధిక రాబడి లేదా అధిక నష్టాలు.

క్రిప్టో ఆలోచించండి. భారీ లాభాలు వచ్చే అవకాశం ఉంది. భారీ నష్టాలు వచ్చే అవకాశం ఉంది. ఇది ఒక కాసినో!

మీ రిస్క్ టాలరెన్స్ మీరు పెట్టుబడి పెట్టే విధానాన్ని ప్రభావితం చేస్తుంది.

అధిక రిస్క్ టాలరెన్స్ → మీరు అధిగమించవచ్చు.

తక్కువ రిస్క్ టాలరెన్స్ → అంటే తప్పిపోయిన అవకాశాలు

సూపర్-తక్కువ రిస్క్ టాలరెన్స్ → అంటే మీరు పెట్టుబడి పెట్టకూడదని అర్థం చేసుకోవచ్చు!

ఆ బ్యాలెన్స్‌ని కనుగొనడం ఒక మధురమైన అనుభవం. సమర్థవంతమైన సరిహద్దు.

ఎంచుకున్న ప్రమాద స్థాయికి గరిష్ట రాబడులు.

ఆస్తి కేటాయింపును నమోదు చేయండి

ఆస్తి కేటాయింపు వివిధ రకాల పెట్టుబడులను వ్యాపింపజేస్తుంది (లేదా పెట్టుబడి పెట్టడానికి వివిధ విషయాలు కేవలం) రిటర్న్ బ్యాలెన్స్ చేయడానికి రిస్క్,.

వేర్వేరు ఆస్తులు వేర్వేరు సమయాల్లో విభిన్నంగా పనిచేస్తాయి.

ఒక ఆస్తి పేలవంగా ఉంటే, మరొకటి బాగా పని చేస్తుంది.

బహుళ ఆస్తి విభాగాలలో పెట్టుబడి పెట్టడం ద్వారా:

- మనం ఏదైనా ఒక అసెట్ క్లాస్‌లో ఊహించని నష్టాలకు వ్యతిరేకంగా రక్షణ కల్పిస్తాం.

- మనం కేవలం ఒకదానిలో పెట్టుబడి పెట్టడం కంటే అధిక వృద్ధి అవకాశాలను పొందుతాం.

సరైన పోర్ట్‌ఫోలియో మీకు ఆ బ్యాలెన్స్ ఇవ్వడానికి ప్రయత్నిస్తుంది.

ఇది సెట్ రిస్క్ వల్ల రాబడిని పెంచుతుంది. లేదా కోరుకున్న రాబడికి ప్రమాదాన్ని తగ్గిస్తుంది.

వివిధ ఆస్తుల తరగతులను అర్థం చేసుకోవడం

ఫిక్స్‌డ్ డిపాజిట్లలో పెట్టుబడి పెట్టండి అని నా తల్లిదండ్రులు అంటున్నారు.

ముగింపు:

రక్షణ సాధనంగా, (ఉదా., అత్యవసర నిధులను సమకూర్చుకోడానికి), ఎఫ్ డి బాగా పనిచేస్తుంది

దయచేసి పెట్టుబడి సాధనంగా, ఎఫ్డీ లకు మించి ఆలోచించండి..

మనం ప్రతిదానికీ క్లిక్ చేసి స్వైప్ చేస్తాము.

చదవడానికి. నేర్చుకోడానికి. కొనుగోలు. ప్రయాణం. తినండి.

ప్రేమను కనుగొనడానికి కూడా.

అయినప్పటికీ, డబ్బు విషయంలో చాలా సాంప్రదాయ పద్ధతిలో ఉన్నాం.

మనం ఫిక్స్‌డ్ డిపాజిట్లను ఇష్టపడతాం!

మనం కష్టపడి సంపాదించిన డబ్బును ఇనుప ఖజానాలో, రోడ్డు పక్కన ఉన్న బ్యాంకులో, ఉన్నత భద్రతతో కాపలాగా ఉంచినట్లు ఊహించుకుంటాం – దానికి ఎటువంటి హాని జరగదు.

భద్రత – దానికి ఎటువంటి హాని జరగదు.

చాలా సురక్షితంగా అనిపిస్తుంది; ముప్పుకి దూరం.

మీ డబ్బు సురక్షితంగా ఉందా? చాలా అవకాశం ఉంది.

పెరుగుతోందా? చూద్దాం.

దీనిని పరిగణించండి:

ఎఫ్ డి రిటర్న్స్ ప్రస్తుతం ~6%

ఎఫ్ డి లో ₹100 పెట్టుబడి పెట్టండి, సంవత్సరం చివరిలో ₹106 పొందండి.

కానీ, ద్రవ్యోల్బణం కూడా 2012–23 నుండి భారతదేశంలో సగటున 6%.

ఒకప్పుడు మీకు ₹100 అయ్యే ధర, ఇప్పుడు ఒక సంవత్సరంలో ₹106 అవుతుంది.

అంటే, ద్రవ్యోల్బణం కోసం సర్దుబాటు చేసిన తర్వాత మీ వాస్తవ రాబడి 0 (అది ZERO).

దానికి పన్నులు (మీ ఎఫ్ డి ద్వారా సంపాదించిన వడ్డీపై మీరు చెల్లించాల్సి ఉంటుంది) జోడించండి, మీ వాస్తవ రాబడి ప్రతికూలంగా ఉంటుంది.

మీరు ఏమైనప్పటికీ ఎఫ్ డి పై ఆసక్తిగా ఉంటే:

- ఎఫ్ డిని ఒక రక్షణ సాధనంగా ఉపయోగించండి (ఆలోచించండి: మీ అత్యవసర నిధులను సమకూర్చుకోడానికి అది ఒక స్థలం) అంతే కాకుండా

మీ నిధులను పెంచుకోవడానికి పెట్టుబడి ఓ సాధనం.

అత్యవసర పరిస్థితుల కోసం ముందస్తు ఉపసంహరణ విషయంలో బ్యాంక్ అపరాధ రుసుమును మాఫీ చేస్తుందో లేదో తనిఖీ చేయండి.

- మీ డబ్బును సురక్షితమైన బ్యాంకులో ఉంచండి.

ప్రతి డిపాజిట్ గరిష్ఠంగా ₹5 లక్షల వరకు ప్రభుత్వం బీమా చేయడుతుంది.

చిన్న/కొత్త బ్యాంకులు మీకు 7% లేదా 8% రాబడిని అందించవచ్చు.

ఎఫ్డి కోసం, అధిక వడ్డీ రేట్ల కంటే భద్రతను ఎంచుకోండి.

- మీరు ఇప్పటికే ఎఫ్ డి ని కలిగి ఉంటే (అది తెలుసు!), ఎఫ్ డి-లింక్డ్ క్రెడిట్ కార్డ్‌ని పొందడానికి దాన్ని ఉపయోగించండి.

మంచి క్రెడిట్ స్కోర్ పెంచుకోవడం ప్రారంభించండి.

ఎఫ్ డి మీ కోసం పని చేసేలా చేయండి!

ఎఫ్ డిలో పెట్టుబడి పెట్టడం ఎలా: బ్యాంకు నుండి కొనుగోలు చేయండి, ప్రాధాన్యతగా జాతీయం చేయబడిన బ్యాంకులో ఫిక్స్‌డ్ డిపాజిట్లు: మీ డబ్బు వడ్డీతో స్థిరమైన సంబంధాన్ని కలిగి ఉంటుంది, అవి ఎప్పుడూ విడిపోవటం జరగదు.

ప్రభుత్వం నాకు పిఎఫ్‌లు, ఎన్‌పిఎస్‌లు గురించి చెబుతుంది.

> గమనిక:
>
> EPF (ఎంప్లాయీ ప్రావిడెంట్ ఫండ్), PPF (పబ్లిక్ ప్రావిడెంట్ ఫండ్) – ప్రభుత్వ డైనమిక్ ద్వయం భవిష్యత్తు కోసం మిమ్మల్ని సిద్ధం చేస్తుంది.
>
> ఈపీఎఫ్ జీతభత్యా లవారి కోసం, పీపీఎఫ్ అందరికీ.
>
> మీకు జీతం ఉంది, ఈపీఎఫ్, పి పి ఎఫ్ మధ్య ఎలాఎంచుకోవాలా? ఈపీఎఫ్ ని పరిగణించండి
>
> ఆ మార్కెట్ కోసం ఎం పి ఎస్ (నేషనల్ పెన్షన్ స్కీమ్)తో టాప్-అప్ చేయండి.

ఫ్లాష్ బ్యాక్:

ప్రభుత్వ ఉద్యోగం గురించి ఎప్పుడైనా కలలు కన్నారా?

గ్యారంటీడ్ పెన్షన్ = హ్యాపీ రిటైర్మెంట్.

ఈ పథకాలు సంతోషకరమైన పదవీ విరమణకు ప్రత్యామ్నాయ మార్గం – ప్రైవేట్ రంగం వారికి, స్వయం ఉపాధి, నిరుద్యోగులకు!

ఎన్పీఎస్, పీపీఎఫ్ , ఈపీఎఫ్: కి సంబంధించిన అంశాలు ఇక్కడ ఉన్నాయి.

- ప్రభుత్వం ఏర్పాటు.
- పన్నుల తాలూకా చక్కటి ప్రయోజనాలు.
- సుదీర్ఘ కాలం:

అవి మీరు ప్రేరణతో కొనుగోలు చేసే నిధులు కాదు

దానికి బదులు, భవిష్యత్ లక్ష్యాలు, పదవీ విరమణ, డబ్బు గురించి ఆలోచించండి.

ఎంప్లాయీ ప్రావిడెంట్ ఫండ్ (EPF)

జీతం వచ్చే వ్యక్తుల కోసం దీర్ఘకాలిక పొదుపు పథకం.

- మీరు మీ జీతంలో కొంత భాగాన్ని కేటాయిస్తారు, మీ యజమాని దానికి సమంగావేస్తారు, అంతే–అది ఈపీఎఫ్ లోకి వెళుతుంది.
- >20 మంది ఉద్యోగులు ఉన్న కంపెనీలకు, ఇది ఎంపిక కాదు. ఈపీఎఫ్ తప్పనిసరి.
- మీరు నెలకు < ₹15,000 సంపాదిస్తున్నట్లయితే, ఈపీఎఫ్ స్కీమ్ కోసం నమోదు చేసుకోవాలి.

మీరు నెలకు ₹15,000 కంటే ఎక్కువ సంపాదిస్తున్నట్లయితే, మీరు ఎంచుకోవచ్చు. మీరు నమోదు చేసుకోవాలనుకుంటున్నారా లేదా!

EPF గణన సరళీకృత వెర్షన్ ఇక్కడ ఉంది.

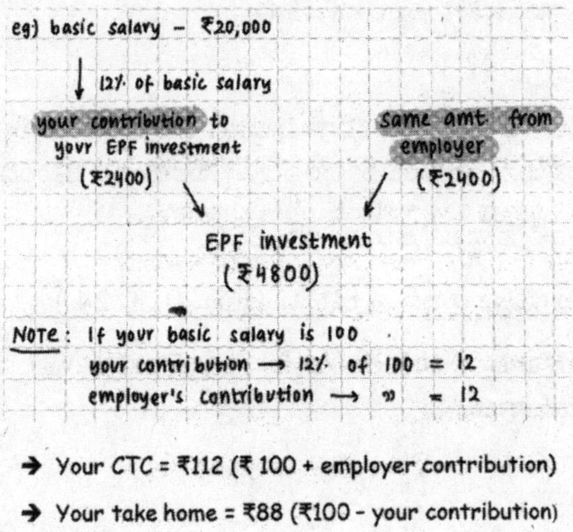

మీ CTC = ₹112 (₹100 + ఎంప్లాయర్ కంట్రిబ్యూషన్)

మీ టేక్ హోమ్ = ₹88 (₹100 – మీ వాటా)

ఈపీఎఫ్ మినహాయింపు

- జీతం <₹15,000 / నెల?
  ఈపీఎఫ్ తగ్గింపు = బేసిక్ జీతంలో 12%

- జీతం > ₹15,000 / నెల?

ఎంపిక 1: కనీస పెట్టుబడి మొత్తం ₹15,000లో 12% పెట్టుబడి పెట్టండి. అది నెలకు ₹1,800.

(+) మీకు ఎక్కువ డబ్బు వస్తుంది.

ఎంపిక 2: మీ నెలవారీ బేసిక్ జీతంలో 12% పెట్టుబడి పెట్టండి

(+++++) ఈ ఎంపికను పరిగణించమని మీకు చెప్తున్నాను. భవిష్యత్తులో మీరు నాకు కృతజ్ఞతలు తెలుపుతారు!

ఎందుకు ఇబ్బంది?

→ క్రమం తప్పకుండా నిలకడగా పెట్టుబడి పెట్టమని మిమ్మల్ని బలవంతం చేస్తున్నది... ఇది సంపద–పెంచడాన్ని సులభతరం చేస్తుంది.

→ ఎలాంటి పెట్టుబడి అయినా రిస్క్ లేనిది

→ హామీ ఇచ్చిన రాబడి. ~8.15% (FY 2023/24.)

→ మీరు పాత విధానంలో ట్యాక్స్ ఫైల్ చేస్తున్నట్లయితే వచ్చే పన్ను ప్రయోజనాలు.

ఈపీఎఫ్ విత్ డ్రాయల్

- ప్రస్తుతం పని చేస్తున్నారా?

లేదు, ఈపీఎఫ్ ని తాకలేరు.

- రాజీనామా చేసిన 2 నెలల తర్వాత, మీరు మీ పిఎఫ్ ఖాతా నుండి మొత్తం డబ్బును విత్‌డ్రా చేసుకోవచ్చు.
  - <5 సంవత్సరాలు పని చేశారా?

    మొత్తం ₹50,000 కంటే ఎక్కువ ఉంటే ఈపీఎఫ్ బ్యాలెన్స్‌పై టీడీఎస్ @ 10% తీసివేయబడుతుంది.

    కొన్ని నిర్దిష్ట కేసులకు మినహాయింపులు - మీ అనారోగ్యం కారణంగా మీ ఉద్యోగం ముగిస్తే,

    మీ యజమాని వ్యాపారం మూసివేయబడుతుంది లేదా ఉపసంహరణ కారణాలు మీ నియంత్రణలో లేనివి.
  - 5 సంవత్సరాలు పని చేశారా? పన్నులు లేవు.

- ఉద్యోగాలు మారుతున్నారా?

  ఆ ఈపీఎఫ్ ని పాత కంపెనీ నుండి కొత్త కంపెనీకి బదిలీ చేయండి.

  మీరు గత 7 సంవత్సరాలుగా 3 కంపెనీలకు పని చేశారని అనుకుందాం.

  మీరు దానిని 5 సంవత్సరాల తర్వాత ఉపసంహరించుకుంటే, మీరు పన్ను చెల్లించరు.

  మీరు యజమాని 1, 2 లేదా 3తో పని చేస్తున్నారా అనేది పట్టింపు లేదు!

ఈపీఎఫ్ లో ఎలా పెట్టుబడి పెట్టాలి: మీ యజమాని ద్వారా ,

పబ్లిక్ ప్రావిడెంట్ ఫండ్ (PPF)

9-5 వేతనంలో పని చేయని వారి కోసం రూపొందించబడింది.

- 20 మంది సభ్యుల కంటే తక్కువ మంది స్టార్ట్-అప్‌లు, ఫ్రీలాన్సర్‌లు లేదా రిటైర్మెంట్ తర్వాత హాయిగా ఉన్నవారు కూడా ఆలోచించండి.
- భారతీయులందరికీ స్వాగతం (మీరు NRI అయితే తప్ప).
- ఇది ఎటువంటి వివక్షత లేనిది కాబట్టి, రాబడులు ఈపీఎఫ్ కంటే తక్కువగా ఉంటాయి.
- మీకు ఈపీఎఫ్, పిపిఎఫ్ మధ్య ఎంపిక ఉంటే, ఈపీఎఫ్ ని ఎంచుకోవడాన్ని పరిగణించండి.

ఇది ఎలా పని చేస్తుంది?

- బ్యాంక్ వెబ్‌సైట్ ద్వారా లేదా బ్యాంక్ బ్రాంచ్ లేదా పోస్ట్ ఆఫీస్ కి వెళ్లడం ద్వారా ఖాతాను తెరవండి.
- ప్రతి సంవత్సరం, పి పి ఎఫ్ లో కనీసం ₹500, గరిష్టంగా ₹1.5 లక్షలు పెట్టుబడి పెట్టవచ్చు.
- మీరు ఏటా లేదా త్రైమాసికంలో ఒకసారి పెట్టుబడి పెట్టవచ్చు.

ఎందుకు ఇబ్బంది?

→ మీరు పాత విధానంలో ఫైల్ చేస్తున్నట్లయితే రాబోయే పన్ను ప్రయోజనాలు.

→ మీ పోర్ట్‌ఫోలియో కోసం తక్కువ-రిస్క్ - చాలా ఎఫ్ డి ల కంటే ఖచ్చితంగా మెరుగైన రాబడి!

→ హామీ ఇవ్వబడిన రాబడి: 7.1% (FY 2023-24), ప్రభుత్వం ద్వారా ఏటా సర్దుబాటు చేయబడుతుంది.

→ లోన్ (రుణం): మీరు 3వ, 6వ సంవత్సరాల మధ్య మీ పి పి ఎఫ్ మీద రుణం తీసుకోవచ్చు.

లోన్ మొత్తం = అందుబాటులో ఉన్న మొత్తంలో గరిష్టంగా 25%.

ఈ రుణంపై వడ్డీ = ఈపీఎఫ్ వడ్డీ + 2%.

పి పి ఎఫ్ ఉపసంహరణ:

పి పి ఎఫ్ కాలపరిమితి 15 సంవత్సరాలు. 5 సంవత్సరాల బ్లాక్‌లలో పొడిగింపులు సాధ్యమే.

7వ సంవత్సరం నుండి పాక్షిక ఉపసంహరణలను అనుమతిస్తుంది.

అత్యవసర ఉపసంహరణలు: నిర్దిష్ట పరిమితులు, సమయ వ్యవధులు అనుసరించి వుంటాయి.

పీపీఎఫ్ లలో పెట్టుబడి పెట్టడం ఎలా: మీ పీపీఎఫ్ ఖాతాను బ్యాంక్ లేదా పోస్టాఫీసులో తెరవండి. ఆన్‌లైన్ లేదా ఆఫ్‌లైన్ లో.

జాతీయ పెన్షన్ వ్యవస్థ (ఎన్ పి ఎస్)

ప్రభుత్వ మద్దతువున్న పెన్షన్ పథకం

- 18, 70 ఏళ్ల మధ్య ఉన్న భారతీయ పౌరులందరికీ తెరిచి ఉంటుంది. ఎన్నారైలు కూడాజేరవచ్చు.
- పదవీ విరమణ ఆధారిత పొదుపు పథకం
- ఈపీఎఫ్, పీపీఎఫ్ లా కాకుండా, ఎన్ పి ఎస్ అనేది మార్కెట్ లింక్డ్ ప్రొడక్ట్ - మీ డబ్బు ఈక్విటీ మిశ్రమంలో పెట్టుబడి పెట్టబడుతుంది,

ప్రభుత్వ రుణాలు, కార్పొరేట్ రుణాలు, ప్రత్యామ్నాయ ఆస్తులు.

మిక్స్డ్ మ్యూచువల్ ఫండ్ లాగా ఆలోచించండి, మీ డబ్బులో కొంత భాగం ఇందులో, కొంత భాగాన్ని ఈక్విటీ లో పెట్టుబడిగా పెట్టండి.

ఇది ఎలా పని చేస్తుంది?

- eNPS ఆన్‌లైన్ ప్లాట్‌ఫారమ్ ద్వారా నమోదు చేసుకోండి
- కనీస పెట్టుబడి – రూ. 500
- కనీస పెట్టుబడి – రూ. 6000 / సంవత్సరం

ఎందుకు?

→ పదవీ విరమణ ఆదాయం కోసం డబ్బును ఆదా చేయడానికి అదనపు మార్గం.

→ మీ డబ్బు ఎలా పెట్టుబడి పెట్టబడుతుందో చెప్పగలరు

మీరు ఈక్విటీ ఫండ్స్, ప్రభుత్వ సెక్యూరిటీల ఫండ్, స్థిర ఆదాయం మధ్య భాగాలుగా ఎంచుకుందాం
సాధనాలు, ఇతర ప్రభుత్వ సెక్యూరిటీలు

→ పాత పాలన, కొత్త పాలనలో రాబోయే పన్ను ప్రయోజనాలు.

ఎన్ పి ఎస్ టైర్ 1, టైర్ 2 ఖాతాలను అందిస్తుంది:

టైర్ 1: పదవీ విరమణ నిధిని ఏర్పాటుకు ప్రధాన ఎన్ పీ ఎస్ ఖాతా.
మీ డబ్బు 60 ఏళ్ల వరకు లాక్ చేయబడి ఉంటుంది.
పాత, కొత్త పన్ను విధానాలలో రాబోయే పన్ను మినహాయింపులు.
మీ పదవీ విరమణ సమయంలో మెచ్యూరిటీ మొత్తాన్ని పొందుతారు (మీకు 60 ఏళ్లు వచ్చినప్పుడు):

- 60% ఏకమొత్తంగా. దీనికి పన్ను విధించబడదు.
- నెల జీతం లా ప్రతి నెలా 40%. దీనికి ఆదాయపు పన్ను స్లాబ్ ప్రకారం పన్ను విధించబడుతుంది.

టైర్ 2: స్వచ్ఛంద పొదుపు ఖాతా

ఇది టైర్ 1 ఖాతాకు యాడ్-ఆన్

కాలవ్యవధి విషయంలో లాక్ లేదు - ఉపసంహరణలు, నిష్క్రమణలలో సౌలభ్యంగా వుండడం దీని ప్రధాన అంశం.

పన్ను మినహాయింపులు లేవు. కార్పస్ విత్ డ్రా మీద పన్ను విధించబడుతుంది.

ఎం పి ఎస్ లో ఎలా పెట్టుబడి పెట్టాలి: eNPS వెబ్‌సైట్ ద్వారా

పిఎఫ్ / ఎన్ పి ఎస్ లో పెట్టుబడి పెట్టడం అనేది పదవీ విరమణలో మాత్రమే వచ్చే డబ్బు. అది చెట్టునునాటడం లాంటిది. ఇప్పుడు దానిని ఎంతగా పెంచుకుంటే, తర్వాత అది అంతగా నీడను యిస్తుంది.

తాతలు, అమ్మమ్మలు బంగారం అంటున్నారు

గమనిక: ఆభరణాలలో పెట్టుబడి పెట్టవద్దు. బదులుగా సావరిన్ గోల్డ్ బాండ్లలో పెట్టండి. "ప్రజలు బంగారంలో పెట్టుబడి పెట్టడానికి ముఖ్యమైన 3 కారణాలు" చెక్‌లిస్ట్‌లోని ప్రతి విషయాన్ని చాలా చక్కగా తనిఖీ చేస్తారు.

→ ఆభరణాలు

టేక్అవే: ఎక్కువ ఫ్యాషన్, తక్కువ ఫైనాన్స్.

మీకు నచ్చితే ఆభరణాలు కొనండి. కానీ పెట్టుబడి, అయితే, దీనిని ఒక విషయంగా భావించకపోవడమే మంచిది!

(+)	(–)
– ప్రారంభించడానికి సులభమైన మార్గం బంగారంలో పెట్టుబడి. – గ్రేట్ ఎందుకంటే మీరు ధరించవచ్చు అది! – పెళ్లిళ్లు, పార్టీలు కోసం దీన్ని ధరించండి. వాటితో అందరిని అబ్బుర పరచండి!	– మా కోరిక (బ్లింగ్ కోసం) ఒక ప్రచ్ఛన్నమైన పెట్టుబడి కోసం రండి, మీకు తెలుసా ఇది నిజం! – 10% – 30% మేకింగ్ ఛార్జీలు (ఆ పైన బంగారం పై ఖర్చు) ~3% జీఎస్టీ సిద్ధంగా ఉంది–నగలు తయారు చేశాడు. – సురక్షితమైన నిల్వ అవసరం – తరచుగా అసౌకర్యంగా, ఖర్చుతో కూడుకున్నది. – స్వచ్ఛత ఎప్పుడూ ఉండదు హామీ ఇచ్చారు.

ఆభరణాలలో ఎలా పెట్టుబడి పెట్టాలి: ప్రముఖ 'బ్రాండ్' ఆభరణాల వ్యాపారి లేదా మీ విశ్వసనీయ కుటుంబ ఆభరణాల వ్యాపారి నుండి కొనుగోలు చేయండి.

→ బంగారు కడ్డీలు / బంగారు నాణేలు:

టేక్అవే: బంగారంలో పెట్టుబడి పెట్టడానికి సులభమైన మార్గం. బహుశా తెలివైన మార్గం కాదు.

(+)	(–)
– బంగారంలో పెట్టుబడి ప్రారంభించడానికి సులభమైన మార్గం. – మేకింగ్ ఛార్జీలు లేవు! – స్వచ్ఛత హామీ. – హాల్‌మార్క్ ద్వారా నాణ్యత హామీ ఇవ్వబడింది.	– మీ మెడ చుట్టూ ఆ గొలుసులని ధరించలేరు. – 3% జిఎస్టి – సురక్షిత నిల్వ ఖర్చు. (మీరు ఆ నాణేలను ఎక్కడ దాచబోతున్నారు సోదరా?)

బంగారు కడ్డీలు / బంగారు నాణేలలో పెట్టుబడి పెట్టడం ఎలా: ప్రముఖ 'బ్రాండ్' ఆభరణాల వ్యాపారి, మీ విశ్వసనీయ కుటుంబ ఆభరణాల వ్యాపారి లేదా MMTC – PAMP.

→ డిజిటల్ బంగారం

మీ ప్రియమైన, బంగారం. కేవలం డిజిటల్‌గా నిల్వ చేయబడింది.

భౌతిక బంగారానికి చక్కటి, మరింత కొత్త బంధువు.

మీరు కొనుగోలు చేసే ప్రతి బిట్, మీ పేరు మీద ధృవీకరించబడిన వాల్‌ట్‌లో నిల్వ చేయబడుతుంది.

పి.ఎస్. మీరు ఆశ్చర్యపోతున్నట్లయితే, మీకు డీమ్యాట్ ఖాతా అవసరం లేదు.

టేక్అవే: గోల్డ్ 2.0 – భౌతిక బంగారం కంటే మరింత సౌకర్యవంతంగా ఉంటుంది.

(+)	(–)
– పారదర్శకంగా – రియల్ టైమ్ మార్కెట్ రేట్ల వద్ద కొనుగోలు / అమ్మకం. – మీకు నిల్వ చేసుకోడానికి సమస్యలు లేవు! – హామీ స్వచ్ఛత. – సూపర్ లిక్విడ్. మీకు నచ్చినప్పుడు క్యాష్ చేసుకోండి. మీకు నచ్చినప్పుడు ఫిజికల్ బార్లు లేదా నాణేల కోసం రీడీమ్ చేయండి. – పెద్ద లేదా చిన్నగా ప్రారంభించండి: రూ .100 కంటే తక్కువ నుండి పెట్టుబడి పెట్టండి. లేదా రూ.1!	– ఇది డిజిటల్, కాబట్టి ప్రతిరోజూ ప్రదర్శించడానికి మెరిసే విషయాలు లేవు. – 3 శాతం జీఎస్టీ.. – ~2%–3% ప్లాట్ ఫాం కమీషన్. – దీన్ని ఎక్కువ కాలం నిల్వ ఉంచుకోండి (>5 సంవత్సరాలు), మీరు నిల్వ రుసుము చెల్లించాలి

డిజిటల్ బంగారంలో ఎలా పెట్టుబడి పెట్టాలి: MMTC- PAMP లేదా ప్రసిద్ధ డిజిటల్ గోల్డ్ ప్లాట్‌ఫారమ్ నుండి కొనుగోలు చేయండి.

లేదా అటువంటి కంపెనీలతో టై–అప్‌లు కలిగి ఉన్న 'బ్రాండ్' ఆభరణాల ద్వారా కొనుగోలు చేయండి.

లేదా వీటితో టై–అప్‌లను కలిగి ఉన్న పేటీఎం,గూగుల్ పే, ఫోన్ పే వంటి ప్లాట్‌ఫారమ్‌ల ద్వారా కొనుగోలు చేయండి

కంపెనీలు.

లేదా Groww, 5Paisa వంటి ఫిన్‌టెక్ కంపెనీల ద్వారా కొనుగోలు చేయండి.

చాలా మార్గాలు, అవి మీ కోసం చాలా సులభతరం చేస్తున్నాయి!

→ సావరిన్ గోల్డ్ బాండ్‌లు (SGBలు)

డిజిటల్ గోల్డ్ బాండ్లకు ప్రభుత్వం మద్దతు ఇచ్చింది.

టేక్‌అవే: వార్షిక రాబడి + మీ పెట్టుబడిపై మూలధనంపెరుగుదల. బంగారం కొనడానికి మంచి మార్గం!

(+)	(-)
– 100% సురక్షితం – దీన్ని ఆన్‌లైన్‌లో సులభంగా కొనండి. – హామీ స్వచ్ఛత – ఉచిత బంగారు నిల్వ – తక్కువ కనీస పెట్టుబడి: 1 గ్రాము బంగారం – విలువలో వృద్ధి + 2.5% వార్షిక రాబడి పెట్టుబడి విలువ. 2.5% రాబడి వస్తుంది (మీ పెట్టుబడికి కలిపారు. ప్రతి సంవత్సరం, మీకు ముందుగా ఇవ్వబడదు). – పారదర్శక మార్కెట్ రేట్లు. – పన్ను ప్రయోజనాలు: వరకు కలిగి ఉంటే మూలధన లాభాలకు పన్ను లేదు మెచ్యూరిటీ అంటే 8 సంవత్సరాలు	– భారతదేశ నివాసితులకు మాత్రమే (ఎన్నారై లు క్షమించండి!) – నిర్దిష్ట వ్యవధిలో అందుబాటులో ఉంటుంది (ఆర్బీఐ చెప్పిందికాబట్టి!) – దీర్ఘకాల పరిపక్వత కాలం – 8 సంవత్సరాలు – 5 సంవత్సరాల తర్వాత రీడీమ్ చేస్తే 20% మూలధన లాభాలమీద పన్ను (సూచికతో). – ఒక వ్యక్తికి గరిష్టంగా 4 కిలోలు.

ఎస్ జి బిలలో పెట్టుబడి పెట్టడం ఎలా: ఆర్బిఐ జారీ చేసిన, మీరు ఎస్జీబీ లను ఆఫీసులు, బ్రాంచ్‌లు లేదా నెట్ బ్యాంకింగ్ ద్వారా కొనుగోలు చేయవచ్చు.

జాతీయ బ్యాంకులు, షెడ్యూల్డ్ ప్రైవేట్ బ్యాంకులు, షెడ్యూల్డ్ విదేశీ బ్యాంకులు అందించే ఎంపికలు.

ఎస్బిఐ, ఐసిఐసిఐ , HDFC బ్యాంక్, కెనరా బ్యాంక్, యాక్సిస్ బ్యాంక్, బ్యాంక్ ఆఫ్ బరోడా.

అలాగే నియమించబడిన పోస్టాఫీసుల ద్వారా, స్టాక్ హోల్డింగ్ కార్పొరేషన్ ఆఫ్ ఇండియా లిమిటెడ్ (SHCIL). పన్ను స్లాబ్ ప్రకారం పన్ను విధించబడుతుంది

→ గోల్డ్ ఎక్స్ఛేంజ్ ట్రేడెడ్ ఫండ్ (ETF)

గోల్డ్ ఇటిఎఫ్‌లు మ్యూచువల్ ఫండ్స్ లాగా ఉండే కమోడిటీ ఫండ్స్.

మీరు వాటిని స్టాక్‌ల మాదిరిగానే స్టాక్ మార్కెట్‌లో కొనుగోలు చేయవచ్చు/ అమ్మవచ్చు.

నిజమైన బంగారం లేదు, కానీ బంగారం ధరకు ఒక ఫండ్ ప్రారంభించ బడింది.

గోల్డ్ మ్యూచువల్ ఫండ్స్‌కు గోల్ విలువ మారడంతో ఫండ్ విలువ మారుతుంది.

పెట్టుబడి పెట్టడానికి మీకు డీమ్యాట్ ఖాతా అవసరం.

టేక్ అవే: అసలు బంగారం లేకుండా బంగారం ప్రయోజనాలను కోరుకునే వారికి పర్ఫెక్ట్.

తక్కువ ఖర్చులు, లభ్యతా వల్ల యాక్టివ్ ట్రేడర్‌లకు చాలా బాగుంది.

(+)	(–)
పారదర్శకంగా – రియల్ టైమ్ మార్కెట్ రేట్ల వద్ద కొనుగోలు/ అమ్మకం – సౌకర్యవంతమైన పెట్టుబడి మొత్తం – 1 యూనిట్ గోల్డ్ ఇటిఎఫ్ 1 గ్రాము బంగారానికి సమానం. – గోల్డ్ మ్యూచువల్ ఫండ్స్ తోపోలిస్తే తక్కువ వ్యయ నిష్పత్తి (మీకు వసూలు చేసే ఫీజులు). – స్టోరేజ్ ఇబ్బందులు లేవు	– నిజానికి మీకు బంగారం లేదు. – స్టాక్స్ మాదిరిగా కాకుండా, అవి రాబడులు లేదా డివిడెండ్లను అందించవు. ఒకసారి అమ్మితే లాభం వస్తుంది. – >3 సంవత్సరాల పాటు ఉంచితే 20% పన్ను విధించబడుతుంది. <3 సంవత్సరాలు ఉంటే ఆదాయపు పన్ను శ్లాబ్ ప్రకారం పన్ను విధిస్తారు. – వార్షిక వ్యయం = ~0.5% – మీ పెట్టుబడిలో 1% (గోల్డ్ మ్యూచువల్ ఫండ్ కంటే ఇంకా తక్కువ!)

గోల్డ్ ఇటిఎఫ్‌లలో ఎలా పెట్టుబడి పెట్టాలి: జెరోధా (కైట్), గ్రోవ్, ఏంజెల్ వన్ వంటి బ్రోకరేజ్ ప్లాట్‌ఫారమ్‌ల ద్వారా కొనుగోలు చేయండి

అప్‌స్టాక్స్, ఐసిఐసిఐ సెక్యూరిటీస్ మొదలైనవి కూడా వున్నాయి.

→ గోల్డ్ మ్యూచువల్ ఫండ్స్:

ప్రధానంగా లేదా బంగారంలో మాత్రమే పెట్టుబడి పెట్టే మ్యూచువల్ ఫండ్స్. గోల్డ్ మ్యూచువల్ ఫండ్స్ ప్రస్తుత నికర ఆస్తి విలువ (అది ఫండ్ యూనిట్ ధర) వద్ద కొనుగోలు చేయబడుతుంది లేదా విక్రయించబడుతుంది.

టేక్‌అవే: మీదగ్గర బంగారం ఉండకూడదనుకుంటున్నారు, అయితే మీ పోర్ట్‌ఫోలియోలో భాగంగా బంగారాన్ని చూపించాలనుకుంటున్నారు.

(+)	(-)
– ఈటీఎఫ్ ల మాదిరిగా కాకుండా ఈల్డ్స్, డివిడెండ్ లు అందించాలి. – ఫ్లెక్సిబుల్ ఇన్వెస్ట్మెంట్ మొత్తం (కనీసం రూ.1000). – నగదు - స్వల్ప నోటీసుపై , ఇబ్బంది లేకుండా. – సిప్ పెట్టుబడులకు అనుమతించండి. – నిల్వకు అసౌకర్యం లేదు.	– మీకు నిజంగా బంగారం లేదు – సాధారణంగా ఈటీఎఫ్ల కంటే ఎక్కువ ఫీజు ఉంటుంది (వార్షికంగా మీ పెట్టుబడిలో 0.6% – 1.2%). – మీరు ఒక సంవత్సరం ముందు రిడీమ్ చేసుకుంటే 1% నుండి 2% వరకు ప్రీ క్లోజర్ లోడ్ (పెనాల్టీ) ఉంటుంది.

గోల్డ్ మ్యూచువల్ ఫండ్స్‌లో ఎలా పెట్టుబడి పెట్టాలి: నేరుగా మ్యూచువల్ ఫండ్ కంపెనీ ద్వారా లేదా ప్లాట్‌ఫారమ్‌ల ద్వారా కొనుగోలు చేయండి జరోధా (కైట్), గ్రోవ్, ఏంజెల్ వన్, అప్‌స్టాక్స్, ఐసిఐసిఐ సెక్యూరిటీస్ మొదలైనవి.

బంగారంపై పెట్టుబడి పెట్టడం మెరిసే పెంపుడు రాయి ఉండటం లాంటిది. ఇది దేన్ని తీసుకురాదు, ట్రిక్స్ చేయదు, కానీ ఇది మీరు ధనవంతులని భావించేలా చేస్తుంది.

అని స్టాక్ మార్కెట్ ట్రేడింగ్ అంటే అంకుల్ అంటున్నారు.

> బాటమ్ లైన్:
>
> ట్రేడింగ్‌కు లోతైన నైపుణ్యం, ప్రావీణ్యం, సమయం, ప్రమేయం అవసరం.
>
> ఎదుర్కొనే ధైర్యం ఎంతో శక్తికావాలి! ప్రారంభించిన లేదా బిజీ గావుండే వారి కోసం కాదు.
>
> నిస్సందేహంగా కాదు.

పెట్టుబడి, వ్యాపారం?

తరచుగా పరస్పరం మార్చుకుంటారు. అదే విషయం కాదు.

ట్రేడింగ్ అంటే... అంతే. ట్రేడింగ్.

నువ్వు కొను. మీరు అమ్మండి.

రోజు అప్రమత్తంగా ఉండాలి.

వ్యాపారులు స్టాక్‌ల స్వల్పకాలిక ధరల మార్పులను గమనిస్తారు.

మార్కెట్‌లో పందెం పెరుగుతుంది, తగ్గుతుంది. స్వల్పకాలిక ధరల కదలికల ఆధారంగా డబ్బు సంపాదించడానికి ప్రయత్నించండి.

ఇది సమయం గురించి. ఇది పోకడల (ట్రెండ్స్) గురించి.

తక్కువలో కొనండి. ఎక్కువలో అమ్మండి.

రోజువారీ, నెలవారీ లేదా త్రైమాసిక రాబడిని పెంచడం లక్ష్యంగా పెట్టుకోండి.

ఇది అధిక రాబడి కోసం అధిక-రిస్క్ ట్రేడింగ్ గేమ్.

స్టాక్ మార్కెట్‌లో పెట్టుబడులు చాలా భిన్నంగా ఉంటాయి.

మీరు వృద్ధి చెందుతుందని నమ్మే కంపెనీ (లేదా అనేక కంపెనీలు) షేర్లను కొంటారు.

మీ దగ్గర ఇప్పుడు స్టాక్ లు ఉన్నాయి (దీనిని 'డెలివరీ' అని కూడా పిలుస్తారు). మీకు కంపెనీలో కొంత భాగం ఉంది.

మీరు కంపెనీలో వాటాదారుగా, దాని వృద్ధిలో పెట్టుబడి పెట్టారు.

స్టాక్‌లలో ఎలా వ్యాపారం చేయాలి: జెరోధా (కైట్), గ్రోవ్, ఏంజెల్ వన్, అప్‌స్టాక్స్, ఐసిఐసిఐ సెక్యూరిటీలు మొదలైన బ్రోకరేజీల నుండి స్టాక్‌లలో వ్యాపారం చేయండి.

స్టాక్ ట్రేడింగ్ అనేది బాలాజీ సోప్ ఒపెరా లాంటిది. డ్రామా, ఉత్సాహం, ద్రోహం, హార్ట్‌బ్రేక్స్, తరచు వస్తాయి.

కానీ మీరు ప్రతిరోజూ చూడకుండా ఆగలేరు.

మ్యూచువల్ ఫండ్స్ అని యూట్యూబ్ చెబుతోంది.

> గమనిక:
>
> మ్యూచువల్ ఫండ్స్ = స్టాక్ మార్కెట్ బిగినర్స్-ఫ్రెండ్లీ జోన్.
>
> మీరు పెట్టుబడి పెట్టేటప్పుడు నిపుణులు నిర్వహించడానికి వారికి అప్పజెప్పండి.

మ్యూచువల్ ఫండ్‌లు, స్టాక్‌లు, బాండ్‌లు, "పరస్పరం" కొనుగోలు చేయడానికి, ఇతర పెట్టుబడిదారులతో మీ డబ్బును కలిపి చేయడానికి అనుమతిస్తాయి.

ఇతర ఆస్తులు.

అవి ప్రొఫెషనల్ ఫండ్ మేనేజర్‌లచే నిర్వహించబడుతున్నాయి.

ఎమ్ ఎఫ్ లు మీకు కావలసినంత నిర్దిష్టంగా లేదా సాధారణంగా పెట్టుబడి పెట్టే సౌలభ్యాన్ని అందిస్తాయి.

పెద్ద కంపెనీల్లో మాత్రమే పెట్టుబడి పెట్టండి. లేదా మధ్య తరహా కంపెనీలు. లేదా చిన్న కంపెనీలు మాత్రమే. లేదా అన్నింటిలో.

టెక్ రంగంలో పెట్టుబడి పెట్టండి. లేదా ఆరోగ్య సంరక్షణ. లేదా వివిధ రంగాలు.

మీరు పెట్టుబడి పెట్టాలనుకుంటున్న పలురంగాలను ఎంచుకునే సౌలభ్యాన్ని పొందుతారు.

అధిక ఖర్చుతో కూడుకున్నవి ..అవి పాక్షికంగా షేరింగ్ ని అనుమతిస్తాయి.

మీకు పలు స్టాక్‌లు ఉండాలనుకుంటున్నారు.

కానీ వాటిని వ్యక్తిగతంగా, కనీస ధర కి కొనలేరు.

మీరు స్టాక్‌లు, బాండ్‌లు, ఇతర ఆస్తులను కలిగి ఉండాలనుకుంటున్నారు.

వాటిని వ్యక్తిగతంగా కొనుగోలు చేయలేరు.

రక్షించడానికి మ్యూచువల్ ఫండ్స్!

ఎమ్ ఎఫ్ ఈ స్టాక్‌లను లేదా ఆస్తులను కొంటుంది. ఎమ్ ఎఫ్ యూనిట్‌ని కొంటారు.

ఫండ్‌లోని అన్ని పెట్టుబడులు, వాటి ఆదాయాన్ని తెలియజేస్తారు.

ఉత్పత్తి.

మీకు లేని ఇతరుల నైపుణ్యం, అనుభవంపై మీరు ఆధారపడతారు.

స్టాక్‌లను ఎంచుకునే నైపుణ్యం మీకు లేకపోవచ్చు.

లేదా ఏయే రంగాలపై పెట్టుబడి పెట్టాలో తెలుసుకోండి.

ఒక నిపుణుడు పరిశోధన చేస్తాడు, కష్టమైన అంశాన్ని చూసుకుంటాడు.

ఫండ్ మేనేజర్ బ్యాలెన్స్ చేస్తాడు; ఫండ్‌ను ఎప్పటికప్పుడు అప్‌డేట్ చేస్తారు.

ఎమ్ ఎఫ్ లు రుసుము వసూలు చేస్తాయి: వాటి నిర్వహణ ఖర్చుల కోసం మొత్తం వ్యయ నిష్పత్తి (TER).

మీరు 2% TERలో ₹50,000 పెట్టుబడి పెడితే, ఆ ఫండ్‌కి ₹1,000 చెల్లిస్తారు.

మిగిలిన ₹49,000 పెట్టుబడి పెట్టబడింది.

రెండు రకాల ఎం ఎఫ్ ప్లాన్‌లు ఉన్నాయి: డైరెక్ట్, రెగ్యులర్.

→ రెగ్యులర్ ప్లాన్‌లు: సలహాదారులు లేదా బ్రోకర్ల ద్వారా కొనుగోలు చేసేవి. వాళ్ళకి కమీషన్ వస్తుంది, కాబట్టి ఈ ప్లాన్‌ల వల్ల మీకు ఎక్కువ ఖర్చు అవుతుంది.

→ డైరెక్ట్ ప్లాన్‌లు: మ్యూచువల్ ఫండ్ నుండి నేరుగా కొనుగోలు చేస్తారు, సాధారణంగా వారి వెబ్‌సైట్ లకి ఎల్లప్పుడూ వీటి కోసం చూడండి –!

మ్యూచువల్ ఫండ్స్‌లో 3 రకాలు ఉన్నాయి.

→ డెట్ మ్యూచువల్ ఫండ్స్:

ఈ ఫండ్స్ స్థిరమైన రాబడితో, ఆస్తులమీద పెట్టుబడి పెడతాయి.

కార్పొరేట్ బాండ్‌లు, ప్రభుత్వ బాండ్‌లను కలిగి ఉంటాయి; ఎఫ్ డి లను కూడా వీటిల్లో చేర్చవచ్చు.

స్థిరమైన రాబడిని కోరుకోవడమే మంచిది.

→ ఈక్విటీ లేదా గ్రోత్ మ్యూచువల్ ఫండ్స్:

ఈ ఫండ్స్ ఈక్విటీలో పెట్టుబడి పెడతాయి – అది స్టాక్ మార్కెట్.

డెట్ ఫండ్స్ కంటే ఎక్కువ రిస్క్, అధిక రాబడి వచ్చే అవకాశం.

→ హైబ్రిడ్ లేదా బ్యాలెన్స్‌డ్ మ్యూచువల్ ఫండ్‌లు:

రుణం, ఈక్విటీ కలయిక. ఈ రెండిటి నిష్పత్తి మీరు తీసుకునే రిస్క్ మీద ఆధారపడి ఉంటుంది.

ఇక్కడ మీరు ఎంతకాలం పెట్టుబడి పెట్టాలనుకుంటున్నారు అనేదానిమీద ఆధారపడి, పరిగణించవలసిన చక్కటి విధానం ఉంది.

2 సంవత్సరాల కంటే తక్కువ పెట్టుబడి పెట్టినట్లయితే

డెట్ మ్యూచువల్ ఫండ్ లో 80% డబ్బు

హైబ్రిడ్ మ్యూచువల్ ఫండ్‌లో 20%, కొంత మొత్తంలో ఈక్విటీ

ఇవి మీకు స్థిరమైన రాబడిని అందిస్తాయి.

మీరు అధిక రిస్క్ తీసుకోవడానికి సిద్ధంగా ఉన్నప్పటికీ, ఈక్విటీలో తక్కువగా పెట్టుబడి పెట్టే విషయాన్ని పరిగణించండి.

ఎందుకంటే, స్వల్పకాలికంలో (<2 సంవత్సరాలు), ఈక్విటీలు ఎక్కడికైనా వెళ్లవచ్చు. ఏమైనా జరగవచ్చు.

మీరు మీ (డబ్బుతో ఆడకూడదు) డబ్బును దుర్వినియోగం చేయకూడదు.

2-5 సంవత్సరాలు పెట్టుబడి పెడితే

బ్యాలెన్స్‌డ్ లార్జ్ క్యాప్ మ్యూచువల్ ఫండ్‌లో 80% (అధిక రుణం, ఈక్విటీలో పెట్టుబడి పెట్టే మ్యూచువల్ ఫండ్

కంపెనీలు)

మల్టీ-క్యాప్ ఫండ్‌లో 20% (అన్ని పరిమాణాల కంపెనీలలో పెట్టుబడి పెట్టే మ్యూచువల్ ఫండ్)

పెద్ద కంపెనీ పెట్టుబడుల ద్వారా స్థిరత్వానికి భరోసా ఇస్తున్నప్పుడు, మీరు కొన్ని రిస్క్ లు తీసుకోవచ్చు, అందుకే మల్టీ-క్యాప్.

5 సంవత్సరాల కంటే ఎక్కువ కాలం పెట్టుబడి పెడితే

లార్జ్ క్యాప్ మ్యూచువల్ ఫండ్‌లో 60% (మంచిది నిఫ్టీ 50 ఇండెక్స్ మ్యూచువల్ ఫండ్)

మిడ్ క్యాప్ మ్యూచువల్ ఫండ్‌లో 25% (మంచిది మిడ్ క్యాప్100 ఇండెక్స్ మ్యూచువల్ ఫండ్)

స్మాల్ క్యాప్ మ్యూచువల్ ఫండ్‌లో 15% (మంచిది స్మాల్ క్యాప్ 250 ఇండెక్స్ మ్యూచువల్ ఫండ్)

మీరు రిస్క్, రిటర్న్ ప్రొఫైల్‌ను కలపండి.

రాబడిని పెంచండి, ప్రమాదాన్ని తగ్గించండి.

ఏది సౌకర్యవంతంగా ఉంటుంది అనేది పూర్తిగా మీమీద ఆధారపడి ఉంటుంది.

తక్కువ రిస్క్‌తో మీకు సరైన రాబడిని అందించే మంచి, సంతోషకరమైన మిశ్రమాన్ని వెతకడానికి ప్రయత్నించండి.

ఎం ఎఫ్ లలో పెట్టుబడి పెట్టేటప్పుడు గమనించవలసిన కొన్ని విషయాలు:

→ మీరు చేయగలిగిన చోట పన్నులు ఆదా చేసుకోండి.

మీ వార్షిక ఆదాయంపై గరిష్టంగా ₹1.5 లక్షల వరకు మినహాయింపులు పొందడానికి పాత పన్ను విధానంలోని సెక్షన్ 80Cని ఉపయోగించుకోండి.

ఈ ఎల్ ఎస్ ఎస్ (ఈక్విటీ లింక్డ్ సేవింగ్ స్కీమ్‌లు) పన్ను ఆదా చేసేవాటిలో ప్రముఖమైనవి

ఈ నిధులు వివిధ మార్కెట్ క్యాప్‌లలో విస్తరించి ఉంటాయి, 3 సంవత్సరాల లాక్-ఇన్‌తో వస్తాయి.

→ ఫండ్ చారిత్రక రాబడిని తనిఖీ చేయండి.

వివిధ కాల వ్యవధిలో ఫండ్ పనితీరును సమీక్షించండి.

మార్కెట్ దశల్లో ఫండ్ పనితీరును అంచనా వేయండి.

కానీ గత విజయం, భవిష్యత్తు ఫలితాలకు హామీ ఇవ్వదు.

మీరు దీన్ని ఆన్‌లైన్‌లో moneycontrol.com లేదా ETmoney.com వంటి సైట్‌లలో చూడవచ్చు.

→ ఫండ్ పనితీరును బెంచ్‌మార్క్‌తో సరిపోల్చండి.

ఉదాహరణకు, లార్జ్ క్యాప్ ఫండ్‌ని నిఫ్టీ 50 వంటి విస్తృత-ఆధారిత బెంచ్‌మార్క్ ఇండెక్స్‌తో పోల్చవచ్చు.

ఇది బెంచ్‌మార్క్ కంటే మెరుగ్గా వుండాలి.

→ ఏ యు ఎం (ఎస్సెట్ అండర్ మేనేజ్మెంట్) కింద ఉన్న ఫండ్ లేదా ఆస్తుల పరిమాణాన్ని చూడండి.

ఏ యు ఎం అంటే మనలాంటి పెట్టుబడిదారుల నుండి సేకరించబడిన మొత్తం డబ్బు.

నేను ఏ యు ఎం లో కనిష్ట ₹1000 కోట్లు వున్న నిధులను సిఫార్సు చేస్తాను.

→ ఖర్చు నిష్పత్తిని తనిఖీ చేయండి

ఇండెక్స్ మ్యూచువల్ ఫండ్స్ కోసం, ఖర్చు నిష్పత్తి 0.5% కంటే ఎక్కువ ఉండకూడదు.

ఇతరులకు, 0.5% నుండి 1% వరకు ఆమోదయోగ్యం.

1.5% పైన ఉంటే ఎక్కువగా పరిగణించబడుతుంది.

→ ఎగ్జిట్ లోడ్ ఎంతో తనిఖీ చేయండి

మీరు ముందుగానే రీడీమ్ చేస్తే, మీరు చెల్లించాల్సిన పెనాల్టీ .

అసలు ఎగ్జిట్ లోడ్ ఉండకూడదు.

1 సంవత్సరానికి ఎగ్జిట్ లోడ్ ఆమోదయోగ్యమైనది (అంతకు ముందు మీరు అమ్మకూడదు)

1 సంవత్సరం కంటే ఎక్కువ కాలం అయితే అది భారంగా పరిగణించబడుతుంది.

మ్యూచువల్ ఫండ్స్‌లో ఎలా పెట్టుబడి పెట్టాలి: నేరుగా, అసెట్ మేనేజ్‌మెంట్ కంపెనీ ద్వారా – ఆఫ్‌లైన్ లేదా ద్వారా

వారి వెబ్‌సైట్‌లు, యాప్‌లు. లేదా ప్లాట్‌ఫారమ్‌ల ద్వారా... మీకు తెలుసు! జెరోధా (కోయిన్), గ్రోవ్, ఏంజెల్

ఒకటి, అప్‌స్టాక్స్, ఐసిఐసిఐ సెక్యూరిటీస్ మొదలైనవి

మ్యూచువల్ ఫండ్స్ అనేది మీ కోసం పని చేసే విభిన్న ఆస్తుల సమూహాన్ని కలిగి ఉండే ఏకైక ప్రదేశం,

ఆఫీసు రాజకీయాల డ్రామా లేకుండా వుండేవే

కార్పొరేట్ బాండ్లు అంటున్నారు కార్పొరేట్ మామ.

గమనిక:

మీరు కంపెనీలకు రుణం ఇస్తారు, వారు మీ అసలు, వడ్డీకలిపి తిరిగి ఇస్తానని హామీ ఇచ్చారు.

ఆ విషయాన్ని క్షుణ్ణంగా పరిశీలించినట్లయితే, అది మీకు పూర్తి విజయం అందించవచ్చు.

వ్యాపారాలకు ఎల్లప్పుడూ నిధులు అవసరం.

స్థాయిని పెంచడానికి, కార్యకలాపాలను విస్తరించడానికి, కొత్త పరికరాలను కొనుగోలు చేయడానికి, కొత్త సౌకర్యాలను నిర్మించడానికి. వృద్ధి!

ఈ నిధులను సేకరించడానికి ఒక మార్గం బాండ్ జారీ చేయడం.

మీరు బాండ్‌ను కొనుగోలు చేసినప్పుడు, ఆ కంపెనీకి రుణం ఇస్తున్నారు.

బదులుగా, వారు వడ్డీతో తిరిగి చెల్లించడానికి కట్టుబడి ఉంటారు.

ఎఫ్డీలు ఆలోచించండి – అయితే ఈసారి అది ఒక కంపెనీ. బ్యాంకు కాదు.

ఉదా: మీరు 9% వడ్డీతో 10 సంవత్సరాల బాండ్‌లో ₹1000 పెట్టుబడి పెట్టండి.

అది ప్రతి సంవత్సరం ₹90 ఇచ్చి, ఒక దశాబ్దం తర్వాత అసలు ₹1000 ఇస్తుంది.

మంచి విషయమేమిటంటే.

- హామీ ఇవ్వబడిన రాబడి రేట్లు - అస్థిరత లేదు
- దీనికి ఈక్విటీ మార్కెట్‌తో సంబంధం లేదు. కాబట్టి, స్టాక్ మార్కెట్ మూడ్ స్వింగ్స్ మీ రాబడిని నిర్దేశించవు.
- సెట్ తేదీలలో వడ్డీ చెల్లింపులు సాధారణ, ఊహాజనిత స్ట్రీమ్.

అంత మంచి విషయం కానిది ఏమిటంటే

- కంపెనీని ట్రాక్ చేయడం అనేది పజిల్‌ను అర్థంచేసుకోవడం లాంటిది.

లాభాలు, వృద్ధి, నాయకత్వ మార్పులు, డబ్బు ఎలా ఉపయోగించబడుతుందో అర్థం చేసుకోవడం!

రిటైల్ ఇన్వెస్టర్‌గా, మీరు ప్రయత్నిస్తారు, కానీ అర్థం చేసుకోవడంలో ఎప్పుడూ విజయం సాధించలేరు.

- డిఫాల్ట్‌లు నిజమైనవి.

కొన్నిసార్లు కంపెనీ సకాలంలో తిరిగి చెల్లించే స్థితిలో ఉండకపోవచ్చు.

మీ డబ్బులో 100% పోయింది!

ఈ "డిఫాల్ట్ రిస్క్" కంపెనీ క్రెడిట్ స్థాయిని సూచిస్తుంది-దాని ఋణ బాధ్యతలను సకాలంలో చెల్లించగల సామర్థ్యం.

బాండ్ హోల్డర్లకు వున్న ముఖ్యమైన ఆందోళన.

ఇక్కడ క్రెడిట్ రేటింగ్ ఏజెన్సీలు (CRAలు) వస్తాయి.

అవి కంపెనీలు, ప్రాజెక్ట్‌లను పరిమాణాన్ని పెంచుతాయి.

రేటింగ్‌లు.

AAA, AA, A, BBB... నుండి C, D వరకు.

AAA, AA, A పెట్టుబడి పెట్టడానికి గొప్ప బాండ్‌లుగా పరిగణించబడతాయి. పెట్టుబడి గ్రేడ్,

AAA అగ్రస్థానంలో ఉంది. వాగ్దానం చేసినట్లుగా మీరు డబ్బును తిరిగి పొందాలని సి ఆర్ ఏ పూర్తిగా ఆశించింది.

AA తెలివైనది. A స్వంతంగా దాని స్థాయి దానికి ఉంది.

B –, అయితే, ఒకరకంగా ఐఫీ. అవి ఎక్కువ రిస్క్ తో వస్తాయి.

కాబట్టి ఎవరైనా C లో ఎందుకు పెట్టుబడి పెడతారు? లేదా అధ్వాన్నంగా Dలో?

రిస్క్, రివార్డ్.

వీటిని (జంక్ బాండ్‌లు అని పిలుస్తారు) ఎక్కువ రిస్క్ కలిగి ఉంటాయి, విషయాలు అనుకూలంగా పని చేస్తే మాత్రమే అవి మీకు ఎక్కువ రాబడిని కూడా అందిస్తాయి.

సిఫార్సు? AAA లేదా AAgradesతో కొనసాగించండి.

మీరు ఖచ్చితంగా డబ్బు కోసం చూస్తున్నారు, ప్రమాదం కోసం కాదు.

ఎలాగైనా, ఆ కంపెనీలు జాగ్రత్తగా పరిశీలించబడ్డాయని నిర్ధారించుకోవాలి.

కార్పొరేట్ బాండ్లలో ఎలా పెట్టుబడి పెట్టాలి: మీకు సమయం లేదా నైపుణ్యం లేకపోతే, ఇలాంటి కంపెనీలను ఉపయోగించండి

వింట్ వెల్త్, గోల్డెన్‌పై (Golden pie) మీరు సరైన కంపెనీ ఎంచుకోవడంలో సహాయపడతాయి.

కార్పోరేట్ బాండ్ ఇన్వెస్టింగ్ అనేది కార్నర్ ఆఫీస్‌లో చాంబర్లో ఉన్నవారికి డబ్బు ఇవ్వడం లాంటిది. వారు కఠినమైన నిర్ణయాలు తీసుకుంటారు మీకు వడ్డీ వస్తుంది.

ఇన్ని రకాల ఆస్తులు ఉన్నాయా? నేను సందిగ్ధంలో పడ్డాను.

అందరూ అయోమయంలో ఉన్నారు, మీరు ఆందోళన చెందకండి.

ఈ కొన్ని విషయాలను గుర్తుంచుకుని ముందుకు వెళ్లడం మంచిది!

పెట్టుబడి పెట్టడంలో ఆస్తి కేటాయింపు అనేది కీలకమైన అంశం.

యవ్వనంలో ఉండటం + మీ డబ్బులో ఎక్కువ భాగం ఎఫ్ డి లలో ఇరుక్కుపోయింది = సంవత్సరాలుగా మీ రాబడిని పరిమితం చేస్తుంది.

పదవీ విరమణకు దగ్గరగా + స్టాక్-హెవీ పోర్ట్‌ఫోలియో = మీకు స్థిరత్వం అవసరమైనప్పుడు చాలా అస్థిరంగా ఉంటుంది.

అవసరమైనప్పుడు మీకు సహాయపడటం కూడా కీలకం.

➡ ఆస్తి కేటాయింపు కోసం 100-× నియమాన్ని పరిగణించండి.
మీ వయస్సు (x)ని 100 నుండి తీసివేయండి

ఫలితంగా వచ్చేదే మీరు ఈక్విటీలో చొరవ తీసుకుని పెట్టుబడి పెట్టవలసిన శాతం.

మీ వయస్సు 25 అయితే-

(100) - (25) = ఈక్విటీలలో 75% పెట్టుబడి పెట్టండి.

మిగతా 25%? ని సావరిన్ గోల్డ్ బాండ్‌లు లేదా ఈపీఎఫ్/ పీపీఎఫ్ వంటి సురక్షితమైన ఆస్తులలో ఉంచండి.

రిస్క్ సౌకర్యంగా లేని వ్యక్తులు, స్టాక్ మార్కెట్‌లో పెట్టుబడి పెట్టే మొత్తాన్ని తగ్గించుకోండి.

అది తప్పు విధానం.

మీరు రిస్క్ గురించి జాగ్రత్తగా ఉంటే, స్టాక్ మార్కెట్ పెట్టుబడులను తగ్గించవద్దు.

దానికి బదులుగా, ప్రమాదాన్ని తగ్గించడానికి ఈక్విటీ భాగాన్ని సర్దుబాటు చేయండి.

తక్కువ అస్థిరత సూచిక వున్న మ్యూచువల్ ఫండ్స్ మీ లక్ష్యం. ఈ విధంగా, మీరు మార్కెట్ లో హెచ్చుతగ్గులను పరిమితం చేస్తారు.

ఇది స్మార్ట్ ఈక్విటీ పెట్టుబడి గురించి, తక్కువ ఈక్విటీ పెట్టుబడి గురించి కాదు.

ఈ నియమానికి మినహాయింపు: మీకు అవసరమైన డబ్బును స్వల్పకాలంలో, ఈక్విటీలో లేదా విక్రయించడానికి, కష్టతరమైన ఆస్తులలో పెట్టుబడి పెట్టవద్దు.

ఉదాహరణకు, మీకు 6–8 నెలల్లో ఒక కోర్సు కోసం డబ్బు అవసరమైతే, ఆ డబ్బును నగదు రూపంలో ఉంచండి.

➡ మీ రిస్క్ ప్రొఫైల్– మీరు వెతుకుతున్న రాబడి ప్రకారం మీ ఆస్తులను ఎంచుకోండి.

యువకులు సాధారణంగా దీర్ఘకాలిక ఆలోచనలు కలిగి ఉంటారు, కొంత రిస్క్ తీసుకోగలరు.

అయితే ఇది వ్యక్తిగత నిర్ణయం! మీరు రిస్క్ మీ దృష్టిలో పెట్టుకొని మీ రాబడిని అంచనా వేయాలి .

→ మీరు ఏ వర్గంలోకి వస్తారో బాగా అర్థం చేసుకోవడానికి 3 రిస్క్ ప్రొఫైల్‌లలో ఒకదాన్ని ఎంచుకోండి.

1. తక్కువ ప్రమాదం

   "నాకు చాలా హెచ్చు తగ్గులు అక్కర్లేదు."

దాని కోసం తక్కువ రాబడి వచ్చినా సరే – సంవత్సరానికి 6%–10%

ఎక్కువగా స్థిర ఆదాయం (ఈపీఎఫ్/ పి పి ఎఫ్ / ఎన్ పి ఎస్/ కార్పొరేట్ బాండ్లు), బంగారం, రియల్ ఎస్టేట్ కోసం వెళ్ళండి.

2. మధ్యస్థంగా ప్రమాదం

"నేను మీడియం అప్స్/డౌన్స్‌తో బాగానే ఉన్నాను, కొంచెం మెరుగైన రాబడిని పొందడానికి - సంవత్సరానికి 10-14%"

లార్జ్ క్యాప్ మ్యూచువల్ ఫండ్లలో 100-X

స్థిర ఆదాయం లేదా బంగారం లేదా రియల్ ఎస్టేట్‌లో X

3. హై రిస్క్

"నేను ఉత్తమ రాబడిని పొందేంత వరకు - సంవత్సరానికి 14% పైన... వచ్చే వరకు హెచ్చుతగ్గులతో సరిపెట్టుకోవాలి."

లార్జ్ క్యాప్, మిడ్ క్యాప్, స్మాల్ క్యాప్ మిశ్రమంలో 100-X (60:25:15)

స్థిర ఆదాయం లేదా బంగారం లేదా రియల్ ఎస్టేట్‌లో X.

కానీ ఈ నిర్ణయం తీసుకునే ముందు, గుర్తుంచుకోండి.

రాబడిలో చిన్న తేడా = చివరికి పెద్ద తేడా!

- రూ. 1L 12% = ~8L వద్ద 20 సంవత్సరాల పాటు పెట్టుబడి పెట్టబడింది
- రూ. 1L 15% = ~16L వద్ద 20 సంవత్సరాల పాటు పెట్టుబడి పెట్టబడింది
- రూ. 1L 18% = ~32L వద్ద 20 సంవత్సరాల పాటు పెట్టుబడి పెట్టబడింది

కానీ 18% పొందే వ్యక్తి మళ్లీ అది పెరగకముందే వాటి విలువ భారీగా తగ్గడం చూడవచ్చు.

→ మీ పెట్టుబడిని రెట్టింపు చేయడానికి ఎంత సమయం పడుతుందో అర్థం చేసుకోవడానికి 72 నియమాన్ని ఉపయోగించండి.

ఆ నియమం ఇలా చెబుతోంది:

72/మీ పెట్టుబడి రాబడి రేటు = మీ డబ్బును రెట్టింపు చేయడానికిసుమారుగా ఇన్ని సంవత్సరాలు పట్టింది.

మీ పోర్ట్‌ఫోలియో మీకు ఇచ్చేది:

- 12% రాబడి, మీ డబ్బు ~6 సంవత్సరాలలో రెట్టింపు అవుతుందని ఆశించండి (72/12)
- 15% రాబడి – ~4.8 సంవత్సరాలలో మీ డబ్బు రెట్టింపు అవుతుందని ఆశించండి (72/15)
- 18% రాబడి, మీ డబ్బు ~4 సంవత్సరాలలో రెట్టింపు అవుతుందని ఆశించండి (72/18)

వ్యక్తిగత ఆస్తుల కోసం కూడా ఈ నియమాన్ని ఉపయోగించండి.

ఉదా., మీరు ఎఫ్ డి ~6% రాబడి రేటులో పెట్టుబడి పెడితే, మీ డబ్బు 12 సంవత్సరాలలో రెట్టింపు అవుతుంది.

మీరు 10% రాబడితో మ్యూచువల్ ఫండ్‌లో పెట్టుబడి పెడితే, మీ డబ్బు 7.2 సంవత్సరాలలో రెట్టింపు అవుతుంది.

మీరు సాధారణ రాబడి రేటు లేకుండా క్రిప్టోలో పెట్టుబడి పెడితే, అది ఎప్పుడు రెట్టింపు అవుతుందో మీకు తెలియదు.

ఇది రేపు రెట్టింపు కావచ్చు లేదా 0కి వెళ్లవచ్చు.

→ వైవిధ్యం అదే. బాగా పని చేస్తున్నదానిని రెట్టింపు చేయండి.

ఇది జీవితంలో చాలా విషయాలకు వర్తిస్తుంది.

ఉదాహరణ: నింబు పానీ? యాదృచ్ఛికంగా అనిపిస్తుంది – ఒక వ్యక్తి ఒకేసారి రెండు వస్తువులను ఎప్పుడు కొనుగోలు చేస్తాడు?

బహుశా ఎప్పుడూ – అది పాయింట్.

ఇది చల్లగా ఉన్నప్పుడు, చాయ్ అమ్మడం సులభం. వెచ్చగా ఉన్నప్పుడు, నింబు(నిమ్మ) పానీని విక్రయించడం సులభం.

రెండూ అమ్ముతున్నారా? మేధావి!

– ఒకటి పైన, మరొకటి క్రింద ఉన్నప్పుడు.

కానీ శీతాకాలంలో? చాయ్‌పై రెండింతలు. ఎందుకంటే అది పని చేస్తోంది.

పెట్టుబడిలోనూ అదే.

మీ పెట్టుబడిని విస్తరించండి.

ఒక్క ఆస్తి మాత్రమే కాదు.

బంగారం అంటే ఇష్టమా? మనమంతా చేస్తాం. ప్రతి ఒక్కటి బంగారం మీద పెట్టాం అని ఎప్పటికీ అర్థం కాదు.

టెక్ లో పాక్షికంగా? బాగుంది, కానీ అంతకు మించి విస్తరించండి.

ఆరోగ్య సంరక్షణలో కూడా పెడుతున్నారా? సూపర్, కానీ మీరు మాత్రమే మొత్తం సెక్టార్ ఫలితాన్ని ప్రభావితం చేయలేరు.

ఆస్తులలో కూడా వైవిధ్యంగా పెట్టుబడి పెట్టండి.

మీరు దాంట్లోకి ప్రవేశించిన తర్వాత, అర్థం చేసుకున్నప్పుడు మాత్రమే, పని చేస్తున్న దానిని రెట్టింపు చేయండి.

ఓవర్–డైవర్సిఫికేషన్ సూపర్ నార్మల్ రాబడిని ఇవ్వకపోవచ్చు.

పని చేస్తున్నవాటిలో ఎక్కువ స్వంతం చేసుకోవచ్చు.

→ గుర్తుంచుకోండి, మీరు దీర్ఘకాలికంగా వుంటారని

మార్కెట్ పైకి క్రిందికి వెళితే – మీరు పెట్టుబడి పెట్టడం లేదని దీని అర్థమా?

లేదు! మీరు పెట్టుబడి పెట్టడానికి దీర్ఘకాలిక దృష్టి కలిగి ఉండాలని దీని అర్థం.

మీరు పెట్టుబడిని త్వరగా రాబడి వస్తుందని భావించవచ్చు.

అది బాగున్నప్పుడు మీరు ఉంటారు.

చెడుగా ఉన్నప్పుడు మీరు బయట ఉన్నారు.

మీరు నిష్క్రమించాలనుకుంటున్నారా లేదా ఉండాలనుకుంటున్నారా అనేది మీకు ఎప్పటికీ ఖచ్చితంగా తెలియదు.

లేదా దానిని కట్టుబడి ఉన్నట్టుగా భావించవచ్చు.

మీరు సమయం ఇవ్వండి. ప్రయత్నించండి.

హెచ్చుతగ్గులకి కట్టుబడి ఉండండి.

Tinder , Shaadi.com ల మధ్య వ్యత్యాసం,?

మీరు స్వేచ్ఛాగానైనా, నిబద్ధతతో నయినా, ఆర్థిక విషయాలలో, సుదీర్ఘ కాలం ఉండాలనుకోండి.

→ పెట్టుబడి ఖర్చులలో భాగం

మీరు చెల్లించే రుసుములు – అత్యంత ముఖ్యమైన అంశం కాదు, కానీ పరిశీలించదగినది.

మీరు చెల్లించే ప్రతి రూపాయి → పెట్టుబడిలో తగ్గిన రూపాయి → దీర్ఘకాలంలో మీ నికర లాభాలను ప్రభావితం చేస్తుంది.

ప్రత్యేకించి వివిధ రంగాల్లో పెట్టుబడి పెట్టినప్పుడు విస్తృత, వ్యాప్తి కోసం చూడండి.

ఉదా., మీరు చిన్న మొత్తాలను పలు పెద్ద క్యాప్ మ్యూచువల్ ఫండ్‌లలో పెట్టండి.

ఈ ఫండ్‌లలో చాలా వరకు ఒకే స్టాక్‌లను కలిగి ఉండే అవకాశాలు ఉన్నాయి.

అంచనా? మీరు సారూప్యకలిగిన పోర్ట్‌ఫోలియోల కోసం అనేక రుసుములను చెల్లిస్తున్నారు.

చూడవలసిన అతి ముఖ్యమైన ఖర్చు మానసికమైనది.

మీ నిద్రను పోగొట్టేటప్పుడు అది మీకు రాబడిని ఇచ్చినా, ఆ పెట్టుబడి విలువైనది కాదు.

మరోవైపు – మీరు చేస్తున్నప్పుడు అది కేవలం నిద్రపోతే, పెట్టుబడికి విలువ ఉండదు.

Twitter (క్షమించండి, X) అని నాకు క్రిప్టో చెబుతోంది

> గమనిక:
>
> క్రిప్టోకరెన్సీ దీర్ఘకాలిక అవకాశాలను, విశ్వసిస్తే అందులో పెట్టుబడి పెట్టండి.
>
> భారీ ధరల మార్పులు, రాబోయే నష్టాలను ఎదురుకోడానికి సిద్ధంగా ఉండండి.

క్రిప్టో సందడి చేస్తోంది, కేవలం Xలో మాత్రమే కాదు.

దాని ఆకర్షణ కాదనలేనిది.

ఇది సాంప్రదాయ ఫైనాన్స్‌ను సవాలు చేస్తోంది.

ఇది కట్టుబాటును ప్రశ్నిస్తున్న అసాధారణ ప్రశ్న.

ప్లస్ పెద్ద విజయాల కల!

ఊహాజనితమైన ప్రతిదానిలాగే, ఆశ అనేది వ్యసనం.

కానీ ఇక్కడ క్రిప్టో విషయం ఉంది: ఇది కూడా ప్రమాదకరమే.

ధరలు ఊపందుకున్నాయి, అవి పెద్దగా మారతాయి.

మీరు దీన్ని రోజుకు 5 సార్లు తనిఖీ చేయవచ్చు, ధరలు విపరీతంగా మారవచ్చు.

ఒక రోజు మీరు 10% జంప్‌ని చూస్తారు; మరుసటి రోజు, అది అంతగా పడిపోవచ్చు. బిట్‌కాయిన్, ఇథిరియమ్ (Ethereum) వంటి పెద్ద వాళ్ళు కూడా

ఈ రోలర్ కోస్టర్‌మీద సవారి చేశారు.

క్రిప్టోకరెన్సీలను ఎవరైనా ప్రారంభించవచ్చు!

అది వారి అభిరుచి. వారికి ప్రమాదం కూడా.

నియంత్రణ లేకపోవడం అంటే స్కామ్‌లు లేదా పెద్ద నష్టాల విషయంలో భద్రతా వలయాలు లేవు.

వ్యక్తిగతంగా, నేను సాపేక్షంగా స్థిరమైన నగదు వైపు మొగ్గు చూపుతాను –బిట్‌కాయిన్, ఇథిరియమ్, సోలన.

అయితే ఏదైనా క్రిప్టో పెట్టుబడిలో చేసేముందు మీరు స్వంతంగా పరిశోధన చేయండి.

మీరు సుదీర్ఘకాలం ఆట ఆడేందుకు సిద్ధంగా ఉన్నట్లయితే మాత్రమే పెట్టుబడి పెట్టండి (అన్ని ఇతర పెట్టుబడుల మాదిరిగానే)

భారీ ధరల స్వింగ్‌లను స్వీకరించడానికి సిద్ధంగా ఉండండి.

ఇక్కడ యాంత్రిక ప్రతిచర్యలకు అవకాశం లేదు.

కొంటే భయాందోళనకు గురి చేస్తుందా? చెడు ఆలోచనలు.

ఎల్లప్పుడూ ఈ విభాగాన్ని మీ పోర్ట్‌ఫోలియోలో 5% లేదా అంతకంటే తక్కువగా ఉంచండి.

క్రిప్టోలో పెట్టుబడి పెట్టడం ఎలా: క్రిప్టోను కొనుగోలు చేయడానికి WazirX, CoinSwitch లేదా Binance వంటి వాటిని చూడండి.

క్రిప్టోలో పెట్టుబడి పెట్టడం అనేది పెంపుడు రాయిని కలిగి ఉండటం లాంటిది, అది ఒక రోజు ఎంతో లాభాన్ని తెచ్చి, తర్వాత రోజు తేలికైన పేపర్ గా మారుతుంది.

మిలియనీర్లు నాకు రియల్ ఎస్టేట్ గురించి ఇలా చెబుతారు:

గమనిక:

రియల్ ఎస్టేట్ పెట్టుబడి = కుటుంబ పార్టీలలో గొప్పగా చెప్పుకోవడం .

బహుమతులు ఉన్నాయి. నిష్క్రియ ఆదాయాన్ని సృష్టించవచ్చు.

ఇది కూడా ప్రతికూలతలను కలిగి ఉంది – ఇది ఆస్తిగా ఉంటుంది, ముందస్తు మూలధనం, నిర్వహణ, సమయం అవసరం.

ఆర్ ఇ ఐ టి లుసరళమైన దారిని అందిస్తాయి. అధిక భారం లేకుండా ప్రాపర్టీ పెర్క్‌లను ట్యాప్ చేయడానికి అనుమతిస్తుంది.

భారతదేశంలో రియల్ ఎస్టేట్ కేవలం ఆస్తి కాదు; ఇది మెరుగైన స్థితి .

"చూడు అమ్మా, నేను ఇల్లు కొన్నాను!"

మీ పోర్ట్‌ఫోలియోను మెరుగుపరచుకోవడానికి ఇది ఒక గొప్ప ఎంపిక.

ఇది స్టాక్‌లు లేదా బాండ్ల కంటే తక్కువ అస్థిరతను కలిగి ఉంటుంది.

కొంత నిష్క్రియ ఆదాయాన్ని సంపాదించడానికి ఇది మంచి మార్గం.

మీరు ఆస్తిని కొనుగోలు చేసి, భూస్వామిగా మారండి . ఆనందించండి.

మీ అద్దె ఆదాయం.

క్యాచ్? మీరు భరించవలసి ఉంటుంది.

రియల్ ఎస్టేట్‌కు కొంత ఎక్కువగానే ముందస్తు మూలధనం అవసరం.

మీరు చిన్న ఫ్లాట్ ఎంచుకుంటే, అద్దె ఆదాయం లాభదాయకంగా ఉండకపోవచ్చు.

ఇక్కడ జాగ్రత్తగా వుండండి :

దీనికి అనేక ఇతర ఆస్తి విభాగాల కంటే ఎక్కువ ప్రమేయం అవసరం.

భూస్వాములు రుణ ఈ ఎమ్ ఐ లు, ఆస్తి నిర్వహణ, అద్దెదారుల సమస్యలు వుంటాయి.

అలాగే, ఇది నిజంగా నగదు కాదు.

మీ డబ్బు గా మార్చడానికి, మీ ఆస్తిని అమ్మాలి. దీనికి చాలా సమయం పట్టవచ్చు.

భూమిలో పెట్టుబడి పెట్టడం మరొక ఎంపిక. ఇది మెచ్చుకోదగిన ఆస్తి, కానీ దానికున్న సమస్యలతో అది వస్తుంది.

ముఖ్యంగా భారతదేశంలో, టైటిల్ సమస్యలు, పబ్లిక్ రికార్డ్‌లలో లోపాలు, చట్టవిరుద్ధమైన పనులు, తప్పిపోయిన వారసులు, ఫోర్జరీలు, సరిహద్దు సమస్యలు – ఇబ్బంది పెట్టవచ్చు

రియల్ ఎస్టేట్ ఇన్వెస్ట్‌మెంట్ ట్రస్ట్‌లు (REITలు) మరొక ఎంపిక.

ఇది చక్కగా, తక్కువ గజిబిజిగా, చౌకగా ఉంటుంది!

ఆర్ ఇ ఐ టిలు ఎన్నో లక్షణాలను కలిగి ఉంటాయి, నిర్వహించబడతాయి; వారి నుండి ఆదాయం సంపాదించండి.

వాళ్ళు యూనిట్ హోల్డర్ల కి అద్దెను పంచుతారు.

కాబట్టి, ఇది ఆస్తిలో కొంత భాగాన్ని కొనడం లాంటిది.

మీరు యూనిట్‌లను కొనుగోలు చేసి, కొంత పద్ధతైన వాణిజ్య కేంద్రంలో సహ- యజమాని అవుతారు.

రియల్ ఎస్టేట్ కోసం మ్యూచువల్ ఫండ్స్ అని ఆలోచించండి.

మీరు ఆర్ ఇ ఐటి ఒకే యూనిట్‌లో పెట్టుబడి పెట్టవచ్చు, అదే విధంగా డీమ్యాట్ ఖాతా ద్వారా యూనిట్లను కొనుగోలు చేయవచ్చు

మీరు లిస్టెడ్ కంపెనీలో షేర్లను కొనుగోలు చేస్తారు.

ఆర్ ఈ ఐ టి లలో ఎలా పెట్టుబడి పెట్టాలి: దీన్ని చేయడానికి మీకు సమయం లేదా నైపుణ్యం లేకపోతే, Zerodha (కైట్), Groww, Angel One, Upstox, ICICI సెక్యూరిటీస్ వంటి ప్లాట్‌ఫారమ్‌లను ఉపయోగించడం ద్వారా స్టాక్ మార్కెట్ నుండి ఆర్ ఇ ఐ టి లను కొనుగోలు చేయండి.

రియల్ ఎస్టేట్ పెట్టుబడి ఒక సంబంధం లాంటిది. మొదట, ఇది స్థలం గురించి. కానీ కొంతకాలం తర్వాత, పునర్నిర్మాణం గురించి అవుతుంది.

పెట్టుబడిని ఎలా ప్రారంభించాలి: వాటికి సంబంధించిన విషయాలు

పెట్టుబడి పెట్టడం మంచి విషయమే. మనమందరం దీన్ని చేయగలం!!
కానీ, ప్రారంభించడం చాలా గందరగోళంగా ఉంటుంది.

మొదట, ప్రాథమిక అంశాలు

→ పొదుపు చేయండి. పెట్టుబడి. పెట్టండి. పునరావృతం చేయండి.

50/30/20 రూల్ బడ్జెట్ నియమం ప్రారంభించడానికి మంచి విషయం.

- మీ అవసరాల కోసం మీ నెలవారీ ఆదాయంలో 50% (ఈ ఎమ్ ఐ / అద్దె, ఆహారం, యుటిలిటీలు, బిల్లులు)
- కోరికల కోసం 30% (ఫోన్, కారు, గాడ్జెట్‌లు)
- పెట్టుబడులకు నేరుగా 20%.

→ మీ భద్రతా వలయాన్ని నిర్మించుకోండి

మీ అత్యవసర నిధిని నిర్మించుకోండి.

ఆరోగ్య బీమా, జీవిత బీమాలో పెట్టుబడి పెట్టండి.

→ సాధ్యమయ్యే అన్ని పన్నులను ఆదా చేయండి.

మీరు మీ పన్ను పరిధిలోకి వచ్చే ఆదాయాన్ని తగ్గించే ఆస్తులలో పెట్టుబడి పెట్టవచ్చు (పెట్టాలి).

ఈ ఎల్ ఎస్ ఎస్, ఈపీఎఫ్, పి పి ఎఫ్, ఎన్ పి ఎస్ మీ బీమా ప్రీమియంలు – అన్నీ 80C తగ్గింపుల కింద రూ. ఒక్కొక్కరికి సంవత్సరానికి 1.5 లక్షలు.

ఈ పెట్టుబడులు పెట్టండి!

ఈక్విటీలో పెట్టుబడి పెట్టడం ప్రారంభించడానికి డీమ్యాట్ ఖాతాను తెరవండి

డీమ్యాట్ ఖాతా పెట్టుబడులకు ఎలక్ట్రానిక్ బ్యాంక్ లాగా పనిచేస్తుంది: స్టాక్‌లు, మ్యూచువల్ ఫండ్‌లు, బాండ్‌లు, ఇటిఎఫ్‌లు.

ఉదా., మీరు కంపెనీ షేర్లను కొనుగోలు చేస్తే, అది మీ డీమ్యాట్ ఖాతాలో ఎలక్ట్రానిక్ రూపంలో నమోదు చేయబడుతుంది.

ఈక్విటీ పెట్టుబడి కోసం డీమ్యాట్ ఖాతాను కలిగి ఉండటం తప్పనిసరి.

మీ డీమ్యాట్ ఖాతాను తెరవడానికి Zerodha, Groww, 5Paisa, Upstox మొదలైన ప్లాట్‌ఫారమ్‌ల నుండి ఎంచుకోండి – పుష్కలంగా ఎంచుకోవడానికి చాలా ఎంపికలు వున్నాయి!

ప్రారంభించడానికి మీకు పాన్ కార్డ్, ఆధార్ కార్డ్‌తో పాటుగా , కొన్ని ఇతర పత్రాలు అవసరం.

మీ ఐడి రుజువు, చిరునామా రుజువు, బ్యాంక్ వివరాలు కావాలి.

మీ పెట్టుబడి పోర్ట్‌ఫోలియోను పర్యవేక్షించండి

మీ డీమ్యాట్ పెట్టుబడులన్నీ ఒకటి లేదా రెండు డిపాజిటరీలు – ఎన్ ఎస్ డి ఎల్ (నేషనల్ సెక్యూరిటీస్ డిపాజిటరీ లిమిటెడ్) లేదా సి డి ఎస్ ఎల్ (సెంట్రల్ డిపాజిటరీ సర్వీసెస్ లిమిటెడ్). రెండు డిపాజిటరీలు పర్యవేక్షిస్తాయి.

ఎస్ ఇ బీ ఐ (సెక్యూరిటీస్ అండ్ ఎక్స్ఛేంజ్ బోర్డ్ ఆఫ్ ఇండియా)

ఎన్ ఎస్ డి ఎల్ / సి డి ఎస్ ఎల్ పెట్టుబడిదారులకు ఆన్‌లైన్ కన్సాలిడేటెడ్ అకౌంట్ స్టేట్‌మెంట్ (CAS)ని అందిస్తుంది.

ఇది మీకు ఆస్తి విభాగాలలో మీ హోల్డింగ్‌ల ఒకేసారి చూసేలా అందిస్తుంది.

మీరు మీ ఆన్‌లైన్ బ్రోకర్ ప్లాట్‌ఫారమ్ ద్వారా కూడా మీ పోర్ట్‌ఫోలియోను పర్యవేక్షించవచ్చు (ఉదా., Zerodha, Groww, Upstox), మీ

ఆర్థిక సలహాదారు యాప్ / నివేదికలు లేదా DIY స్ప్రెడ్‌షీట్ల ద్వారా కూడా.

పోర్ట్‌ఫోలియో ట్రాకర్ మీ అన్ని ఇన్వెస్ట్‌మెంట్‌ల స్నాప్‌షాట్, అవి ఎలా పని చేస్తున్నాయో మీకు అందించాలి.

మీ ట్రాకర్ అన్ని పెట్టుబడులు, వాటి పనితీరును ప్రదర్శించాలి.

పెట్టుబడులను లక్ష్యాలకు అనుగుణంగా మార్చడానికి క్రమానుగతంగా సమీక్షించండి.

ఎస్ఐపిలు: మార్కెట్ అస్థిరతను సులభతరం చేయడానికి క్రమం తప్పకుండా పెట్టుబడి పెట్టండి.

సిస్టమేటిక్ ఇన్వెస్ట్ మెంట్ ప్లాన్‌లు (ఎస్ ఐ పి ఎస్) స్కీమ్‌లు లేదా పెట్టుబడి ఉత్పత్తులు కావు.

వాటిని ఈఎంఐ లుగా భావించండి.

బ్యాంకుకు చెల్లించే బదులు, మీరే చెల్లిస్తున్నారు.

– ఎస్ఐపి అనేది ఆర్థికపరమైన క్రమశిక్షణ.

ప్రతి నెలా, నిర్ణీత తేదీన, మీ ఖాతా నుండి ఎంచుకున్న మ్యూచువల్ ఫండ్‌కి డబ్బు ఆటోమేటిక్ గా బదిలీ చేయబడుతుంది.

ఇది పెద్ద మొత్తాలను గురించి కాదు; ఇది సాధారణ, అదే పరిమాణం లో వున్న నగదు గురించి.

పొదుపు వాలెట్‌పై తక్కువ భారాన్ని కలిగిస్తుంది.

– మార్కెట్ మూడ్ స్వింగ్‌లను మెనేజ్ చేయడానికి ఎస్ఐపిలు గొప్పవి.

ఎస్ఏపీలతో, మీరు మ్యూచువల్ ఫండ్ యూనిట్లను రెగ్యులర్, నిర్ణీత వ్యవధిలో, వివిధ మార్కెట్ ధరలలో కొనుగోలు చేస్తారు.

ధరలు తగ్గినప్పుడు మీకు ఎక్కువ యూనిట్లు వస్తాయి, అవి గరిష్ట స్థాయికి చేరుకున్నప్పుడు తక్కువ వస్తాయి.

ఇది మీ పెట్టుబడి సగటుఖర్చును చూపుతుంది.

ఇది మార్కెట్ మూడ్ స్వింగ్‌లకు వ్యతిరేకంగా మీకు రక్షణ కవచం.

– అవి సమ్మేళనం శక్తిని ఉపయోగించుకుంటాయి.

ఎస్ఐపిలతో, మీరు స్థిరంగా ఉంటారు.

మంత్రమా? మీ ప్రధాన మొత్తం పెరగడమే కాదు.

ఆ మొత్తంమీద రాబడులు కూడా పెరుగుతాయి.

కాలక్రమేణా, ఇది మీ డబ్బును గుణిస్తుంది.

- అవి చాలా సులభంగా ఉన్నాయి!

ఇది కేవలం నెలవారీ విషయం కాదు.

కొన్ని వారానికో లేదా త్రైమాసికమైనా పెట్టుబడి పెట్టడానికి అనుమతిస్తాయి.

రెగ్యులర్ ప్లాన్‌లపై నేరుగా ఎంచుకోండి.

డైరెక్ట్ ప్లాన్‌లు సాధారణంగా తక్కువ వ్యయ నిష్పత్తిని కలిగి ఉంటాయి.

ఇది దీర్ఘకాలంలో అధిక రాబడికి మార్గం అవుతుంది.

మీరు ఇప్పటికే సాధారణ ప్లాన్‌లో ఉన్నట్లయితే, డైరెక్ట్‌కి మారాలనుకుంటే, వచ్చే ఎగ్జిట్ లోడ్‌ల కోసం తనిఖీ చేయండి, మూలధన లాభం, పన్ను చిక్కులు.

- మీ ప్లాట్‌ఫారమ్‌ని ఎంచుకోండి

అనేక ప్లాట్‌ఫారమ్‌లు ఉన్నాయి - కాయిన్, గ్రో, ఐసిఐసి సెక్యూరిటీస్, ఏంజెల్ బ్రోకింగ్, అప్‌స్టాక్స్.

ప్రతి ఒక్కటి ప్రత్యేక ఫీచర్లు, ఆఫర్లతో వస్తుంది.

మీ పెట్టుబడి లక్ష్యాలు, సౌకర్యానికి అనుగుణంగా ఉండే ప్లాట్‌ఫామ్‌ను పరిశోధించండి, ఎంచుకోండి.

- మ్యూచువల్ ఫండ్ ఎస్ఐపిలను ఆపవద్దు.

"మార్కెట్ తక్కువగా ఉంది", "రాబడి మంచిది కాదు".

సాకులు లేవు. ఆగవద్దు.

ప్రారంభించండి!

వ్యక్తిగత ఫైనాన్స్ ఒక కారణం వల్ల వ్యక్తిగతమైనది.

మీ విధానం మీది. దాన్ని సొంతం చేసుకోండి.

మీకు అసౌకర్యం కలిగించే దానిలో పెట్టుబడి పెట్టడానికి ఎవరూ మిమ్మల్ని నెట్టరు.

మీరు నష్టపోలేరనే నమ్మకంతో దేనిలోనైనా పెట్టుబడి పెట్టకండి.

కొన్నిసార్లు, మీరు ఇతరులకన్నా అదృష్టవంతులు అవుతారు. ఇతర సమయాల్లో, కారు.

కొన్నిసార్లు, మీరు ఇతరులను మించిపోతారు. ఇతర సమయాల్లో, మీరు మించలేరు.

పెట్టుబడి పెట్టడంలో మీ ఏకైక స్థిరమైన అంశం:

- ఇతరులకన్నా ముందుగా ప్రారంభించడం.
- స్థిరంగా ఉండటం.
- ఇతరులకన్నా ఎక్కువ ఓపికగా ఉండటం

"సమస్య ఏమిటంటే, ఎవరూ నెమ్మదిగా ధనవంతులు కావాలని కోరుకోరు"

— వారెన్ బఫెట్

దీని గురించి ఆలోచించండి!

- మీరు అది చిన్న మొత్తమే అయినా వీలైనంత త్వరగా పెట్టుబడి పెట్టడం ప్రారంభించండి.

  చక్రవడ్డీ మీ డబ్బును వేగవంతమైన రేటుతో గుణిస్తుంది – మీరు దాని వడ్డీ సంపాదిస్తారు

  ఆసక్తి. మీ డబ్బు ఎంత ఎక్కువ కాలం పెట్టుబడిగా ఉంటే, అంత మంచిది.

- మీ రిస్క్ టాలరెన్స్ మీరు ఎలా పెట్టుబడి పెట్టాలో నిర్ణయిస్తుంది.

  తక్కువ రిస్క్ ఉన్న ఆస్తులు సాధారణంగా తక్కువ రాబడిని అందిస్తాయి

  అధిక రిస్క్ ఉన్న ఆస్తులు మీకు అధిక రాబడిని ఇవ్వగలవు, కానీ అధిక నష్టాలను కూడా అందిస్తాయి.

  తెలివైన వారు ప్రమాదాన్ని సమతుల్యం చేస్తారు.

- రిస్క్ బ్యాలెన్స్ చేయడం ఎలా?

  ఆస్తి కేటాయింపు.

  విభిన్న రిస్క్‌లతో, విభిన్న ఆస్తులలో పెట్టుబడి పెట్టండి.

- రిస్క్‌ను నిర్వహించడానికి మంచి నియమం?

  100–X నియమం: మీ వయస్సు X అయితే, స్థిర ఆదాయంలో X% (తక్కువ రిస్క్), 100–X% ఈక్విటీలలో పెట్టుబడి పెట్టండి (అధిక రిస్క్)

- మీ పెట్టుబడిని రెట్టింపు చేయడానికి ఎంత సమయం పడుతుందో అర్థం చేసుకోవడానికి 72 నియమాన్ని ఉపయోగించండి

ఆ నియమం ఇలా చెబుతోంది: 72/మీ పెట్టుబడి రాబడి రేటు = మీ డబ్బును రెట్టింపు చేయడానికి సుమారు ఇన్ని సంవత్సరాలు పడుతుంది.

- గుర్తుంచుకోండి: మీరు దీర్ఘకాలికంగా ఆడుతున్నారు!

ఇలా చెయ్యండి!

- ఈక్విటీలో పెట్టుబడి పెట్టడం ప్రారంభించడానికి డీమ్యాట్ ఖాతాను తెరవండి

  డీమ్యాట్ ఖాతాను తెరవడానికి నమ్మకమైన బ్రోకరేజ్ లేదా బ్యాంకును ఎంచుకోండి, ఈక్విటీ పెట్టుబడుల్లోకి ప్రవేశించండి.

  Zerodha, Groww, 5Paisa లేదా **Upstox** వంటి ప్లాట్‌ఫారమ్‌ల ద్వారా మీరు దీన్ని ఆన్‌లైన్‌లో చేయవచ్చు.

- మీ ఆస్తి కేటాయింపు వ్యూహాన్ని నిర్ణయించండి.
  - మీరు ఈక్విటీలో ఎంత పెట్టుబడి పెట్టాలో నిర్ణయించుకోండి (100–X నియమం మంచి ప్రారంభం).
  - ఈక్విటీలో, మీరు ఎంత రిస్క్ తీసుకోవాలనుకుంటున్నారో నిర్ణయించుకోండి.
    - లార్జ్‌క్యాప్ మ్యూచువల్ ఫండ్స్‌లో ఎంత?
    - మిడ్‌క్యాప్ మ్యూచువల్ ఫండ్స్‌లో ఎంత?
    - స్మాల్‌క్యాప్ మ్యూచువల్ ఫండ్స్‌లో ఎంత?
- స్థిర ఆదాయం / సురక్షితమైన ఆస్తులలో, మీరు దానిని వివిధ ఆస్తుల మధ్య ఎలా విభజించాలో నిర్ణయించుకోండి (ఉదా. ఈపీఎఫ్, ఎన్ పి ఎస్ బాండ్లు, బంగారం మొదలైనవి)

- మీ పెట్టుబడులను ఆటోమేట్ చేయండి

  మీ పొదుపులను ఉంచడానికి ప్రత్యేక ఖాతాను తెరవండి (పెట్టుబడి పెట్టడానికి!)

  మీ జీతం ఖాతా నుండి మీ పెట్టుబడి ఖాతాలకు ఆటో-బదిలీలను ఏర్పాటు చేయండి

- సిస్టమాటిక్ ఇన్వెస్ట్‌మెంట్ ప్లాన్‌లను (ఎస్ఐపిలు) ప్రారంభించండి-అవి మార్కెట్ అస్థిరతను సమతుల్యం చేయడానికి గొప్పవి.

నా డబ్బుని బాగా మేనేజ్ చేయాలి

చాలా మంది వ్యక్తులు ఒక సంవత్సరంలో ఏమి చేయగలరో
అన్న దాన్ని అతిగా అంచనా వేస్తారు, లేదా చాలా
తక్కువగా అంచనా వేస్తారు.

వారు ఒక దశాబ్దం లేదా రెండు సంవత్సరాలలో
సాధించగలరు.

వాస్తవం ఏమిటంటే: మీరు పరిస్థితులని నియంత్రించలేరు,
మీరు మీ జీవిత అనుభవానికి రూపశిల్పి.

— టోనీ రాబిన్స్

ఐ ఎస్ బి లో నా ఉద్యోగం నాకు చాలా డబ్బు ఇచ్చింది.

అందుకే నా దగ్గర బోలెడంత డబ్బు ఉందని చూపించుకోవడానికి ఖర్చుపెట్టాను.

కారు కొన్నాను.

ఇంటిని అప్‌గ్రేడ్ చేసాను.

ఉపకరణాలు కొనుగోలు చేసాను.

క్రెడిట్ కార్డ్ వచ్చింది.

నా 20 ఏళ్ళలో, నాకు 'రిచ్ మైండ్‌సెట్' ఉండేది.

పూర్తిగా ఖర్చు గురించి.

ఫ్లెక్సింగ్ గురించి.

వర్తమానం కోసం జీవించాను.

ఇప్పుడు 40 ఏళ్ల వయస్సులో, నేను 'సంపన్న మనస్తత్వం' కలిగి ఉండాలని కోరుకుంటున్నాను.

జీవితాన్ని గడుపుతూనే, భవిష్యత్తు కోసం ప్లాన్ చేసుకున్నాను.

స్థిరంగా సంపదను నిర్మించి, పెంచుకున్నాను.

ఆర్థిక భద్రత కోసం.

ఆర్థిక స్వాతంత్రం కోసం.

ఈ రోజు మనం చేసే డబ్బుకి సంబంధించిన నిర్ణయాలు, రేపటి మన జీవన ప్రమాణాన్ని నిర్ణయిస్తాయి.

డబ్బు మనకు అవకాశాలను అందిస్తుంది.
అది మన ఆశయాలను నడిపిస్తుంది.
ఇది మన కలలకు ఆజ్యం పోస్తుంది.
అది మనకు స్వేచ్ఛను ఇస్తుంది.
అది మనకు సుఖాన్ని ఇస్తుంది.
డబ్బు కేవలం కరెన్సీ కాదు. ఇది ఒక జీవనాధారం.

కానీ ఇక్కడ విచిత్రం ఏమిటంటే:
చాలా కీలకమైన దాని కోసం, మనకి గేమ్ ప్లాన్ లేదు.
మనలో చాలా మంది కేవలం ప్రవాహంతో కొట్టుకుపోతున్నాం.
మనం వెళ్ళేటప్పుడు రెక్కలు విచ్చుకుని ఎగురుతున్నట్లు భావిస్తున్నాం.

మన 20వ దశకంలో, మనమందరం నిర్లక్ష్యంగా జీవితం గురించి మాట్లాడుతున్నాం.
"నా జీవితం, నా నియమాలు", అన్నీ.
అప్పుడు, 30 లు వస్తాయి.
బాధ్యతలను నెరవేర్చడం, పెరిగిన అంశాలు పార్టీని క్రాష్ చేస్తాయి.

మనం 40లను చేరామ్. 50లు. పదవీ విరమణ చాలా దూరంలో లేదు.
పిల్లలు కాలేజీ ఫీజుల గురించి మాట్లాడుకోవడం మొదలుపెట్టారు.
మీకు కొత్త ల్యాప్‌టాప్ కావాలి. పిల్లలకు కూడా ఒకటి కావాలి.
మనం మునుపటిలా ఆరోగ్యంగా లేం.
కానీ మనం ఆ లక్ష్యాలను పూర్తి చేస్తున్నాం. అక్కడ బాధ.

ఇప్పటికీ... ఒక వేధింపు అనుభూతి.

మనం బాగా ప్లాన్ చేయాలని కోరుకుంటున్నాం.

మనం ఎంత పెద్దవారైతే అంత డబ్బు ముఖ్యం.

కానీ మా 20 ఏళ్లలో, మనం దాన్ని చూడలేం.

మనం పెట్టుబడి గేమ్-మారుతున్న సామర్థ్యాన్ని కోల్పోతాం.

మనం కాంపౌండింగ్ మాయాజాలాన్ని కోల్పోతాం.

మనం మన డబ్బు పెరగడానికి తగినంత సమయం ఇవ్వడం కోల్పోతాం.

ముందుగానే ప్రారంభించడమే మార్గం. కానీ ఇది ప్రారంభించడానికి ఎంతో ఆలస్యం కాదు.

మీ డబ్బు గురించి అవగాహనగా వుండండి.

ఇది మీ డబ్బు కథ – మీరు దీన్ని వ్రాయండి!

మీ ఆర్థిక ప్రణాళిక ప్రతి జీవిత దశతో అభివృద్ధి చెందాలి.

దీన్ని వూహించండి:

మీరు మీ 20 ఏళ్ల వయస్సులో ఉన్నారు, సంవత్సరానికి ₹5 లక్షలు సంపాదిస్తున్నారు.

మీరు మీ తల్లిదండ్రులతో నివసిస్తున్నారు, కొన్ని బిల్లులు, ఆధారపడేవారు లేరు.

జీవితం గొప్పది!

మీ 30 ఏళ్ల వయస్సుకి వెళ్లండి: అదే ₹5 లక్షలు కష్టంగా అనిపిస్తుంది.

కుటుంబ బాధ్యతలు పెరుగుతాయి, ఆరోగ్య సమస్యలు తలెత్తుతాయి, మీ తల్లిదండ్రులు కూడా వృద్ధులవుతున్నారు

ఇప్పుడు, మీ 40 ఏళ్లలో, ఆ ₹5 లక్షలు విపత్తుగా చెప్పవచ్చు.

రిటైర్మెంట్ దగ్గర పడుతోంది. ప్లాన్ ఏమిటి, బ్రో?

ఈ పరిస్థితి అసంభవం కావచ్చు, కానీ ఈ ఉదాహరణ ఇవ్వడంలో పాయింట్ అది కాదు.

మీ డబ్బు గేమ్ పెరుగుతున్న వయస్సు, ఆదాయంతో సమానంగా పెరగాలి.

కాబట్టి, 3 దశాబ్దాలు – 20లు, 30లు, 40లలో మీ జీవితాన్ని వూహిద్దాం.

3 ఆదాయ వర్గాలలో – ₹3 లక్షల కంటే తక్కువ, ₹3–9 లక్షలు, ₹9 లక్షల కంటే ఎక్కువ వార్షిక జీతం.

అక్కడ మీ దగ్గర ఉంది! 3x3 వర్గాలు. తొమ్మిది విభిన్న కాంబోలు. తొమ్మిది గేమ్ ప్లాన్‌లు.

వర్గంలో మీరున్న చోటుని కనుగొనండి.

జీవన ఆటలో మీకు అవసరమైన ఏకైక 3x3 చీట్-షీట్‌గా దీన్ని ఆలోచించండి.

వయస్సు, జీతం ఆధారంగా ఆర్థిక ప్రణాళిక

వయసు	మీ 20 ఏళ్లు
ఆదాయం	<సంవత్సరానికి ₹3 లక్షలు

శీర్షిక: మీకు సమయం ఉంది. సాహసం చేయండి. మీ ఆదాయాన్ని పెంచుకోవడానికి మార్గాలను కనుగొనండి.

- మొదటిది, ఆర్థిక రక్షణ

  ఎమర్జెన్సీ ఫండ్: 3 నెలలకు సరిపడ.

  ఆరోగ్య బీమా: మీ తల్లిదండ్రుల కోసం. వారికి అది కావాలి. మీరు ప్రస్తుతం ఒక్కటి కూడ లేకుండా ఉండవచ్చు.

  జీవిత బీమా: మీ 30 ఏళ్ల వరకు వేచి ఉండవచ్చు. లేదా మీ ఆదాయం సంవత్సరానికి ₹9 లక్షలు దాటే వరకు.

- మీ కోరికల కోసం 20% కంటే ఎక్కువ ఖర్చు చేయవద్దు

  మీరు చిన్నవారు, మీకు చాలా విషయాలు కావాలి.

  మీరు కలిగి ఉండాలనుకునేవి కానీ, నిజంగా అవసరం లేనివి.

ఇది చేయండి, కానీ ఈ ఆదాయంలో మీరు మీ నెలవారీ ఆదాయంలో 20% కంటే ఎక్కువ ఖర్చు చేయలేరు (మన స్నేహితుడయిన పన్ను కట్టిన తర్వాత,!).

- మీ ఆదాయాన్ని పెంచుకునే మార్గాలను కనుగొనండి

దీన్ని చేయడానికి అప్ స్కిల్లింగ్ ఒక గొప్ప మార్గం.

మరింత అధ్యయనం చేయండి, ఆన్లైన్ కోర్సులను ప్రారంభించండి. పూర్తి చేయండి.

చిన్నచిన్న పనులు చేపట్టి, ఎక్కువ డబ్బు సంపాదించండి.

ఇతర క్రియాశీల లేదా నిష్క్రియాత్మక ఆదాయ అవకాశాల కోసం చూడండి.

దీని గురించి 2వ అధ్యాయంలో వివరంగా చదవండి, "ఇప్పుడు నేను నిజంగా కొంత డబ్బు సంపాదించాలనుకుంటున్నాను"

- మీ ఆదాయంలో కనీసం 30% పెట్టుబడి పెట్టండి!

కాలం మీ అతిపెద్ద, ఆస్తి. మీరు పెట్టుబడి పెడుతున్నారు.

మీ పోర్ట్‌ఫోలియోలో ఎక్కువ భాగం స్టాక్ మార్కెట్‌లోకి వెళ్లాలి.

చక్రవడ్డీ శక్తిని పెంచడానికి, అధిక రాబడిని పొందడానికి!

కొంత భాగం స్థిర రిటర్న్ అసెట్‌స్‌లోకి (భద్రత కోసం) వెళ్తుంది.

ఇది మీకు స్థిరమైన వడ్డీని అందిస్తుంది.

మీరు మీ ఆదాయాన్ని పెంచుకునే వరకు బంగారం, రియల్ ఎస్టేట్, క్రిప్టో వంటి ఆస్తులను దాటవేయండి.

పెట్టుబడి ప్రణాళిక ఇక్కడ ఉంది (మీరు పెట్టుబడి పెట్టే మొత్తానికి):

- *స్థిర రాబడి ఆస్తులకు 25% (ఈపీఎఫ్ / పీపీఎఫ్/ బాండ్లు, డెట్ మ్యూచువల్ ఫండ్స్)*
- *వేరియబుల్ రిటర్న్ ఆస్తులకు 75%*

దాని లోపల:

- నిఫ్టీ50 మ్యూచువల్ ఫండ్స్ ఎస్ఐపిలో 40%
- మిడ్‌క్యాప్ మ్యూచువల్ ఫండ్స్ ఎస్ఐపి లో 30%
- స్మాల్‌క్యాప్ మ్యూచువల్ ఫండ్స్ ఎస్ఐపి లో 30%

- క్రెడిట్ కార్డ్‌లు, రుణాలను నివారించండి

మీకు వస్తున్న ఆదాయంతో మీరు భరించలేని అధిక వ్యయాన్ని వారు ఆహ్వానిస్తారు.

వయసు	మీ 20 ఏళ్లు
ఆదాయం	సంవత్సరానికి ₹3, 9 లక్షల మధ్య

శీర్షిక: మీకు సమయం ఉంది. సాహసం చేయండి.

గొప్పగా జీవించండి, కానీ ఆ ఖర్చును అదుపులో ఉంచండి.

- మొదటిది, ఆర్థిక రక్షణ

  అత్యవసర నిధి: 6 నెలలకు సరిపడా.

  ఆరోగ్య బీమా: మీకు, మీ తల్లిదండ్రులకు (మీరు ఒంటరిగా ఉంటే ఒకరు కావచ్చు)

  జీవిత బీమా: మీ జీతంలో 20 రెట్లు జీవిత బీమా కవరేజీని తర్వాత పెంచుకునే సామర్థ్యంతో పొందండి.

- మీ కోరికల కోసం 25% కంటే ఎక్కువ ఖర్చు చేయవద్దు

  నీవు చిన్నవాడివి, నీవు చిన్నదానవు. స్థిరమైన ఆదాయం పెరుగుతోంది. ఇది చాలా సులభం.

  జాగ్రత్తగా ఉండండి.

  మీ నెలవారీ పన్ను అనంతర ఆదాయాలలో 25% లోపల ఉంచండి.

  మీరు ఖర్చు చేసే ముందు – మిమ్మల్ని మీరు ప్రశ్నించుకోండి: నాకు ఇది నిజంగా కావాలా?

- భయం లేదా దురాశతో పెట్టుబడి పెట్టవద్దు

  మీ స్నేహితులు దూకడం వల్ల అది మీకు సరైనదని అర్థం కాదు.

  దురాశ మీ తీర్పును కప్పివేయనివ్వవద్దు.

  మార్కెట్ పతనమైందా? భయపడాల్సిన అవసరం లేదు.

  మార్కెట్ హెచ్చు తగ్గులను తట్టుకోవడానికి మీకు సమయం ఉంది.

- మీకు సమయం ఉంది. మీ పెట్టుబడులను పెంచుకోవడానికి దీన్ని ఉపయోగించండి.

  స్టాక్ మార్కెట్ మీ బెస్ట్ ఫ్రెండ్ అవుతుంది.

  సమ్మేళన శక్తిని పెంచడానికి, అధిక రాబడిని పొందడానికి!

  స్మాల్, మిడ్ క్యాప్ మ్యూచువల్ ఫండ్స్‌లో ఎక్కువ పెట్టుబడి పెట్టండి.

  ప్రమాదకరమా? ఖచ్చితంగా, కానీ మీరు ప్రమాదాన్ని భరించగలరు. సమయం కావలసినంత వుంది.

  వాటిని లెక్కించిన నష్టాలుగా భావించండి!

స్థిరమైన స్థిర-రాబడి పెట్టుబడులతో దాన్ని బ్యాలెన్స్ చేయండి.

స్థిర వడ్డీతో, వారు భద్రతా వలయాన్ని అందిస్తారు.

- వైవిధ్యం: బంగారం, రియల్ ఎస్టేట్/ఆర్ ఇ ఐ టిలు, క్రిప్టో ప్రయత్నించండి.

  రియల్ ఎస్టేట్‌కు అధిక ముందస్తు పెట్టుబడి అవసరం .

  ఆర్ ఇ ఐటిలు? కేవలం ₹500లో మీరు చేరారు.

క్రిప్టో అస్థిరత. మీరు దానిని అర్థం చేసుకున్నట్లయితే, దాని దీర్ఘకాలిక సామర్థ్యాన్ని మీరు విశ్వసిస్తే మాత్రమే దాన్ని ఎంచుకోండి.

ఇతరులు చేస్తున్నందుకు కాదు.

అనుకూలమైనాపెట్టుబడి ప్రణాళిక ఇక్కడ ఉంది (మీరు పెట్టుబడి పెట్టే మొత్తానికి):

- *స్థిర రాబడి ఆస్తులలో 20% (ఈపీఎఫ్/ పీపీఎఫ్/ బాండ్లు, డెట్ మ్యూచువల్ ఫండ్స్)*

- *వేరియబుల్ రిటర్న్ ఆస్తులకు 75%*

  ఆ లోపల

  - నిఫ్టీ50 మ్యూచువల్ ఫండ్స్ ఎస్ఐపిలో 30%
  - మిడ్‌క్యాప్ మ్యూచువల్ ఫండ్స్ ఎస్ఐపిలో 40%
  - స్మాల్‌క్యాప్ మ్యూచువల్ ఫండ్స్ ఎస్ఐపిలో 30%

- *బంగారానికి 5%; లేదా రియల్ ఎస్టేట్ / ఆర్ ఇ ఐ టి ఎస్ కి 5%; లేదా క్రిప్టోకు 5%*

- క్రెడిట్ కార్డ్ ఫర్వాలేదు.

  డబ్బు చెల్లించే దానిని పొందవద్దు. ఉచితంగా పొందండి.

  పొందడం కష్టంగా ఉంటే, ఎఫ్ డి –సపోర్ట్ ఉన్నదాన్ని పరిగణించండి. ఇది మీకు క్రెడిట్ పరిమితిని ఇవ్వడానికి మీ ఎఫ్డ్ లోని డబ్బును ఉపయోగిస్తుంది.

  క్రెడిట్ కార్డ్ మంచి క్రెడిట్ స్కోర్‌ను ఇవ్వడంలో సహాయపడుతుంది.

  అయితే, మీ బిల్లులను పూర్తిగా, సమయానికి చెల్లించడం మర్చిపోవద్దు!

- రుణం సరే. కానీ విద్య లేదా కారు కోసం మాత్రమే.

విద్య మీ భవిష్యత్తుకు పెట్టుబడిగా ఉంటుంది.

మెరుగైన ఉద్యోగాలు, ఆదాయానికి దారితీస్తుందని ఆశిస్తున్నాం.

ఒక కారు ప్రయాణ ఖర్చులను ఆదా చేస్తుంది.

అదనంగా, మీ రుణాలను చెల్లించడం క్రెడిట్ చరిత్రను నిర్మిస్తుంది.

మీరు సులభంగా తిరిగి చెల్లించగలిగే వాటిని మాత్రమే తీసుకోండి.

ఖచ్చితంగా వ్యక్తిగత రుణాలు వద్దు!

వయసు	మీ 20 ఏళ్లు
ఆదాయం	సంవత్సరానికి ₹9 లక్షల కంటే ఎక్కువ ఆదాయం

ముఖ్య విషయం: మీకు సమయం, డబ్బు ఉంది.

మీ ఉత్తమ జీవితాన్ని గడపండి, తెలివిగా పెట్టుబడి పెట్టండి!

- మొదటిది, ఆర్థిక రక్షణ

  అత్యవసర నిధి: 12 నెలలకి సరిపడా ఉంచుకోవాలి.

  ఆరోగ్య బీమా: మీకు, మీ తల్లిదండ్రులకు (కలిపి, టాప్ అప్‌తో).

  జీవిత బీమా: మీ జీతంలో 25X జీవిత బీమా కవరేజీని తర్వాత పెంచుకునే సామర్థ్యంతో పొందండి.

- మీ కోరికల కోసం 30% కంటే ఎక్కువ ఖర్చు చేయవద్దు

  మీరు యవ్వనంలో, విరామం లేనివారు.

  ఆదాయం కూడా బాగానే ఉంది: మీరు మీ స్వంత "ఫన్ ఫండ్"కి అర్హులు.

  ఆర్భాటానికి ఉదారంగా 30% ఉంచండి: మీరు దాన్ని సంపాదించారు.

  కానీ గుర్తుంచుకోండి, విషయాలు బాగున్నప్పుడు ఎక్కువ ఖర్చు చేయడం సులభం.

  కొత్త గాడ్జెట్ కోసం మీ బడ్జెట్‌ను ఎక్కువగా ఉపయోగించాలా?

  2 నెలలు వేచి ఉండండి లేదా జీరో-కాస్ట్ ఈ ఎమ్ ఐ కోసం వెళ్లండి. క్రమశిక్షణతో ఉండండి.

  మిమ్మల్ని మీరు చూసుకోండి, కానీ తెలివిగా.

- స్థిరంగా పెట్టుబడి పెట్టండి–సమయాన్ని పెంచుకోండి
  మీ ఆదాయాన్ని మీ కోసం పని చేయండి!

  ప్రతి నెల స్థిరంగా పెట్టుబడి పెట్టండి–మీకు ఇది వచ్చింది.

  వృద్ధి కోసం స్టాక్ మార్కెట్‌పై ఎక్కువ దృష్టి పెట్టండి.

  స్మాల్, మిడ్ క్యాప్ ఎఫ్ ల్లో రిస్క్‌తో కూడిన, కానీ దీర్ఘకాలికంగా పెద్ద లాభాలను పొందండి.

  స్థిర పెట్టుబడుల నుండి స్థిరమైన రాబడితో రిస్క్‌ను బ్యాలెన్స్ చేయండి.

– మీ పోర్ట్‌ఫోలియోలో స్థిరమైన ఆధారం

  అయితే ఇక్కడ ఒక చిన్న భాగాన్ని మాత్రమే ఉంచండి!

  స్థిర రాబడులు ద్రవ్యోల్బణంతో సరితూగవు

- ఆ పెట్టుబడులను వైవిధ్యపరచండి: బంగారం, రియల్ ఎస్టేట్/ఆర్ ఇ ఐ టి లు, క్రిప్టో ప్రయత్నించండి.
  రియల్ ఎస్టేట్‌కు ఎక్కువ ముందస్తు డబ్బు అవసరం.

  ఆర్ ఇ ఐ టి లు ₹500తో చిన్నగా ప్రారంభమవుతాయి.

  క్రిప్టో అస్థిరమైనది, సంక్లిష్టమైనది, మీరు దానిని అర్థం చేసుకుంటే మాత్రమే పెట్టుబడి పెట్టండి.

  ఈ మిక్స్ విషయాలను అదుపులో ఉంచుతూ అధిక రాబడిని లక్ష్యంగా పెట్టండి.

అనుకూలమైన పెట్టుబడి ప్రణాళిక ఇక్కడ ఉంది (మీరు పెట్టుబడి పెట్టే మొత్తానికి):

– స్థిర రాబడి ఆస్తులలో 15% (ఈపీఎఫ్/పీపీఎఫ్/బాండ్లు, డెట్ మ్యూచువల్ ఫండ్స్)

- వేరియబుల్ రిటర్న్ ఆస్తులకు 80%

  ఆ లోపల

  - నిఫ్టీ 50 మ్యూచువల్ ఫండ్స్ ఎస్ఐపి లో 25%
  - మిడ్‌క్యాప్ మ్యూచువల్ ఫండ్స్ ఎస్ఐపిలో 40%
  - స్మాల్‌క్యాప్ మ్యూచువల్ ఫండ్స్ ఎస్ఐపి లో 35%

- *బంగారానికి 5%; లేదా రియల్ ఎస్టేట్ లేదా ఆర్ ఈ ఐ టి ఎస్ కి 5%; లేదా క్రిప్టోకు 5%*

- క్రెడిట్ కార్డ్ పొందండి. ఇది మీ కోసం పని చేసేలా చేయండి.

  మంచి క్రెడిట్ స్కోర్ సాధించడానికి ఇది చాలా అవసరం.

  ప్లస్ రివార్డ్ పాయింట్లు, ఫ్రీబీలు. ఈ ఆదాయంలో వద్దు అని ఎందుకు చెప్పాలి!

  ప్రతి నెలా మీ (పూర్తి) బిల్లును చెల్లించడం మర్చిపోవద్దు!

  దీని గురించి 3వ అధ్యాయంలో వివరంగా చదవండి, "కాబట్టి నేను తెలివిగా ఖర్చు చేయగలను"

- రుణం మంచిది. కానీ విద్య లేదా కారు కోసం మాత్రమే

  మంచి ఆదాయం రుణాలు సులభంగా కనిపించేలా చేస్తుంది.

  కానీ నెమ్మదిగా వెళ్లండి. ముఖ్యంగా మీరు చిన్న వయస్సులో ఉన్నప్పుడు భారీ రుణాన్ని తప్పించుకోవడానికి ప్రయత్నించండి.

  విద్య, కారు రుణాలు సరే.

  ఇప్పటి వరకు గృహ రుణం లేదు. మీరు కొనుగోలు చేయగలిగినప్పటికీ.

  ఎందుకంటే మీరుఆ బాధ్యత స్వీకరించడానికి చాలా చిన్నవారు.

వయసు	మీ 30 ఏళ్లు
ఆదాయం	<₹3 లక్షలు సంవత్సరానికి

ముఖ్య విషయం: మీ పొదుపులను జాగ్రత్త పరుచుకోండి. ఆదాయ వృద్ధిపై దృష్టి పెట్టండి.

- మొదటిది, ఆర్థిక రక్షణ

  అత్యవసర నిధి: 6 నెలలకు సరిపడా. ఈ వయస్సులో, మీకు రక్షణ అవసరం.

  ఆరోగ్య బీమా: మీ తల్లిదండ్రుల కోసం. ఈ వయసులో ఇద్దరికీ కావాలి.

  జీవిత బీమా: మీ జీతంలో 15 రెట్లు కవరేజ్ పొందండి

- మీ కోరికల కోసం 15% కంటే ఎక్కువ ఖర్చు చేయవద్దు

  నీకు వేరే మార్గం లేదు మిత్రమా

  మీ ఆదాయం పరిమితం.

  కాబట్టి మీ కోరికలు కూడా తగ్గించుకోవాలి

- మీ ఆదాయాన్ని పెంచుకోవడానికి మార్గాలను కనుగొనండి

  ఆదాయం కోసం మీ రోజువారీ ఉద్యోగానికి మాత్రమే కట్టుబడి ఉండకండి – పెద్దగా ఆలోచించండి!

చురుకుగా లేదా నిష్క్రియంగా సంపాదించడానికి అనేక మార్గాలు ఉన్నాయి.

ఫ్రీలాన్సింగ్ లేదా కన్సల్టింగ్ ద్వారా మీ నైపుణ్యాలు, ప్రతిభను తదుపరి స్థాయికి తీసుకెళ్లండి.

ఆన్‌లైన్ కోర్సులతో నైపుణ్యాలను పెంచుకోండి.

దీని గురించి 2వ అధ్యాయంలో వివరంగా చదవండి, "ఇప్పుడు నేను నిజంగా కొంత డబ్బు సంపాదించాలనుకుంటున్నాను"

- పెట్టుబడి పెట్టండి, సురక్షితంగా అనిపించినప్పుడు

  మీ 30 ఏళ్ల వయస్సులో, సమయం ఇప్పటికీ మీ వైపు ఉంది, కానీ ఇది మరింత విలువైనది.

  దాన్ని వ్యూహాత్మకంగా ఉపయోగించుకుందాం.

  స్టాక్ మార్కెట్‌పై మీ ఇన్వెస్ట్‌మెంట్ ప్రధానాంశంపై దృష్టి పెట్టండి.

  సమ్మేళానాన్ని దాని పని చేయనివ్వండి.

  స్థిర ఆస్తులలో పెద్ద వాటా ఉంచండి.

  అవి స్థిరత్వం, తక్కువ పోర్ట్‌ఫోలియో ప్రమాదాన్ని అందిస్తాయి.

  బంగారం, రియల్ ఎస్టేట్, క్రిప్టో వంటి ఆస్తులను మిస్ చేయండి.

  దానికి తగ్గ ఆదాయం మనకి ప్రస్తుతం లేదు.

అనుకూలమైన పెట్టుబడి ప్రణాళిక ఇక్కడ ఉంది (మీరు పెట్టుబడి పెట్టే మొత్తానికి):

- *30% స్థిర రాబడి ఆస్తులు (ఈపీఎఫ్/ పీపీఎఫ్/ బాండ్లు, డెట్ మ్యూచువల్ ఫండ్స్)*

- *70% వేరియబుల్ రిటర్న్ ఆస్తులకు వెళుతుంది*

ఆ లోపల

- నిఫ్టీ50 మ్యూచువల్ ఫండ్స్ ఎస్ఐపిలో 70%
- మిడ్‌క్యాప్ మ్యూచువల్ ఫండ్స్ ఎస్ఐపిలో 25%
- స్మాల్‌క్యాప్ మ్యూచువల్ ఫండ్స్ ఎస్ఐపిలో 5%

- క్రెడిట్ కార్డ్‌లు, రుణాలను నివారించండి

  వారు అధిక ఖర్చును ఆహ్వానిస్తారు.

  గట్టి ఆదాయం మీద రుణం తో గారడి చేయడం చాలా కష్టం.

వయసు	మీ 30 ఏళ్లు
ఆదాయం	₹3 లక్షల నుండి ₹9 లక్షల మధ్య ఆదాయం

ముఖ్య విషయం: అనుకూలమైనదే . సమయం (ఇప్పటికీ) మీ ఉత్తమ ఆస్తి. అత్యాశతో ఉండకండి. భయపడవద్దు. ప్రణాళికకు కట్టుబడి ఉండండి!

- మొదటిది, ఆర్థిక రక్షణ

  అత్యవసర నిధి: 9 నెలలకు సరిపడా. మీరు భరించగలరు కాబట్టి.

  ఆరోగ్య బీమా: మీ+భార్య+పిల్లలు, మీ తల్లిదండ్రుల కోసం (టాప్ అప్‌తో)

  జీవిత బీమా: మీ జీతంలో 20 రెట్లు కవరేజీని పొందండి, తర్వాత దానిని పెంచుకోవచ్చు

- మీ కోరికల కోసం 20% కంటే ఎక్కువ ఖర్చు చేయవద్దు

  దీనిని మీ "వ్యక్తిగతంగా తృప్తినిచ్చే బడ్జెట్"గా భావించండి (పన్ను అనంతర ఆదాయంపై)

  కానీ ఆ గీతను దాటవద్దు.

  ఈ స్థాయి మిమ్మల్ని మీరు చూసుకోవడానికి, తెలివిగా పెట్టుబడి పెట్టడానికి మిమ్మల్ని అనుమతిస్తుంది. ఇది సంతోషకరంగా మధ్యస్థాయి పరిస్థితి.

- తొందరపాటు పెట్టుబడి నిర్ణయాలు తీసుకోకండి

  సత్వరమార్గాలు, శీఘ్ర లాభాలు మిమ్మల్ని ప్రలోభపెట్టనివ్వవద్దు.

  వారు మీ ఆర్థిక తీర్పును ప్రభావితం చేయవచ్చు.

  అవసరమైన దానికంటే పెద్ద రిస్క్‌లు తీసుకోండి.

  భావోద్వేగాలతో నడిచే స్పర్-ఆఫ్-ది-మూమెంట్ (తొందరపాటు) ఎంపికలకు నో చెప్పండి.

  మార్కెట్ అస్థిరత సమయంలో కూడా మీ పెట్టుబడి ప్రణాళికకు కట్టుబడి ఉండండి.

- బదులుగా మీ ఆదాయాన్ని పెంచుకోవడానికి మార్గాలను కనుగొనండి

  మీ అభిరుచులు, నైపుణ్యాలకు అనుగుణంగా ఉండే సైడ్ గిగ్‌లను ఎంచుకోండి

  ఫ్రీలాన్సింగ్, కన్సల్టింగ్, మరిన్నింటిని ఆలోచించండి.

  నెట్‌వర్క్ - ఇది ఉద్యోగ సిఫార్సులు, సహకారాలకు దారి తీస్తుంది.

  నిష్క్రియ ఆదాయ మార్గాలను కనుగొనండి-ఆదాయాలు మైనస్ నాన్-స్టాప్ వేగం.

  దీని గురించి 2వ అధ్యాయంలో వివరంగా చదవండి, "ఇప్పుడు నేను నిజంగా కొంత డబ్బు సంపాదించాలనుకుంటున్నాను"

- మీ డబ్బు మీ కోసం పని చేసేలా చేయండి.

  మీ 30 ఏళ్లలో, స్థిరత్వాన్ని కోరుకోవడం అర్థవంతంగా ఉంటుంది.

  కానీ గుర్తుంచుకోండి, సమయం మీ మిత్రుడు. సమ్మేళనాన్ని ప్రభావితం చేయడానికి దీన్ని ఉపయోగించండి!

  స్థిర రిటర్న్ ఆస్తులకు చిన్న భాగాన్ని కేటాయించండి.

  అవి విషయాలను స్థిరంగా ఉంచుతాయి,

  కానీ ఆ రాబడులు ద్రవ్యోల్బణాన్ని పెద్దగా అధిగమించకపోవచ్చు.

మీ పోర్టుఫోలియో ప్రధాన భాగం స్టాక్ మార్కెట్‌పై దృష్టి పెట్టాలి.

వృద్ధి, అధిక రాబడి కోసం

నిఫ్టీ50 స్థిరమైన ఆదాయాలతో ముందంజలో ఉంది.

రిస్క్‌తో కూడిన మిడ్‌క్యాప్, స్మాల్‌క్యాప్ ఎంపికలలో కొంచెం తక్కువగా ఉంటుంది.

బంగారం, రియల్ ఎస్టేట్, క్రిప్టో వంటి ఆస్తులను నివారించండి.

మీ ఆదాయం పెరిగిన తర్వాత వాటిని పరిశీలిద్దాం.

అనుకూలమైన పెట్టుబడి ప్రణాళిక ఇక్కడ ఉంది (మీరు పెట్టుబడి పెట్టే మొత్తానికి):

- *25% స్థిర రాబడి ఆస్తులు (ఈపీఎఫ్ / పిపిఎఫ్ /బాండ్లు, డెట్ మ్యూచువల్ ఫండ్స్)*
- *75% వేరియబుల్ రిటర్న్ ఆస్తులకు వెళుతుంది*

ఆ లోపల

- నిఫ్టీ50 మ్యూచువల్ ఫండ్స్ ఎస్ఐపిలో 60%
- మిడ్‌క్యాప్ మ్యూచువల్ ఫండ్స్ ఎస్ఐపి లో 30%
- స్మాల్‌క్యాప్ మ్యూచువల్ ఫండ్స్ ఎస్ఐపి లో 10%

- ఈ దశలో క్రెడిట్ కార్డ్ సరైందే

  బిల్లు పూర్తిగా చెల్లించండి. ఎల్లప్పుడూ.

  దీని ద్వారా రుణం తీసుకోకుండానే క్రెడిట్ స్కోర్‌ను పెంచుకోవచ్చు

- దయచేసి రుణాలను నివారించండి

  రుణాలను పరిగణనలోకి తీసుకునే ముందు మీ ఆదాయాన్ని పెంచుకోండి.

  ఇల్లు, ఇంకా లేదు.

  కారు, మీకు నిజంగా అవసరమైతే మాత్రమే.

వయసు	మీ 30 ఏళ్లు
ఆదాయం	₹9 లక్షల కంటే ఎక్కువ ఆదాయం

ముఖ్య విషయం: ఉండటానికి అనుకూలమైనది.

మీ పెట్టుబడులతో స్థిరంగా, తెలివిగా ఉండండి.

- మొదటిది, ఆర్థిక రక్షణ

  అత్యవసర నిధి: 12 నెలలకు సరిపడా.

  ఆరోగ్య బీమా: మీ+భార్య+పిల్లలు, మీ తల్లిదండ్రుల కోసం (టాప్ అప్‌తో)

  జీవిత బీమా: మీ జీతంలో 25 రెట్లు కవరేజ్ పొందండి

- మీ కోరికల కోసం 30% కంటే ఎక్కువ ఖర్చు చేయవద్దు

  మీకొస్తున్న ఆదాయం బలమైన పునాదిని ఏర్పరుస్తుంది.

  కాబట్టి, మీరు కోరికల కోసం పన్ను తర్వాత 30% ఖర్చు చేస్తారు. అవును!

  భారీ మొత్తంలో డబ్బు, కానీ మీరు దానికి అర్హులు!

  మీరు మొత్తాన్ని మించకుండా చూసుకోండి.

- అభిరుచి ఆదాయ వనరులపై దృష్టి పెట్టండి

  మీ ప్రతిభ, నైపుణ్యాలు మీకు చురుకైన ఆదాయాన్ని పొందవచ్చు

ఫ్రీలాన్సింగ్, కన్సల్టింగ్, మరిన్నింటిని ఆలోచించండి.

మీరు ఏదైనా కొనసాగించాలనుకున్నారు, కానీ ఆర్థిక స్తోమత లేదు.

మీ స్థిరమైన ఆదాయంతో, మీ అభిరుచిని అన్వేషించడానికి ఇది మంచి మార్గం.

దీని గురించి 2వ అధ్యాయంలో వివరంగా చదవండి, "ఇప్పుడు నేను నిజంగా కొంత డబ్బు సంపాదించాలనుకుంటున్నాను"

- స్థిరంగా పెట్టుబడి పెట్టండి

  క్రమం తప్పకుండా పెట్టుబడి పెట్టడం గేమ్ ఛేంజర్.

  మీరు సమయం, డబ్బు ప్రయోజనాన్ని పొందారు.

  సమ్మేళనం సంవత్సరాలుగా దాని మేజిక్ పని చేయనివ్వండి.

  ఇది మార్కెట్ సమయం గురించి కాదు.

  ఇది మీ పెట్టుబడులు పెరగడానికి సమయం ఇవ్వడం గురించి.

అనుకూలమైన పెట్టుబడి ప్రణాళిక ఇక్కడ ఉంది (మీరు పెట్టుబడి పెట్టే మొత్తానికి):

– *20% స్థిర రాబడి ఆస్తులు (ఈపీఎఫ్ / పీపీఎఫ్ /బాండ్లు, డెట్ మ్యూచువల్ ఫండ్స్)*

– *75% వేరియబుల్ రిటర్న్ ఆస్తులకు వెళుతుంది*

ఆ లోపల

- నిఫ్టీ50 మ్యూచువల్ ఫండ్స్ ఎస్ఐపిలో 50%
- మిడ్‌క్యాప్ మ్యూచువల్ ఫండ్స్ ఎస్ఐపిలో 35%
- స్మాల్‌క్యాప్ మ్యూచువల్ ఫండ్స్ ఎస్ఐపి లో 15%

– *5% బంగారం లేదా రియల్ ఎస్టేట్ లేదా ఆర్ ఇ ఐ టి ఎస్ కి వెళుతుంది*

- క్రెడిట్ కార్డ్ పొందండి

  ఈ ఆదాయంలో, 30-45 రోజుల వడ్డీ రహిత రుణం నుండి ప్రయోజనం పొందండి

  మీ క్రెడిట్ స్కోర్‌ను పెంచడానికి, ఉచితాలను ఆస్వాదించడానికి అవకాశం.

  మీరు దాన్ని సంపాదించారు!

  దీని గురించి 3వ అధ్యాయంలో వివరంగా చదవండి, "కాబట్టి నేను తెలివిగా ఖర్చు చేయగలను"

- ఇల్లు లేదా కారు కోసం రుణం ఉన్నంత వరకు సరైందే

  మీ డబ్బును అనుభవించడానికి వాటిని మంచి మార్గాలుగా భావించండి.

  కానీ అప్పు తీర్చడానికి ఎప్పుడూ తొందరపడండి.

  ప్రతి సంవత్సరం 1 అదనపు ఈఎంఐ/సంవత్సరం + 10% అధిక ఈఎంఐ 25 ఏళ్ల రుణాన్ని కేవలం 10 సంవత్సరాలకు తగ్గిస్తుందని గుర్తుంచుకోండి!

  దీని గురించి 3వ అధ్యాయంలో వివరంగా చదవండి, "కాబట్టి నేను తెలివిగా ఖర్చు చేయగలను"

వయసు	మీ 40 ఏళ్లు
ఆదాయం	<₹3 లక్షలు సంవత్సరానికి

హెచ్చరిక: ప్రమాదకరమైన పరిస్థితి. రక్షణ కోసం. పెరుగుతున్న ఆదాయంపై దృష్టి పెట్టండి.

- మొదటిది, ఆర్థిక రక్షణ

  అత్యవసర నిధి: 9 నెలలకు సరిపడా. దీనికన్నా ముందు ఇంకేమీ ఆలోచించవద్దు.

  ఆరోగ్య బీమా: మీరు+భర్త/భార్య+పిల్లలు, మీ తల్లిదండ్రుల కోసం. కష్టమైనదే !

- మీ కోరికలకు 10% కంటే ఎక్కువ ఖర్చు చేయలేరు.

  జీవిత బీమా: మీ జీతంలో 10 రెట్లు కవరేజ్ పొందండి. ఇదీ క్లిష్టమైనదే.

- మీ కోరికలకి 10% కంటే ఎక్కువ ఖర్చు చేయలేరు.

మీకు కోరికలు ఉన్నాయి. మీ కుటుంబం కూడా పని చేస్తోంది.

కానీ గుర్తుంచుకోండి, మీ ఆదాయానికి పరిమితులు ఉన్నాయి.

కాబట్టి, మీ కోరికలను ఆదాయానికి అనుగుణంగా సర్దుబాటు చేయండి.

వున్న పరిస్థితిలో జీవించడం ప్రధానం – అంతకంటే కాస్త మెరుగైనది లేదా దాని కన్నా తక్కువస్థాయి లో జీవించడం.

- త్వరితగతిన ధనవంతులయ్యే పథకాల వూబిలో పడిపోకండి.

  డబ్బు కష్టంగా ఉన్నప్పుడు, త్వరగా ధనవంతులయ్యే పథకాలు ఉత్సాహాన్ని కలిగిస్తాయి.

  కచ్చితంగా, త్వరగా నగదు వచ్చే ఆలోచనలో పడతారు. కానీ దానిలో ప్రమాదాలు వుండొచ్చు.

  కొన్ని సాదా స్కామ్‌లు– చూడండి.

  వచ్చే నష్టం ఏదైనా లాభాలను అధిగమించవచ్చు.

  మీ 40 ఏళ్లలో, మీరు పొదుపు చేసిన డబ్బు పోగొట్టుకోవడం అనేది అనుసరించాల్సిన మార్గం కాదు.

- మీ ఆదాయాన్ని పెంచుకోవడానికి మార్గాలను కనుగొనండి.

  మీ నైపుణ్యాలను పనిలో పెట్టండి. మీకు వచ్చే ఆదాయంతోపాటువేరే ఉద్యోగాలను వెతకండి.

  ఫ్రీలాన్సింగ్ లేదా కన్సల్టింగ్ గిగ్స్.

  అధిక–ఆదాయం వచ్చే వుద్యోగాల కోసం వేటాడటం.

  దీని గురించి 2వ అధ్యాయంలో వివరంగా చదవండి, "ఇప్పుడు నేను నిజంగా కొంత డబ్బు సంపాదించాలనుకుంటున్నాను"

- సురక్షితంగా నడపండి. క్రమం తప్పకుండా పెట్టుబడి పెట్టండి, కానీ చాలా జాగ్రత్తగా పెట్టుబడి పెట్టండి.

  తీవ్రతలను దూరం చేద్దాం – సూపర్ సేవింగ్ లేదా క్రేజీ రిస్క్‌లు వద్దు.

  స్మార్ట్ ఇన్వెస్ట్‌మెంట్ ప్లే బ్యాలెన్స్ ని: 50–50గా విభజించండి.

స్థిరమైన స్థిర రాబడి కోసం సగం. స్టాక్ మార్కెట్ కోసం సగం.

స్థిరమైన రాబడులు స్థిరమైన వృద్ధిని అందిస్తాయి, మీ వయస్సు, ఆదాయానికి సరైనది.

స్టాక్ మార్కెట్లలో, 80% నమ్మకమైన నిఫ్టీ 50% వుంచండి.

మరింత వృద్ధి కోసం మిడ్‌క్యాప్ ఎంఎఫ్ లో 20%.

స్మాల్‌క్యాప్ ఎం.ఎఫ్? ఈసారి కాదు, మీ వయస్సుకి ఇది చాలా ప్రమాదకరం.

బంగారం, రియల్ ఎస్టేట్, క్రిప్టో? వద్దు, వీటిని జీర్ణించుకోవడానికి ఇంకా తగినంత ఆదాయం లేదు.

రాబోయే పెట్టుబడి ప్రణాళిక ఇక్కడ ఉంది (మీరు పెట్టుబడి పెట్టే మొత్తానికి):

- *50% స్థిర రాబడి ఆస్తులు (ఈపీఎఫ్ /పీపీఎఫ్ /బాండ్లు, డెట్ మ్యూచువల్ ఫండ్స్)*

- *50% వేరియబుల్ రిటర్న్ ఆస్తులకు వెళ్తుంది*

ఆ లోపు

- నిఫ్టీ50 మ్యూచువల్ ఫండ్స్ ఎస్ఐపి లో 80%
- మిడ్‌క్యాప్ మ్యూచువల్ ఫండ్స్ ఎస్ఐపి లో 20%
- స్మాల్‌క్యాప్ మ్యూచువల్ ఫండ్‌ల ఎస్ఐపి లో 0%
- ఖచ్చితంగా క్రెడిట్ కార్డ్‌లు, రుణాలు లేవు

తక్కువ ఆదాయాలతో, తిరిగి చెల్లింపులు ఇబ్బందిగా ఉంటాయి

ఇది మీ ఆర్థిక స్థితిపై మరింత ఒత్తిడిని కలిగిస్తుంది,

ప్రస్తుతం మీకు అందుబాటులో ఉన్నది ఇదే.

వయసు	40 ఏళ్లు
ఆదాయం	₹3 లక్షల నుండి ₹9 లక్షల మధ్య ఆదాయం

ముఖ్య గమనిక: ఇది ఒక గమ్మత్తైన పరిస్థితి.

పక్క ఆదాయంపై దృష్టి పెట్టండి. కొనడం కంటే అద్దెకు వుండడాన్ని ఎంచుకోండి.

- మొదటిది, ఆర్థిక రక్షణ

  అత్యవసర నిధి: 9 నెలలకు సరిపడా.

  ఆరోగ్య బీమా: మీరు+భార్య+పిల్లలు, మీ తల్లిదండ్రుల కోసం.

  జీవిత బీమా: మీ జీతంలో 15 రెట్లు కవరేజ్ పొందండి.

- మీ కోరికలకి 15% కంటే ఎక్కువ ఉండకూడదు

  ఈ దశలో, మీకు పెద్ద బాధ్యతలు ఉన్నాయి.

  ఇప్పటికే గృహ రుణం, పిల్లల విద్య, పదవీ విరమణ ప్రణాళిక: వీటికి ప్రాధాన్యత ఇవ్వండి.

  15% ఉంచుకోవడం ద్వారా, మీరు అవసరాల కోసం చక్కటి భాగాన్నే ఉంచుకుంటారు.పెట్టుబడుల కోసం కొన్నింటిని వదిలివేయండి.

  ఇది అప్పులు, ఒత్తిడిని దూరం చేస్తుంది.

కొనడం కంటే ఇంటిని అద్దెకు తీసుకోవడాన్ని పరిగణించండి

మీ 40 ఏళ్లలోపు ఇల్లు కావాలంటే అర్థం చేసుకోవచ్చు.

కానీ పరిమిత ఆదాయంతో, అద్దెకు తీసుకోవడం తెలివైన ఎంపిక.

రుణ వడ్డీ, పన్నులు, మీ ఇంటి నిర్వహణ వంటి ఎక్కువ డబ్బు బయటకు వెళ్లడం మీకు ఇష్టం లేదు.

అద్దెకు తీసుకోవడం వలన డబ్బు ని ఆదా చేసుకోవచ్చు – పెట్టుబడులు, ఆస్తులు కోసం ఉపయోగించవచ్చు.

మీ ఫండ్స్‌లో ఎక్కువ భాగాన్ని కట్టకుండా చేస్తుంది.

ఇతర అవకాశాల కోసం మీకు సౌలభ్యాన్ని ఇస్తుంది.

దీని గురించి 3వ అధ్యాయంలో వివరంగా చదవండి, "కాబట్టి నేను తెలివిగా ఖర్చు చేయగలను"

- మీ ఆదాయాన్ని పెంచుకోవడానికి మార్గాలను కనుగొనండి

  మీ నైపుణ్యాన్ని పనిలో పెట్టండి. కన్సల్టింగ్, ఫ్రీలాన్సింగ్ లేదా సైడ్ గిగ్స్ ప్రయత్నించండి.

  అధిక–చెల్లింపు అవకాశాలు పొందడానికి నైపుణ్యం పెంచడంపై దృష్టి పెట్టండి.

  ఉద్యోగ సిఫార్సులు, కొత్త అవకాశాల కోసం మీకు తెలుసున్న వారిని సంప్రదించండి.

  దీని గురించి 2వ అధ్యాయంలో వివరంగా చదవండి, "ఇప్పుడు నేను నిజంగా కొంత డబ్బు సంపాదించాలనుకుంటున్నాను"

- పెట్టుబడిని కొనసాగించండి. అవును, ఈ వయస్సులో కూడా!

మీ 40లలో, బాధ్యత దశకు చేరుకుంటుంది.

ప్రమాదాలను నివారించండి – అల్ట్రా–సేఫ్ లేదా సూపర్–రిస్కీ కదలికలు వద్దు.

స్థిరమైన ఆదాయంతో, 40–60 విభజనను ప్రయత్నించండి.

స్థిరమైన రాబడిలో 40%, మిగిలినవి స్టాక్ మార్కెట్లో.

స్థిర రాబడి మీ వయస్సు, ఆదాయానికి సరిపోతుంది. మీ పోర్ట్‌ఫోలియోలో స్థిరమైన దిక్సూచి.

వేరియబుల్ రంగంలో, విశ్వసనీయత కోసం నిఫ్టీ 50లో 75%.

అదనపు లాభాల కోసం మిడ్‌క్యాప్ ఎం ఎఫ్ లో 25%

స్మాల్‌క్యాప్ ఎంఎఫ్ , గోల్డ్, రియల్ ఎస్టేట్, క్రిప్టో? వాటిని వదిలివేయమని సూచిస్తున్నాను, అవి చాలా ప్రమాదకరం.

అనుకూలమైన పెట్టుబడి ప్రణాళిక ఇక్కడ ఉంది (మీరు పెట్టుబడి పెట్టే మొత్తానికి):

– *40%* స్థిర రాబడి ఆస్తులు (ఈపీఎఫ్ / పిపిఎఫ్/ బాండ్లు, డెట్ మ్యూచువల్ ఫండ్స్)

– *60%* వేరియబుల్ రిటర్న్ ఆస్తులలో పెట్టండి.

  అందులో

  - నిఫ్టీ50 మ్యూచువల్ ఫండ్స్ ఎస్ఐపిలో 75%
  - మిడ్‌క్యాప్ మ్యూచువల్ ఫండ్స్ ఎస్ఐపి లో 25%
  - స్మాల్‌క్యాప్ మ్యూచువల్ ఫండ్‌ల ఎస్ఐపి లో 0%

- క్రెడిట్ కార్డ్‌లు, రుణాలను నివారించండి

ఇవి అనవసరమైన అప్పులు, ఆర్థిక ఒత్తిడికి దారి తీస్తాయి

వీటిలో ఏదీ మీకు ప్రస్తుతం అవసరం లేదు.

వయసు	40 ఏళ్లు
ఆదాయం	₹9 లక్షల కంటే ఎక్కువ ఆదాయం

ముఖ్య గమనిక: సురక్షితమైన పరిస్థితి.

మిమ్మల్ని మీరు రక్షించుకోండి. స్థిరంగా పెట్టుబడి పెట్టండి

- మొదటిది, ఆర్థిక రక్షణ

  అత్యవసర నిధి: 12 నెలలకు సరిపడా.

  ఆరోగ్య బీమా: మీ కోసం+భర్త+పిల్లలు, మీ తల్లిదండ్రుల కోసం (టాప్ అప్‌తో).

  జీవిత బీమా: మీ జీతంలో 20 రెట్లు కవరేజ్ పొందండి.

- మీ కోరికల కోసం 25% కంటే ఎక్కువ ఖర్చు చేయవద్దు

  మీరు మంచి ఆర్థిక స్థితిలో ఉన్నప్పుడు, ఆర్భాటం ఉత్సాహాన్ని కలిగిస్తుంది

  కానీ గోల్డెన్ రూల్ 25% ని మర్చిపోవద్దు – మీకు నిజంగా కావలసిన వస్తువులను మాత్రమే కొనండి

  లేకపోతే, మీరు బాధ పడవలసిన విషయాలతో ముగుస్తుంది. తక్కువ డబ్బు మిగులుతుంది!

  అవసరాలు, రక్షణ, భవిష్యత్తు లక్ష్యాలపై దృష్టి పెట్టండి.

- స్థిరమైన పెట్టుబడిపై దృష్టి పెట్టండి

మీరు ఆలస్యం చేయలేదు.

మీరు ఇప్పటికే పెట్టుబడి పెట్టకపోతే, పెట్టుబడి పెట్టడం ప్రారంభించండి.

మీకు ఇంకా సమయం ఉంది.

మీ దగ్గర కచ్చితంగా డబ్బు ఉంటుంది.

ఆ డబ్బు మీ కోసం పని చేసేలా చేయండి.

మీ పెట్టుబడి వ్యూహం:

మీ బలమైన ఆదాయంతో కొన్ని లెక్కించబడిన రిస్క్‌లను తీసుకుందాం

స్థిర రాబడిలో దాదాపు 30%. మిగిలినది స్టాక్ మార్కెట్‌లో.

స్థిరమైన రాబడి స్థిరత్వాన్ని కాపాడుతుంది.

వేరియబుల్స్‌లో, 70% మరింత స్థిరమైన నిఫ్టీ 50కి వెళుతుంది.

ఆ వృద్ధి పుష్ కోసం మిడ్‌క్యాప్ మ్యూచువల్ ఫండ్‌లకు 30% కేటాయించండి.

కానీ ప్రస్తుతానికి, స్మాల్‌క్యాప్ మ్యూచువల్ ఫండ్ వెనుక సీటు తీసుకుంటుంది – ఇది చాలా ప్రమాదకరం.

బంగారం, రియల్ ఎస్టేట్, క్రిప్టో కూడా లేదు.

అనుకూలమైన పెట్టుబడి ప్రణాళిక ఇక్కడ ఉంది (మీరు పెట్టుబడి పెట్టే మొత్తానికి):

- *30% స్థిర రాబడి ఆస్తులు (ఈపీఎఫ్/పీపీఎఫ్/బాండ్లు, డెట్ మ్యూచువల్ ఫండ్స్)*

- *70% వేరియబుల్ రిటర్న్ ఆస్తులకు*

  అందులో

  - నిఫ్టీ50మ్యూచువల్ ఫండ్స్ ఎస్ఐపి లో 70%
  - మిడ్‌క్యాప్ మ్యూచువల్ ఫండ్స్ ఎస్ఐపి లో 30%
  - స్మాల్‌క్యాప్ మ్యూచువల్ ఫండ్‌ల ఎస్ఐపి లో 0%

- క్రెడిట్ కార్డ్ పొందండి

  దీన్ని తెలివిగా (మీ పరిమితుల్లో) ఉపయోగించండి.

  బిల్లును పూర్తిగా, సమయానికి చెల్లించండి.

  ఉచితాలను ఆస్వాదించండి.

  ఆ క్రెడిట్ స్కోర్‌ను పెంచుకోండి!

  దీని గురించి 3వ అధ్యాయంలో వివరంగా చదవండి, "కాబట్టి నేను తెలివిగా ఖర్చు చేయగలను"

- ఈ దశలో గృహ రుణం సరే

  మీ స్వంత ఇల్లు – విలువైన ఆస్తిలో పెట్టుబడి పెట్టడానికి ఇది ఒక అవకాశం.

  పన్ను ప్రయోజనాలను పొందండి!

పదవీ విరమణ సమీపిస్తున్న కొద్దీ, ఇది స్థిరత్వాన్ని కూడా అందిస్తుంది.

ఎక్కువ ఆదాయంతో, తిరిగి చెల్లింపులు చేయడం కూడా సులభం.

చివర్లో...

మీ వయస్సు, మీ ఆదాయం ఆధారంగా మీ ఆర్థిక మార్గం రూపుదిద్దుకుంటుంది.

జీవితంలో మీకు కావలసిన వాటితో పాటు మీ బాధ్యతలు.

మీ వద్ద చీట్ – షీట్ ఉంది, కానీ మీరు కార్డులను పట్టుకొని ఉన్నారు.

వాటిని ఎలా ప్లాన్ చేయాలో మీరు మాత్రమే నిర్ణయిస్తారు.

ఇది మీపై చాలా భారంగా ఉన్నట్లుగా, దీన్ని చేయవచ్చు. ఇది ఇందులో అంతర్భాగమైనట్లుగా దీన్ని చేయవచ్చు.

—— రామ్ దాస్

ఇది చేయండి!

ఈ గ్రిడ్‌లో మీరు ఎక్కడ ఉన్నారో తెలుసుకోండి.

తదనుగుణంగా మీ ఆర్థిక ప్రణాళికలో సర్దుబాట్లు చేసుకోండి

- అత్యవసర నిధి
- ఆరోగ్య బీమా
- జీవిత బీమా
- అవసరాల కోసం గరిష్ట మొత్తం
- స్థిర రాబడి ఆస్తులలో ఎంత పెట్టుబడి పెట్టాలి
- ఈక్విటీలో ఎంత పెట్టుబడి పెట్టాలి
    * లార్జ్ క్యాప్
    * మిడ్‌క్యాప్
    * స్మాల్‌క్యాప్
- బంగారం
- రియల్ ఎస్టేట్
- ఇతర ఆస్తులు
- క్రెడిట్ కార్డ్‌లు
- రుణాలు
- ఇప్పటి నుండి 5 సంవత్సరాల నుండి మీరుఏ స్థాయిలో ఎక్కడ ఉంటారు, దాన్ని ఎలా సర్దుబాటు చేసుకోవాలి తదనుగుణంగా ఆర్థిక ప్రణాళిక.

మీ 20లు

ఆదాయం			
	రూ. 3 లక్షల లోపు	**రూ. 3-9 లక్షల మధ్య**	**9 లక్షలకు పైనే**
శీర్షిక	మీకు సమయం ఉంది, మీరు రిస్క్ తీసుకోవచ్చు. మీ ఆదాయాన్ని పెంచు కోవడానికి అప్ స్కిల్ పై దృష్టి పెట్టండి సైడ్ ఇన్ కమ్ స్ట్రీమ్ లను నిర్మించండి	మీకు సమయం ఉంది, మీరు రిస్క్ తీసుకోవచ్చు. తెలివిగా ఇన్వెస్ట్ చేయడంపై దృష్టి పెట్టండి. కోరికలను అదుపులో ఉంచుకోండి	మీకు సమయం, డబ్బు ఉన్నాయి స్థిరంగా పెట్టుబడి పెట్టండి బాగా జీవించండి
అత్యవసర నిధి	3 నెలలు	6 నెలలు	12 నెలలు
ఆరోగ్య బీమా	తల్లిదండ్రుల కోసం	మీకు + తల్లిదండ్రులు కోసం	మీ కోసం + తల్లిదండ్రులు (టాప్ అప్ తో)
జీవిత బీమా	మీ 30వ ఏట లేదా ఆదాయం రూ.9 లక్షలు దాటినప్పుడు	20 రెట్లు జీతం	25 రెట్లు జీతం
మీ కోరికల కోసం గరిష్టంగా ఖర్చు చేయాల్సిన మొత్తం	20%	25%	30%

ఫిక్స్ డ్ రిటర్న్ అసెట్స్	25% (పీపీఎఫ్/ ఈపీఎఫ్/ బాండ్స్/డెట్ మ్యూచువల్ ఫండ్స్)	20% (పీపీఎఫ్/ ఈపీఎఫ్/ బాండ్స్/డెట్ మ్యూచువల్ ఫండ్స్)	15% (పీపీఎఫ్/ ఈపీఎఫ్/ బాండ్స్/డెట్ మ్యూచువల్ ఫండ్స్)
ఈక్విటీ లో పెట్టుబడులు	అందులో 75% నిఫ్టీ 50 ఎంఎఫ్ సిప్ లో 40% మిడ్ క్యాప్ ఎంఎఫ్ సిప్ లో 30% స్మాల్ క్యాప్ ఎంఎఫ్ లో 30%	అందులో 75% నిఫ్టీ 50 ఎంఎఫ్ సిప్ లో 30% మిడ్ క్యాప్ ఎంఎఫ్ సిప్ లో 40% స్మాల్ క్యాప్ ఎంఎఫ్ లో 30%	అందులో 80% నిఫ్టీ 50 ఎంఎఫ్ సిప్ లో 25% మిడ్ క్యాప్ ఎంఎఫ్ సిప్ లో 40% స్మాల్ క్యాప్ ఎంఎఫ్ లో 35%
బంగారం	వద్దు	5%	5%
రియల్ ఎస్టేట్	వద్దు	లేదా ఆర్ఈఐటీ 5%	లేదా ఆర్ఈఐటీ 5%
ఇతర ఆస్తుల	వద్దు	లేదా క్రిప్టో 5%	లేదా క్రిప్టో 5%
క్రెడిట్ కార్డులు	వద్దు	ఎఫ్ డి-మద్దతు కలిగిన	ఎఫ్ డి-మద్దతు కలిగిన
రుణాలు	వద్దు	విద్యకు లేదా కారుకు మాత్రమే	విద్యకు లేదా కారుకు మాత్రమే

మీ 30 ఏళ్ల వయస్సులో

ఆదాయం			
	రూ. 3 లక్షల లోపు	**రూ. 3–9 లక్షల మధ్య**	**9 లక్షలకు పైనే**
శీర్షిక	సమయం తక్కువగా ఉంది, బాధ్యతలు పెరుగుతాయి, రక్షణ చాలా ముఖ్యం ఆదాయ వృద్ధిపై దృష్టి	ఉండటానికి మంచి ప్రదేశం అత్యాశ లేదా అసహనానికి గురికావద్దు సైడ్ ఆదాయ వనరులపై దృష్టి	ఉండటానికి మంచి ప్రదేశం తెలివిగా స్థిరంగా పెట్టుబడి పెట్టండి సైడ్ ఆదాయ వనరులపై దృష్టి
అత్యవసర నిధి	3 నెలలు	6 నెలలు	12 నెలలు
ఆరోగ్య బీమా	మీకు + జీవిత భాగస్వామి + పిల్లల కోసం మీ తల్లిదండ్రుల కోసం	మీకు + జీవిత భాగస్వామి + పిల్లల కోసం మీ తల్లిదండ్రుల కోసం (టాప్ అప్ తో)	మీకు + జీవిత భాగస్వామి + పిల్లల కోసం మీ తల్లిదండ్రుల కోసం (టాప్ అప్ తో)
జీవిత బీమా	15 రెట్లు జీతం	20 రెట్లు జీతం	25 రెట్లు జీతం
మీ కోరికల కోసం గరిష్టంగా ఖర్చు చేయాల్సిన మొత్తం	15%	20%	30%
ఫిక్స్ డ్ రిటర్న్ అసెట్స్	30% (పీపీఎఫ్/ ఈపీఎఫ్/ బాండ్స్/డెట్ మ్యూచువల్ ఫండ్స్)	25% (పీపీఎఫ్/ ఈపీఎఫ్/ బాండ్స్/డెట్ మ్యూచువల్ ఫండ్స్)	20% (పీపీఎఫ్/ ఈపీఎఫ్/ బాండ్స్/డెట్ మ్యూచువల్ ఫండ్స్)

వేరియబుల్ రిటర్న్ ఆస్తులు	అందులో 70% నిఫ్టీ 50 ఎంఎఫ్ సిప్ లో 70% మిడ్ క్యాప్ ఎంఎఫ్ సిప్ లో 25% స్మాల్ క్యాప్ ఎంఎఫ్ లో 5%	అందులో 75% నిఫ్టీ 50 ఎంఎఫ్ సిప్ లో 60% మిడ్ క్యాప్ ఎంఎఫ్ సిప్ లో 30% స్మాల్ క్యాప్ ఎంఎఫ్ లో 10%	అందులో 75% నిఫ్టీ 50 ఎంఎఫ్ సిప్ లో 50% మిడ్ క్యాప్ ఎంఎఫ్ సిప్ లో 35% స్మాల్ క్యాప్ ఎంఎఫ్ లో 15%
బంగారం	వద్దు	వద్దు	5%
రియల్ ఎస్టేట్	వద్దు	వద్దు	లేదా ఆర్ఈఐటీ 5%
ఇతర ఆస్తుల	వద్దు	వద్దు	వద్దు
క్రెడిట్ కార్డులు	వద్దు	ఎఫ్ డి–మద్దతు ఉన్న క్రెడిట్ కార్డ్	ఎఫ్ డి–మద్దతు వున్న క్రెడిట్ కార్డ్
రుణాలు	వద్దు	వద్దు	ఇంటికి లేదా కారుకు మాత్రమే

మీ 40 ఏళ్ల వయస్సులో

ఆదాయం			
	రూ. 3 లక్షల లోపు	**రూ. 3–9 లక్షల మధ్య**	**9 లక్షలకు పైనే**
శీర్షిక	సమయం తక్కువగా ఉంది, బాధ్యతలు పెరుగుతాయి, రక్షణ చాలా ముఖ్యం ఆదాయ వృద్ధిపై దృష్టి	ఉండటానికి మంచి స్థితి అత్యాశ లేదా అసహనానికి గురికావద్దు సైడ్ ఆదాయ వనరులపై దృష్టి	ఉండటానికి మంచి స్థితి తెలివిగా, స్థిరంగా పెట్టుబడి పెట్టండి సైడ్ ఆదాయ వనరులపై దృష్టి
అత్యవసర నిధి	9 నెలలు	9 నెలలు	12 నెలలు

ఆరోగ్య బీమా	మీకు + జీవిత భాగస్వామి + పిల్లల కోసం మీ తల్లిదండ్రుల కోసం	మీకు + జీవిత భాగస్వామి + పిల్లల కోసం మీ తల్లిదండ్రుల కోసం (టాప్ అప్ తో)	మీ కోసం మీ తల్లిదండ్రుల కోసం (టాప్ అప్ తో)
జీవిత బీమా	15 రెట్లు జీతం	20 రెట్లు జీతం	25 రెట్లు జీతం
మీ కోరికల కోసం గరిష్టంగా ఖర్చు చేయాల్సిన మొత్తం	10%	15%	25%
ఫిక్స్ డ్ రిటర్న్ అసెట్స్	50% (పీపీఎఫ్/ ఈపీఎఫ్/ బాండ్స్/డెట్ మ్యూచువల్ ఫండ్స్)	40% (పీపీఎఫ్/ ఈపీఎఫ్/బాండ్స్/ డెట్ మ్యూచువల్ ఫండ్స్)	30% (పీపీఎఫ్/ ఈపీఎఫ్/ బాండ్స్/డెట్ మ్యూచువల్ ఫండ్స్)
వేరియబుల్ రిటర్న్ ఆస్తులు	అందులో 50% నిఫ్టీ 50 ఎంఎఫ్ సిప్ లో 80% మిడ్ క్యాప్ ఎంఎఫ్ సిప్ లో 20% స్మాల్ క్యాప్ ఎంఎఫ్ లో 0%	అందులో 60% నిఫ్టీ 50 ఎంఎఫ్ సిప్ లో 75% మిడ్ క్యాప్ ఎంఎఫ్ సిప్ లో 25% స్మాల్ క్యాప్ ఎంఎఫ్ లో 0%	అందులో 70% నిఫ్టీ 50 ఎంఎఫ్ సిప్ లో 70% మిడ్ క్యాప్ ఎంఎఫ్ సిప్ లో 30% స్మాల్ క్యాప్ ఎంఎఫ్ లో 0%
బంగారం	వద్దు	వద్దు	వద్దు
రియల్ ఎస్టేట్	వద్దు	వద్దు	వద్దు
ఇతర ఆస్తుల	వద్దు	వద్దు	వద్దు
క్రెడిట్ కార్డులు	వద్దు	వద్దు	ఎఫ్ డి–మద్దతు కలిగిన
రుణాలు	వద్దు	వద్దు	ఇంటికి మాత్రమే

నేను తప్పులు చేస్తానని నాకు తెలుసు

జీవితంలో దేనికీ భయపడాల్సిన పనిలేదు.
అర్థం చేసుకోవాలి మాత్రమే.

— మేరీ క్యూరీ

నేను మొదటసారి పబ్లిక్‌లో మాట్లాడినప్పుడు, క్లూలెస్‌గా ఉన్నాను.
స్తంభించిపోయాను. మాటలు రాలేదు.

నా మొదటి పెట్టుబడి పెట్టినప్పుడు కూడా నాకు తెలియకుండానే ఉన్నాను.
ఉత్తమమైన వాటి కోసం ఆశతో నా సహజ స్థితిని దాటాను.

నా మొదటి ఇన్‌స్టాగ్రామ్ పోస్ట్ చేసినప్పుడు, క్లూలెస్‌గా ఉన్నాను.
3 లైక్‌లు వచ్చాయి. ఒక్క కామెంట్ లేదు.

ప్రతి ఒక్కరూ సున్నా దగ్గర ప్రారంభిస్తారు.

మీరు తప్పులు చేస్తారు. నిజానికి, తప్పులు చేయాలని వ్యవస్థ కోరుకుంటుంది.
ఏది ఏమైనప్పటికీ, ప్రారంభించండి!

మీ తప్పుల నుండి నేర్చుకుని వ్యవస్థను చుట్టుముట్టండి.
ఇతరుల తప్పుల నుండి నేర్చుకుంటూ వ్యవస్థను ఓడించండి.

తప్పు #1: 'జీరో–రిస్క్' అబద్ధాన్ని నమ్మడం

జీవితంలో ప్రతిదానిలో ప్రమాదం ఉంటుంది.

డేటింగ్. పని. కెరీర్.

ఇంకా, డబ్బు.

సరిగ్గా మన ముందు ,కొన్ని ప్రమాదాలు స్పష్టంగా ఉన్నాయి.

జూదం.

క్రిప్టో, ఎన్ ఎఫ్ టిలలో పెట్టుబడి పెట్టడం.

పిజ్జా మీద పైనాపిల్ అంటే మీకు ఇష్టమని ఒప్పుకున్నారు.

మీరు మీ అమ్మకు ఇచ్చిన బహుమతి, అసలు ధరను చెప్పండి.

స్పష్టంగా, అవి ప్రమాదకరమైన పరిస్థితులు

కానీ ఏదో రిస్కు ఉంది కాబట్టి, దాన్ని చేయకూడదు లేదా చేయలేము అని కాదు.

ప్రమాదాన్ని తొలగించడం సాధ్యం కాదు.

అది అర్థం చేసుకోవచ్చు, నడపగలం.

మీరు చిన్న వయస్సులో ఉన్నప్పుడు, రిస్క్ తీసుకునే సామర్థ్యం ఎక్కువగా ఉంటుంది.

మీరు అన్నింటినీ తెలుసుకోవడం వల్ల కాదు.

ఎందుకంటే, మీకు సమయం ఉంది.

ప్రమాదం వల్ల సంభవించే ఏదైనా నష్టం నుండి కోలుకునే సమయం వుంది.

ప్రతి నిర్ణయం – డబ్బు గురించి లేదా జీవితం గురించి – రెండు ప్రశ్నలను అడుగుతుంది:

వృద్ధి అయ్యే సామర్థ్యం ఏమిటి?

ఈ వృద్ధి సామర్థ్యాన్ని పొందడంలో వచ్చే ప్రమాదం ఏమిటి?

ఆర్థిక పరంగా, వీటిని ఆల్ఫా, బీటా అంటారు.

కానీ నేను సాంకేతికతలతో విసుగించను.

దాని బదులు, కొన్ని ఉదాహరణలు.

ఉదా: క్రిప్టోలో పెట్టుబడి పెట్టడం.

భారీ పెరుగుదల (లేదా అధిక ఆల్ఫా) కావచ్చు.

కానీ భారీ ప్రమాదం (లేదా అధిక బీటా) తో వస్తుంది.

వృద్ధి వెంటబడి మీరు ఈ డబ్బు మొత్తాన్ని పోగొట్టుకోవచ్చు.

మీరు దీన్ని ఎలా మేనేజ్ చేస్తారు?

మీ పెట్టుబడులలో 5–10% కంటే ఎక్కువ పెట్టుబడి పెట్టకపోవడం ద్వారా (అస్సలు ఉంటే).

మీ మిగిలిన పెట్టుబడులు అస్థిరతను పరిపుష్టం చేస్తాయి, పరిస్థితులను సమతుల్యంగా ఉంచుతాయి.

లేదా, ఫిక్స్‌డ్ డిపాజిట్లు.

నిజంగా తక్కువ ప్రమాదం (తక్కువ బీటా – అస్సలు అస్థిరత లేదు – ఊహాజనిత స్థిరమైన రాబడి రేటు)
కానీ తక్కువ వృద్ధి (తక్కువ ఆల్ఫా) అలాగే (పన్ను తరువాత కాలంలో వచ్చే ద్రవ్యోల్బణాన్ని కూడా అధిగమించదు)
మీరు దీన్ని ఎలా మేనేజ్ చేస్తారు?

మీరు యవ్వనంలో ఉన్నప్పుడు ఎఫ్ డి లను పెట్టుబడి సాధనంగా భావించకపోవడం ద్వారా.

దాని బదులు, దానిని రక్షణ వాహనంగా భావించండి – మీరు మీ అత్యవసర నిధులను లేదా డబ్బును వుంచే చోటు– తక్కువ వ్యవధిలో మీరు కోల్పోయే ప్రమాదం లేదు.

జీవితం కూడా మీకు అనేక ప్రత్యామ్నాయాలు అందిస్తుంది:

"ఆల్ఫా" అనేది మీరు పొందగలిగే లాభాలు.

"బీటా" అనేది మీరు అనుభవించాల్సిన నష్టాలు.

ఉదా: మీ ఉద్యోగంలో జేరడానికి బదులుగా, పనిని కొనసాగించండి.

మీ స్టార్టప్ లేదా మీ వ్యాపార ఆలోచనపై పని చేయడానికి రాత్రులు/ వారాంతాల్లో/సెలవులను ఉపయోగించండి.

భారీ ఆల్ఫా, అది పనిచేస్తే.

తక్కువ బీటా, ఎందుకంటే మీ ఉద్యోగం మీకు ఉంది.

రిస్క్ విషయంలో రెండు నిజాలు డబ్బుకి సంబంధించి ఉన్నాయి.

1. తక్కువ రిస్క్ దాదాపు ఎల్లప్పుడూ తక్కువ రాబడిని సూచిస్తుంది.

   లేదంటే అందరూ చేసేవారు.

   టేక్అవే: మీ డబ్బు తక్కువ–రిస్క్ ఆస్తులలో పెరగదు.

2. అధిక రిస్క్ అంటే ఎల్లప్పుడూ అధిక రాబడి అని అర్థం కాదు.

   లేదా అది అధిక ప్రమాదం అని కూడాకాదు.

   టేక్అవే: మీరు భారీ రిస్క్ తీసుకున్నా, రాత్రికి రాత్రి ధనవంతులు కాలేరు.

నేను చేయ బోయేది ఇది.

ఎక్కువ రిస్క్‌ని ఎదురుకోడానికి (తొలగించకుండా) దీర్ఘకాలం పెట్టుబడి పెడతాను.

ఇక్కడ ఒక ఉదాహరణ

The Possibilities

Future Returns and Nifty 50

Time (Years)	Worst Returns	Average Returns	Probability of	
			Negative Returns	Above 8%
1	-20%	13	25%	50%
3	-2%	13	15%	75%
5	5%	12	0	90%
10	6%	12	0	100%

SOURCE: JRL Money

మీరు నిఫ్టీ 50లో ఒక సంవత్సరం పాటు ఇన్వెస్ట్ చేస్తే, డబ్బును కోల్పోయే అవకాశం 25% ఉంటుంది.

మీరు ద్రవ్యోల్బణాన్ని అధిగమించే అవకాశం కేవలం 50% మాత్రమే (8% రిటర్న్స్ ప్రీ-టాక్స్).

మీరు 5 సంవత్సరాల పాటు ఒకే ఇండెక్స్‌లో ఇన్వెస్ట్ చేసినట్లయితే, మీరు చేసే అవకాశం (గత డేటా ఆధారంగా) సున్నా, డబ్బులు పోతాయి.

మీరు 8% కంటే ఎక్కువ సంపాదించడానికి 90% అవకాశం.

మీరు 10 సంవత్సరాల పాటు పెట్టుబడి పెడితే, 8% పైన సంపాదించే అవకాశం దాదాపు 100% వరకు ఉంటుంది!

మీరు ప్రమాదం నుండి తప్పించుకున్నారా? లేదు.

మీరు సమయానుకూలంగా దాన్ని మేనేజ్ చేయాలి. తెలివిగా!

తప్పు #2: స్వల్పకాలిక ఆలోచన

YOLO (యు ఓన్లీ లీవ్ వన్స్) ఒక ఔషధం. అది మనల్ని మత్తెక్కిస్తుంది. సంపాదించిన ధనం అంతా ఖర్చు చేయాలని మనల్ని నమ్మేలా చేస్తుంది.

'ఈరోజు కోసం జీవించండి. నువ్వు ఒక్కసారి మాత్రమే జీవిస్తావు!'

లేదు – మీరు ఒక్కసారి మాత్రమే జీవించరు.
మీరు ప్రతిరోజూ జీవిస్తున్నారు.
చాలా కాలం జీవించబోతున్నారు.

కొనుగోళ్లు
ఈ సుదీర్ఘ కాలంలో, మీ ఆదాయం ఆగిపోయే సమయం వస్తుంది.
మీరు పెద్ద కొనుగోలు (లేదా 10) చేయాలనుకుంటున్నారు, దీని కోసం మీకు చాలా డబ్బు అవసరం.
పరిస్థితులు.
మీకు చాలా డబ్బు అవసరమయ్యే అత్యవసర పరిస్థితి (లేదా 5) ఉంటుంది.
మీరు తీసుకోవడానికి రుణాలు ఉంటాయి.
మీరు తిరిగి చెల్లించాలని భావిస్తున్నారు.
మీ దగ్గర ఇంకా లేని డబ్బుతో;
మీరు బయట పడలేనంత గోతిలోంచి బయటకి రాలేని పరిస్థితి.

తక్షణ సంతృప్తి అవసరం.
ఇది మీరు అనుకున్నదానికంటే ఖరీదైనది.

ఈ రోజు బాగా జీవించండి.

అలాగే బాధ్యతగా జీవించాలి.

బడ్జెట్.

మీ కోరికల కోసం మీ ఆదాయంలో గరిష్టంగా 30%.
మీ భవిష్యత్తు కోసం కనీసం 20%.

ఆ YOLOmeter ఆన్‌లో ఉంచండి. దానిని పర్యవేక్షించండి.
మీ కోసం, మీతో పాటు నడిచే వారి కోసం చేయండి.

తప్పు #3: ద్రవ్యోల్బణాన్ని విస్మరించడం

ద్రవ్యోల్బణం అనేది మీరు పుస్తకాలలో చదివే నైరూప్య భావన కాదు.

ఇది నిజం.

దీన్ని వూహించండి:

మీరు ₹1 లక్ష ఆదా చేసారు. అద్భుతం!

మీరు దానిని మీ పరుపు కింద జాగ్రత్తగా ఉంచండి.

ఒక సంవత్సరం గడిచిపోతుంది. మీ పరుపు కింద మీ దగ్గర ఇంకా ₹1 లక్ష ఉంది.

అవును. ఇది అద్భుతంగా ఉంది, కాదా?

లేదు!

ఇది గత సంవత్సరం ఎంత మొత్తంలో వస్తువులను కొనలేకపోయింది!.

ఆ ఫోన్, లేదా ఆ సెలవు? అవి ఖరీదైనవిగా మారాయి.

ద్రవ్యోల్బణంపై నిందలు వేయండి. అది నిశ్శబ్దంగా డబ్బు తినేస్తుంది.

ఇది మీ డబ్బు కొనుగోలు శక్తిని తగ్గిస్తుంది, కొంచెం కొంచెంగా.

సంవత్సరానికి 5% ద్రవ్యోల్బణం గురించి ఆలోచించండి.

కొనుగోలు శక్తి పరంగా, ఒక సంవత్సరం తర్వాత మీ ₹1 లక్ష కేవలం ₹95,000.

రెండేళ్ల తర్వాత? దాదాపు ₹91,000.

నెమ్మదిగా తగ్గుతుంది.

పదేళ్లు గడిచిపోతాయి.

తెలివైన పెట్టుబడి లేకుండా, మీ డబ్బు ₹50,000 లాగా ఉంటుంది. అయ్యో.

మీ పెట్టుబడి రాబడిని లెక్క వేసేటప్పుడు, సంపూర్ణ సంఖ్యను మాత్రమే చూడకండి.

ద్రవ్యోల్బణంలో వుండేది.

మీ పెట్టుబడి 5%, ద్రవ్యోల్బణం 5% సంపాదించినట్లయితే, మీ నిజమైన రాబడి సున్న(0.)

ద్రవ్యోల్బణం నిజమైనది. అది కనికరంలేనిది.

అప్పుడు వున్న ద్రవ్యోల్బణం, మీ వ్యక్తిగత ద్రవ్యోల్బణం (జీవనశైలి ద్రవ్యోల్బణం) గురించిన విషయం ఉంది.

ప్రభుత్వం ప్రకటించిన 5% – మీ ఖర్చులు, ప్రతి సంవత్సరం దాని కంటే వేగంగా పెరిగే అవకాశం ఉంది

ఎందుకంటే మీరు "సగటు" మనిషి గా ఖర్చు చేసేవారు కాదు. అందరూ ఖర్చు చేయని వాటిపై ఖర్చు చేస్తారు.

మీ ప్రత్యేకమైన ఖర్చు విధానాలు – తరచుగా భోజనం చేయడం, లేటెస్ట్ ఫ్యాషన్ కొనుగోళ్లు, వినోదం, ప్రయాణాలు వంటివి –

ఇతరులకు భిన్నంగా ఉంటాయి.

చాలా మందికి, నిజమైన ద్రవ్యోల్బణం రేటు 8%–9%కి దగ్గర ఉండవచ్చు.

అంటే, మీరు మీ డబ్బు పెరగాలంటే, మీరు ప్రతి సంవత్సరం కనీసం 8% పోస్ట్–టాక్స్ సంపాదించాలి.

ద్రవ్యోల్బణం వాస్తవమని చెప్పానా?, అది కనికరంలేనిది.

తప్పు #4: పన్నులను విస్మరించడం

ప్రతి ఒక్కరూ పన్నులు విపత్తు అని అనుకుంటారు.

మనం నివారించాలనుకుంటున్నది. బాధాకరమైనది. అయ్యో.

వేరే విధంగా ఆలోచించండి:

అవి పెద్దల విజయానికి బ్యాడ్జ్‌లు.

మీ ఆర్థిక శ్రేయస్సు ప్రకటన.

మీరు డబ్బు సంపాదిస్తున్నారు, కాబట్టి పన్నులు చెల్లిస్తున్నారు.

ఇది మీ పనికి నిదర్శనం.

పన్ను పరిగణలో ఇవి దశలు:

- డబ్బు ఎక్కడ నుండి వస్తుంది? (మీరు సంపాదించిన మొత్తం ఆదాయం. అన్ని వైపుల నుండి).
- అది ఎక్కడికి వెళ్ళింది? (మీరు చేసిన అన్ని ఖర్చులు. అన్ని వర్గాలు)
- కొన్ని మంచి ఖర్చులు చేసినందుకు ప్రభుత్వం మీకు ఇచ్చిన రాయితీలు ఏమిటి?
- చివరి మిగిలినది ఎంత? (మీకు మిగిలి ఉన్న నికర ఆదాయం)

మీ పన్నులను దాఖలు చేయడానికి పూర్తిగా చివరి భాగం

సులభం చేస్తుంది.

మీ పన్ను రిటర్న్‌లను ఫైల్ చేయడానికి సిద్ధంగా ఉన్నారా?

కొంతమంది, ఉండవచ్చు.

మనలో మిగిలిన వారికి, ఇది ఒత్తిడిని కలిగించే శ్రమ.

మీరు మీ పన్ను రిటర్నులను మీరే ఫైల్ చేయవలసిన అవసరం లేదు.

కానీ వాటిని ఫైల్ చేయాలి!

మీరు దానిని అవగాహన చేసుకోవాలి.

ఏం జరుగుతుందో తెలుసుకోండి.

→ ప్రత్యక్ష పన్నులు

మీరు సంపాదించిన లేదా పొందే ఆదాయంపై నేరుగా ప్రభుత్వానికి చెల్లించబడుతుంది.

ప్రత్యక్షంగా...

ఈ క్రింది వాటిపై పన్ను ఉంటుంది

- మీ జీతం, వ్యాపారం లేదా వృత్తి (హస్టల్‌లతో సహా) నుండి వచ్చే ఆదాయం.
- ఆస్తి ఆదాయం (మీరు ఆస్తిని అద్దెకు ఇస్తున్నట్లయితే)
- మూలధన లాభాలు (మ్యూచువల్ ఫండ్స్, స్టాక్స్ లేదా రియల్ ఎస్టేట్ వంటి ఆస్తుల విక్రయం నుండి వచ్చే లాభాలు)
- ఇతర వనరుల నుండి వచ్చే ఆదాయం – ఉదా., సేవింగ్స్ బ్యాంక్ ఖాతా వడ్డీ, ఫిక్స్‌డ్ డిపాజిట్ల నుండి వచ్చే ఆదాయం.

→ పరోక్ష పన్నులు

ఇవి పౌరులపై పరోక్షంగా విధించబడతాయి.

సాధారణంగా, మీరు వస్తువులను కొనుగోలు చేసినప్పుడు, విక్రేత ప్రభుత్వానికి పన్ను చెల్లిస్తాడు.

కానీ విక్రేత ఆ పన్నును మీకు ప్రత్యక్షంగా పంపాడు.

ఇది వినియోగం ఆధారితమైనది – వస్తువులు, సేవలు విక్రయించబడినప్పుడు వాటిపై వర్తించబడుతుంది.

ప్రధానమైనవి: వస్తువులు, సేవల పన్ను (GST)

పన్నులు (ప్రత్యక్ష పన్నులు) దాఖలు చేసేటప్పుడు, మీ లక్ష్యం ఇలా ఉండాలి:

– గరిష్టంగా తగ్గింపులు

తగ్గింపు అనేది మీ పన్ను పరిధిలోకి వచ్చే ఆదాయం నుండి మీరు తీసివేయగల ఖర్చు.

ఇది మీరు చెల్లించాల్సిన పన్నుల మొత్తాన్ని తగ్గిస్తుంది.

– పన్ను విధించదగిన ఆదాయాన్ని తగ్గించండి.

అది ఆదాయపు పన్ను పరిధిలోకి వచ్చే మీ ఆదాయం మొత్తం.

→ ఆదాయపు పన్ను షోడౌన్: పాత పద్ధతా లేదా కొత్త పద్ధతా – మీకు ఏది సరైనది?

మీరు మీ ఆదాయపు పన్నును ఫైల్ చేయడానికి 2 ఎంపికలు ఉన్నాయి.

పాత పన్ను విధానం, లేదా, (ఆశ్చర్యం!) కొత్త పన్ను విధానం.

రెండింటి మధ్య ప్రధాన తేడాలు ఇక్కడ ఉన్నాయి:

పాత పద్ధతి		కొత్త పద్ధతి	
పన్ను స్లాబ్‌లు	ఆదాయపు పన్ను రేట్లు	పన్ను స్లాబ్‌లు	ఆదాయపు పన్ను రేట్లు
₹2.5 లక్షల వరకు	సున్నా	₹3 లక్షల వరకు	సున్నా
₹2.5 – ₹5 లక్షలు	5% (₹7 లక్షల వరకు 100% రాయితీ)	₹3 – ₹6 లక్షలు	5%
₹ 5 – ₹10 లక్షలు	20%	₹6 – ₹9 లక్షలు	10% (₹7 లక్షల వరకు 100% రాయితీ)
₹10 లక్షల పైన	30%	₹9 - ₹12 లక్షలు	15%
★ఆదాయం >₹50 లక్షలు వేరొక రేటు		₹12 – ₹15 లక్షలు	20%
		>₹15 lakh	30%
		★ఆదాయం >₹50 లక్షలు వేరొక రేటు	

– కొత్త విధానం తక్కువ పన్ను రేట్లను అందిస్తుంది

ఉదా: పాత విధానం: ₹ 5, ₹10 లక్షల మధ్య ఆదాయంపై 20% పన్ను

కొత్త విధానం: ₹6, ₹9 లక్షల మధ్య 10% పన్ను.

కొత్త పాలనలో పన్ను మినహాయింపు పరిమితి కూడా ₹3 లక్షలకు పెరిగింది.

- కొత్త పాలన అధిక పన్ను రాయితీ (పన్నుల వాపసు) పరిమితులను అందిస్తుంది.

పాత విధానం – ₹5 లక్షల వరకు ఆదాయం ఉన్న పన్ను చెల్లింపుదారులు, పన్ను చెల్లించాల్సిన అవసరం లేదు

కొత్త విధానం – ₹7 లక్షల వరకు ఆదాయం ఉన్న పన్ను చెల్లింపుదారులు పన్ను చెల్లించాల్సిన అవసరం లేదు.

- రెండు విధానాలకు ₹50,000 ప్రామాణిక మినహాయింపు వర్తిస్తుంది

పాత పాలన 70కి పైగా మినహాయింపులు, తగ్గింపులను అందిస్తుంది.

ఇవి మీ పన్ను విధించదగిన ఆదాయాన్ని, తక్కువ పన్ను చెల్లింపులను తగ్గించగలవు.

కొత్త విధానంలో ముఖ్యమైన మినహాయింపులు ఏవీ లేవు.

మీ మొత్తం పన్ను పరిధిలోకి వచ్చే ఆదాయం, పాత విధానంలో ఉన్నదాని కంటే ఎక్కువగా ఉంటుంది.

రెండింటి మధ్య నిర్ణయం తీసుకోవడం అంకెలతో కసరత్తు చేయడమే.

దీనికి మీకు సహాయపడే ఆన్‌లైన్ సాధనాలను (లేదా అకౌంటెంట్ ని) ఉపయోగించండి.

మీ ఆదాయాన్ని ఫీడ్ చేస్తే, ఇది మీకు రెండు విధానాల క్రింద చెల్లించవలసిన పన్నులను చూపుతుంది.

మీరు ఏ నిర్ణయం తీసుకున్నా, ఆర్థిక సంవత్సరం ప్రారంభంలోనే తీసుకోండి – తర్వాత మార్చలేరు.

2023–24 నుండి, కొత్త విధానం డిఫాల్ట్ ఎంపికగా ఉంటుంది.

మీరు ఇప్పటికీ పాత విధానం ఎంచుకోవచ్చు!

→ పాత విధానాన్ని ఉపయోగిస్తుంటే, మీ ఎక్కువగా వచ్చే 'తగ్గింపు' లను తెలుసుకోండి!

విభాగం 80C: BFF(BFF అంటే బెస్ట్ ఫర్ ఎవర్)

అత్యంత ఉదారమైన మినహాయింపు. అత్యంత ప్రజాదరణ.

ఇది మీ BFFకి అర్హమైనది.

జీవిత బీమా కోసం చేసిన చెల్లింపుల కోసం ₹1.5 లక్షల వరకు పన్ను విధించదగిన ఆదాయాన్ని తగ్గించుకోవడానికి అనుమతిస్తుంది.

ప్రీమియంలు, హోమ్ లోన్ ప్రధాన మొత్తం.

పన్ను ఆదా చేసే పెట్టుబడి ఎంపికల కోసం కూడా – పీపీఎఫ్ లు, ఈపీఎఫ్,

ఈ ఎల్ ఎస్ ఎస్ ఫండ్లు, 5–సంవత్సరాల బ్యాంక్ ఎఫ్డీల గురించి ఆలోచించండి.

సెక్షన్ 80CCD (1B) – అవును, ఇది చాలా అవాస్తవమే – దీని కోసం ₹50,000 అదనపు తగ్గింపును అందిస్తుంది

నేషనల్ పెన్షన్ సిస్టమ్ (NPS)లో పెట్టుబడులు.

ఇది పాత, కొత్త విధానాలు రెండింటిలోనూ వర్తిస్తుంది.

విభాగం 80D: టాప్ 3 FFలలో!

వైద్య బీమా ప్రీమియంలు, నివారణ కోసం ₹25,000 (సీనియర్ సిటిజన్‌లకు ₹50,000) తగ్గింపు.

ఆరోగ్య తనిఖీలు, టాప్–అప్ ఆరోగ్య ప్రణాళికలు, క్లిష్టమైన అనారోగ్య ప్రణాళికలు.

బోనస్: సెక్షన్ 80C కింద క్లెయిమ్ చేసిన తగ్గింపుల కంటే ఎక్కువ.

మీరు ఇలాంటి వాటిపై తగ్గింపులను కూడా పొందుతారు:

- గృహ రుణ వడ్డీ (మొదటిసారికొన్న గృహ యజమానులకు)
- జీవిత బీమాపై చెల్లించిన ప్రీమియం
- విద్యా రుణాలపై చెల్లించే వడ్డీ.
- ధార్మిక విరాళాలు

→ జీతాలు వచ్చే వారికోసం, పన్నులపై ఆదా చేయడానికి సరైన వాటిని ఎంచుకోండి.

- తక్కువ ప్రాథమిక వేతనాన్ని ఎంచుకోండి: తక్కువ ప్రాథమిక = తక్కువ పన్ను విధించదగిన బేస్.
- అలవెన్సులపై తగ్గింపులు – ఉదా. ఇంటి అద్దె భత్యం
- స్మార్ట్ ఇన్వెస్ట్ చేయండి – ఉదా., ఈపీఎఫ్ లేదా ఎంపీఎస్ ని పరిగణించండి.

జీతం కోసం పన్ను ప్రణాళిక పూర్తి గైడ్ కోసం ఈ కోడ్‌ని స్కాన్ చేయండి

→ ఫ్రీలాన్సర్ = తదనుగుణంగా. పన్ను వశ్యతను కలిగి ఉంటుంది

వృత్తిపరమైన సామర్థ్యంలో జరిగే అన్ని ఖర్చులకు తగ్గింపులను క్లెయిమ్ చేయండి.

మొబైల్ ఫోన్ బిల్లు, కారు ఈఎంఐ, కారు పెట్రోల్, ఆఫీసు అద్దె.

పుస్తకాలు, కార్యాలయ దుస్తులు కూడా!

అదనంగా, మీ ఆదాయం సంవత్సరానికి ₹75 లక్షల కంటే తక్కువ లేదా సమానంగా ఉంటే, మీరు మీ ఆదాయంలో 50% వరకు క్లెయిమ్ చేయవచ్చు.

ఎటువంటి రుజువు చూపించాల్సిన అవసరం లేకుండా ఖర్చులు.

ఫ్రీలాన్సర్‌ల పన్ను చిట్కాల కోసం ఈ కోడ్‌ని స్కాన్ చేయండి

పాత విధానంలో తగ్గింపుల విస్తారమైన సముద్రంలో ఇవి కొన్ని చుక్కలు మాత్రమే.

మీరు చేయగలిగిన దానిలో ఆదా చేసుకోండి.

→ మూలధన లాభాల పన్ను

మూలధన లాభం = మీరు ఈక్విటీ ఆస్తిని (స్టాక్‌లు, మ్యూచువల్ ఫండ్‌లు, ఇటిఎఫ్‌లు) దాని కొన్న ధర కంటే ఎక్కువగా విక్రయించినప్పుడు, మీరు పొందే లాభం.

మీరు విక్రయించినప్పుడు మాత్రమే క్యాపిటల్ గెయిన్ ట్యాక్స్ ప్రారంభమవుతుంది.

ఉదా. మీరు ₹500కి స్టాక్ కొన్నారు. దీని విలువ ఇప్పుడు ₹600.

కాగితంపై మీ లాభం ₹100.

మీరు దీనిపై పన్ను చెల్లించరు. ఇది అవాస్తవిక లాభం.

మీరు ఈ స్టాక్‌ను విక్రయించినప్పుడు మాత్రమే మీరు ₹100 లాభం పొందుతారు.

అది వచ్చిన లాభం.

మీకు వచ్చిన లాభంపై మాత్రమే పన్ను చెల్లిస్తారు.

వచ్చిన మూలధన లాభాలపై పన్నుల రకాలు:

– స్వల్పకాలిక మూలధన లాభాల (SCTG) పన్ను

వ్యవధి: 1 సంవత్సరంలోపు ఆస్తిని కొనుగోలు చేసి విక్రయించినట్లయితే.

పన్ను: లాభంపై 15%.

– దీర్ఘకాలిక మూలధన లాభం (LCTG) పన్ను

వ్యవధి: ఆస్తిని కొనుగోలు చేసిన సంవత్సరం తర్వాత విక్రయించినట్లయితే.

పన్ను: మీ లాభం కంటే రూ.1 లక్ష ఉంటే 10% పన్ను.

మీ లాభం < ₹1 లక్ష అయితే, పన్ను లేదు!

చివరగా: పన్నులు వాస్తవమైనవి.

పరిశోధన చేయండి, మీరు చేయగలిగిన చోట సేవ్ చేయండి.

ప్రతి సంవత్సరం మీ రిటర్న్స్ ఫైల్ చేయండి.

లేదా మీ కోసం దీన్ని చేయడానికి అకౌంటెంట్‌ని నియమించుకోండి.

తప్పు #5: మీ శక్తికి మించి జీవించడం

స్వైప్ చేయండి. క్లిక్ చేయండి. కొనుగోలు. పునరావృతం చేయండి

కొత్త గాడ్జెట్‌లు? దొరికాయి.

సూపర్ కూల్ షూస్, సారీ స్నీకర్స్? కొన్నారు.

ప్రతి రాత్రికి ఆర్డర్ చేస్తున్నారా? ఎందుకు కాదు?

ప్రతి వారాంతంలో భోజనం చేస్తున్నారా? ఖచ్చితంగా!

క్రెడిట్ కార్డ్‌లు, సులభంగా పొందగలిగే ఈఎంఐ లకు ధన్యవాదాలు, మన దగ్గర వాస్తవంగా ఉన్న దానికంటే ఎక్కువ డబ్బు ఉందని మనం భావిస్తున్నాము...

ఒక రూపాయి సంపాదిస్తాం, కానీ రెండు ఖర్చు చేస్తాం.

అప్పుడు మనం డబ్బు సంపాదించాలనుకుంటున్నాము.

కాబట్టి మనం ఎక్కువ తప్పులు చేస్తాం. త్వరితగతిన ధనవంతులయ్యే పథకాల కోసం ఆరాటం. అదో జూదం.

"ఇది నాకే ఎందుకు జరుగుతోంది?" అని అడుగుతాం.

ఈ దారిలో వెళ్ళిన వ్యక్తులు మనం మాత్రమే అని భావిస్తున్నాం.
ఇది చాలా మందికి జరిగింది (జరుగుతోనే ఉంది).
వాళ్లంతా వేరే వాళ్లే అనుకున్నారు. వారు కాదు.
వాళ్లంతా తమ పరిస్థితులే ప్రత్యేకం అనుకున్నారు. వారు కాదు.
మనం నేర్చుకోం.
నమూనాను గుర్తించండి. దానిని విచ్ఛిన్నం చేయండి.

మీ దగ్గర లేని డబ్బును ఖర్చు చేయకండి!

తప్పు #6: అహం!

అహం అనేది మీ సోషల్ మీడియా ఫిల్టర్ లాంటిది.

"ఇన్‌స్టా-యు" వర్సెస్ రా, అన్‌ఫిల్టర్డ్ యు.

మన అహాన్ని సంతోషంగా ఉంచుకోవడానికి జీవితాలను గడుపుతాం.

"వాళ్ళు నా గురించి ఏమనుకుంటారు?

నేను గొప్పగా ఎలా వుండగలను?

ఇతరులు కోరుకునేలా ఏం కొనగలను?"

ఒక్క క్షణం ఆలోచించండి. ఒక వారం పాటు మీ ఖర్చులను ట్రాక్ చేయండి. కేవలం 1 వారం.

అందులో నిజంగా ఎంత ఆనందాన్ని కలిగిస్తోంది?

ఇతరులకు ఎంత?

నిజమైన ఆకాంక్షలు. అహంకార ప్రయాణాలు.

వాటి మధ్య తేడా ఉంది.

మిమ్మల్ని మీరు ప్రశ్నించుకోండి: 'ఇది నా కోసమా? లేక ప్రపంచం నన్ను గమనించడం కోసమా?'

అది ప్రపంచం కోసం అయితే, అది మీ అహం.

దాన్ని తలుపు బైట వదిలివేయండి.

అహాన్ని మచ్చిక చేసుకోవడం కష్టం.

కానీ అది అలసిపోతుంది. ఇది ఆర్థికంగా చితికిపోతుంది.

మీరు వేరొకరి ఆట ఆడటం ఆడుతున్నారు.

అహాన్ని గుర్తించండి. ఎదుర్కోండి. అప్పుడు, దానికన్నా పైకి లేవండి.

ప్రతి ఒక్కసారి

మీ పట్ల నిజాయతీగా ఉండండి. వాస్తవికంగా ఉండండి.

తప్పు #7: సమ్మేళనం (కాంపౌండింగ్)లోని చీకటి కోణాన్ని అర్థం చేసుకోవడం లేదు.

చక్ర వడ్డీ అనేది రెండంచుల కత్తి
అది మీ బెస్ట్ ఫ్రెండ్ కావచ్చు. లేదా మీ భయంకరమైనశత్రువు కావచ్చు.
మీరు ఏ వైపు ఆడుతున్నారనే దానిపై ఆధారపడి ఉంటుంది.

పెట్టుబడులకు సమ్మేళనం చాలా బాగుంది.
అప్పులు పీడకల.

అధిక-వడ్డీ అప్పులు ఉన్నవారికి, సమ్మేళనం దుష్ట విలన్‌గా మారుతుంది.
వడ్డీకి వడ్డీ చెల్లిస్తున్నారు.
క్రెడిట్ కార్డ్‌లో ప్రిన్సిపల్ బ్యాలెన్స్ ఎప్పుడూ తగ్గినట్లు అనిపించడం లేదు.

రుణం తీసుకోవడం చాలా మంచిది.
మీ విద్య వంటి ఆస్తులను నిర్మించడంలో సహాయపడటానికి.
డబ్బు ఆదా చేయడంలో మీకు సహాయపడటానికి.
అధిక వడ్డీ రుణాలను రీఫైనాన్స్ చేయడంలో సహాయపడటానికి.
అధిక వడ్డీలకు రుణాలు తీసుకోవడం చాలా భయంకరమైన విషయం.

మీరు వస్తువులను కొనుగోలు చేసినప్పుడు, 'నేను దీన్ని తయారు చేసాను!' అని గుర్తును చేయడానికి.

మీరు చెల్లించే వడ్డీని అధిగమించని పెట్టుబడులు పెట్టడానికి దాన్ని ఉపయోగించినప్పుడు.

దాన్ని చెల్లించడానికి మీకు మార్గాలు లేనప్పుడు.

ఆర్థికంగా తెలివైన వ్యక్తులు డబ్బును పొదుపు చేయడానికి, ఆర్థిక స్థోమత ఉన్నప్పటికీ రుణాలు తీసుకుంటారు.

ఆర్థికంగా బలహీనంగా ఉన్నవారు, డబ్బు ఖర్చు చేయడానికేనని తెలిసి అప్పులు తీసుకుంటారు!

తప్పు #8: చాలా కొనుగోళ్లలో కలిసున్న హిడెన్ కాస్ట్ లు అర్థం కావడం లేదు

రియల్ ఎస్టేట్‌లో పెట్టుబడి పెట్టేందుకు రుణం తీసుకున్నాను.

ధర పెరుగుదల నేను చెల్లించే వడ్డీ రేటును చూసుకుంటుంది అని ఊహిస్తూ.

నేను చేసిన ఖర్చులను మరచిపోయాను – రిజిస్ట్రేషన్, బ్రోకరేజ్, అమ్మకంపై మూలధన లాభం పన్ను.

పన్నులు, ద్రవ్యోల్బణం. అవును, వాటిని కూడా మిస్ అయ్యాను.

ఇవన్నీ అసలు రాబడిని తగ్గించాయి.

నేను లెక్కలేయలేదు: ద్రవ్యోల్బణాన్ని అధిగమించడానికి, ఇంటి ధర సంవత్సరానికి ~20% పెరగాలి.

ఇది కేవలం ఆస్తికి సంబంధించినది కాదు.

చాలా విషయాలు పైకి కనిపించని ఖర్చులతో వస్తాయి.

విమాన టికెట్లు. గాడ్జెట్లు. కార్లు. పెట్టుబడులు.

తప్పుడు ప్రాసెసింగ్ ఫీజు. మీరు మీ మనసు మార్చుకుంటే వసూలు చేస్తారు.

మీరు కనీసం కోరుకోకుండా ఆటోమేటిగ్గా పునరుద్ధరించబడే సభ్యత్వాలు.

'కన్వీనియన్స్ ఫీజు' అని పిలవబడేవి. అవును, చాలా అసౌకర్యంగా ఉంది, నిజానికి!

కొన్ని రుసుములు చాలా తక్కువ. వేరేవి కాదు.

మీరు కొనే ముందు, పరిశోధన చేయండి. చక్కటి ప్రింట్ తీసి చదవండి.

మీరు దానితో కలిసున్న ప్రతి ఖర్చును నివారించలేరు, కానీ కనీసం మీరు దేని కోసం ఖర్చు చేస్తున్నారో మీకు తెలుస్తుంది.

తప్పు #9: మీ సంపదను పెంపొందించడానికి ఒక్క ఉద్యోగంపైనే ఆధారపడటం

ఒక ఆదాయ మార్గం. ఒక్క జీతం.

అన్ని గుడ్లు ఒకే బుట్టలో పెట్టడం – ఆ కథ ఎలా ముగుస్తుందో మీకు తెలుసు.

ఉద్యోగ అవసరాలు అభివృద్ధి చెందుతాయి. పరిశ్రమలు మారాయి.

మీ యజమాని మీ విలువ, మీ జీతం నిర్ణయిస్తారు.

ఒక కుదుపు – మీరు ట్రాక్ నుండి దూరం అయ్యారు.

ఒక రోజులో 24 గంటలు ఉంటాయి.

దానిలో, మీరు ఎంత సమయం ఇవ్వగలరో దానికి పరిమితి ఉంది. మీరు ఎంత సంపాదించగలరు.

మీరు పెరిగిన జీతం వస్తుంది, కానీ చివరికి ఎల్లప్పుడూ సీలింగ్ ఉంటుంది.

మీ జీతం ద్రవ్యోల్బణానికి అనుగుణంగా ఉండకపోవచ్చు.

మీరు డబ్బు కోసం మీ సమయాన్ని వ్యాపారం చేస్తూనే ఉంటారు. ఎప్పటికీ.

మార్పు మాత్రమే స్థిరంగా ఉండే ప్రపంచంలో, మీ పరిధిని విస్తృతం చేసుకోండి.

మీ రోజువారీ ఉద్యోగాన్ని కొనసాగించండి, కానీ దానికి మించి ఆదాయ మార్గాలను నిర్మించుకోండి.

- పెట్టుబడి పెట్టండి
- వ్యాపారం లేదా సైడ్-గిగ్ ప్రారంభించండి
- మేధో సంపత్తిని సృష్టించండి
- సంప్రదించండి లేదా కోచ్
- బోధించండి
- ఫ్రీలాన్స్
- వ్యక్తిగత బ్రాండ్‌ను రూపొందించండి

మీ జీతం చాలదు.

మీ ఆదాయాన్ని వైవిధ్యపరచండి. మీ పెట్టుబడుల మాదిరిగానే.

మనం అపూర్వమైన అవకాశాల ప్రపంచంలో జీవిస్తున్నాము. దాన్ని సద్వినియోగం చేసుకోండి.

పేదగా వున్న మా నాన్న, "నేను భరించలేను."అన్నాడు.

గొప్పవాడైన మా నాన్న, "నేను దానిని ఎలా భరించగలను?" అని అడిగాడు.

మొదటిది మిమ్మల్ని పరిధి బయటవుండేలా చేస్తుంది.

రెండవది మిమ్మల్ని ఆలోచించేలా చేస్తుంది.

— రాబర్ట్ కియోసాకి , రిచ్ డాడ్, పూర్ డాడ్ నుండి

తప్పు #10: భద్రత పరిధిని సృష్టించడం లేదు

ఆశ గొప్పది.

గుడ్డి ఆశావాదం కాదు.

అతి ముఖ్యమైన విషయం ఏమిటంటే, ఈ ప్రశ్న ఆలోచించుకోవడం:
"మీరు అనుకున్నట్లుగా పనులు జరగకపోతే ఏం చేయాలి?"

ఎల్లప్పుడూ బఫర్ ఉంచుకోండి.

ఆ అత్యవసర నిధిని నిర్మించండి.

ఆరోగ్య బీమా పొందండి.

జీవిత బీమా పొందండి, ముఖ్యంగా మీ కుటుంబం ఆర్థికంగా మీపై ఆధారపడినట్లయితే.

మంచి కోసం ఆశిస్తున్నాము.

ఊహించని వాటికి సిద్ధంగా వుండాలి.

తప్పు #11: ఎవరైనా వేరే వారి దగ్గర నుండి తీసుకున్నప్పుడు మాత్రమే ధనవంతులు అవుతారని నమ్మడం

వేరొకరి నుండి తీసుకోవడం.

పెరిగేకొద్దీ డబ్బును అసహ్యించుకున్నాను.

మన దగ్గర అది లేదు, కాబట్టి మా సమస్యలన్నింటికీ అదే కారణమని నేను అనుకున్నాను.

నేను ధనవంతులను కూడా అసహ్యించుకున్నాను (ఎందుకంటే, పనులు హఠాత్తుగా ఎందుకు చేస్తారు? ప్రతిదీ, ప్రతి ఒక్కరినీ ద్వేషించండి!).

వారు తెలివిగలవారు, అవినీతిపరులు అని నేను అనుకున్నాను.

మరొకరిని పేదరికంలోకి నెట్టివేయడం ద్వారా మాత్రమే ఎవరైనా ధనవంతులు అవుతారని నమ్మాను.

సంపద నాకు జీరో–సమ్ గేమ్.

సంపద గురించి నాకున్న అజ్ఞానం నా భావోద్వేగాలకు దారితీసిందని ఈ రోజు గ్రహించాను.

ప్రతి ఒక్కరూ విలువను సృష్టించగలరు.

ప్రతి ఒక్కరూ సంపదను నిర్మించుకోవచ్చు.

ఇది ఎవరో ఇవ్వడం వల్ల రావలసిన అవసరం లేదు.

ఎందరో విజేతలు ఉండవచ్చు.

డబ్బు ఆటలో. జీవితం ఆటలో.

తప్పు #12: పెట్టుబడి పెట్టడం అనేది ధనవంతుల కోసం వేగవంతమైన పోటీ అని నమ్మడం

పెట్టుబడి పెట్టడం ఒక జూదం అని మనకి చెప్పబడింది.

కాబట్టి మనం మన డబ్బు బ్యాంకులో ఉంచడానికి ఇష్టపడతాం. లేదా ఎఫ్. డి లో పెట్టండి.

మన డబ్బు విలువ నెమ్మదిగా తగ్గిపోతుంది, బాధాకరం.

పెట్టుబడి పెట్టడం అనేది గెట్-రిచ్-స్కీమ్ అని మనకి చెప్పబడింది.

కాబట్టి మనం వేచి ఉన్నామని భావిస్తున్నాం. మనం మరింత సురక్షితంగా ఉన్నప్పుడు.

'జూదం ఆడటానికి' ఎక్కువ డబ్బు కలిగి ఉండండి.

పెట్టుబడి అనేది ఊహాగానం కాదు.

పెట్టుబడి అనేది ఒకరిని ఆకట్టుకోవడానికి డబ్బు సంపాదించడం కాదు.

సరిగ్గా చేస్తే, మీ డబ్బును పెట్టుబడి పెట్టడం అనేది మీరు చేసే అత్యంత సంతృప్తికరమైన విషయాలలో ఒకటి.

సరిగ్గా చేస్తే, పెట్టుబడి అనేది సంపదను నిర్మించడానికి దీర్ఘకాలిక గేమ్

ధనవంతులు కావడానికి వేగవంతమైన మార్గం నెమ్మదిగా వెళ్లడం.

గట్టి పునాదిని నిర్మించండి. మీ డబ్బును ఎలా మేనేజ్ చేయాలో తెలుసుకోండి.

దీర్ఘకాలంలో చెల్లించే తెలివైన పెట్టుబడులు పెట్టండి.

మీరు ఎంత త్వరగా ప్రారంభిస్తే అంత మంచిది.

మీ డబ్బు ఎంత ఎక్కువ సమయం పెట్టుబడి పెడితే అంత మంచిది.

పెద్దయ్యాక పాల దగ్గర్నుంచి ఫోన్ కనెక్షన్ల వరకు అన్నింటికీ క్యూలు కనిపించాయి.

ఓపిక పట్టడం తప్ప మనకి వేరే మార్గం లేదు.

కాబట్టి, మనం సహనం నేర్చుకున్నాం.

మీకు ఆ ప్రపంచం తెలియకపోవచ్చు.

అయితే సహనం నేర్చుకోండి.

ఎందుకంటే జీవితంలో ఉత్తమ బహుమతులు అందడానికి సమయం అవసరం.

తప్పు #13: వ్యవస్థ పేదవారిగా ఉంచడానికి రూపొందించబడిందని గ్రహించకపోవడం

మనం జీవితమంతా వ్యవస్థ తోసాగిపోవడానికి ప్రయత్నిస్తున్నాము.

నిజానికి వ్యవస్థ మనల్ని ఆడిస్తోంది.

మీరు అధిక వడ్డీ రేట్లకు రుణాలు తీసుకోవాలని వ్యవస్థ కోరుకుంటోంది.

మీరు క్రెడిట్ కార్డ్‌లపై ఖర్చు చేస్తూనే ఉండాలని ఇది కోరుకుంటోంది.

మీరు వస్తువులను కోరుకుని, వాటిని ఈఎంఐ లలో కొనుగోలు చేయాలని కోరుకుంటోంది.

ఇది కోరికలను అమ్ముతుంది. ఇది ఆకాంక్షలను విక్రయిస్తుంది;

వాటిని భరించే సామర్థ్యం మీకు లేకపోయినా

ఇది విజయం ఆలోచనలను అమ్ముతుంది.

ఆ ఆలోచనలు మీ స్వంతం కాకపోయినా.

తరువాత చెల్లించు. కనీస మొత్తం చెల్లించండి.

అది ఇలా సంపాదిస్తుంది.

మీరు మీ డబ్బును ఎఫ్డి లో ఉంచాలని వ్యవస్థ కోరుకుంటోంది.

ఇది మీకు భద్రత పరంగా ద్రవ్యోల్బణానికి సమానమైన లేదా తక్కువ వడ్డీ రేట్లను అందిస్తుంది.

ఇది వారికి డబ్బు సంపాదించడంలో సహాయపడుతుంది.

వారు మీకు ఎక్కువ వడ్డీకి తిరిగి రుణం ఇవ్వగల డబ్బు.

వ్యవస్థ మిమ్మల్ని ఒక ఉద్యోగం చేయమని ప్రోత్సహిస్తుంది.

ఆ ఒక్క ఆదాయ మార్గంపైనే ఆధారపడాలి.

దానివల్ల మీరు రుణాలు తీసుకుంటారు.

దాంతో మీరు మీ ఉద్యోగాన్ని ఎప్పటికీ వదిలిపెట్టలేరు.

ఈ వ్యవస్థ వినియోగదారు సమాజాన్ని సమర్థిస్తుంది.

కొనండి, ఆడుకోండి, పునరావృతం చేయండి.

'ఇది ట్రెండింగ్,' ఇది మీకు చెబుతుంది.

సూచిస్తూ, మీరు కూడా ఒకటి కొనకూడదా?

'844 మంది దీనిని కొనుగోలు చేశారు,' అని ఇది మీకు చెబుతుంది.

మీరు కూడా ఒకదానిని కొనుగోలు చేయలేరా?

మీరుఆ ప్రేరణ వల్ల కొనుగోలు చేయాలని వ్యవస్థ కోరుకుంటుంది.

ఇది చాలా అత్యవసరమని మీకు చెబుతుంది.

5.2% తగ్గింపు 3 నిమిషాల 22 సెకన్లలో ముగుస్తుంది.

ఇది చాలా సౌకర్యవంతంగా ఉందని మీకు చెబుతుంది.

కొనుగోలు చేయడానికి 1-క్లిక్ చేయండి, మీరు పూర్తి చేసారు.

సిస్టమ్ మీ FOMO (ఫియర్ ఆఫ్ మిస్సింగ్ అవుట్) లోకి జారుతారు.

మీరు దీన్ని ఇప్పుడే కొనుగోలు చేయకపోతే, ఈ అవకాశాన్ని ఎప్పటికీ కోల్పోతారు.

ఇప్పుడే కొనుగోలు చేయకపోతే, ఎప్పటికీ అసంతృప్తిగా ఉంటారు.

దాన్ని మీరు కోరుకోకపోయినా!

మీకు ఇది అవసరం లేకపోయినా.

వ్యవస్థ యుద్ధ రేఖలను గీస్తుంది.

మీకు, మీ స్నేహితులకు మధ్య. మీరు, మీ తోటివారు. మీరు, ప్రపంచం.

వ్యవస్థ మనల్ని ఎదురుగా వున్నవాటిని కోరుకునేలా చేస్తుంది.

మీరు సంతోషంగా ఉండాలని మాత్రమే కోరుకుంటే, ఇది సులభంగా సాధించబడుతుంది;

కానీ మనం ఇతర వ్యక్తుల కంటే సంతోషంగా ఉండాలని కోరుకుంటున్నాం; అది ఎప్పుడూ కష్టమే; ఎందుకంటే ఇతరులు మన కంటేసంతోషంగా ఉన్నారని నమ్ముతున్నాం.

— మాంటెస్కీ

దీని గురించి ఆలోచించండి!

పరిపూర్ణత అనేది ప్రారంభ పంక్తి కాదు – క్రియ!

మీ డబ్బును ప్రారంభించడానికి మీకు ఖచ్చితమైన జ్ఞానం, ఖచ్చితమైన డేటా లేదా ఖచ్చితమైన ఆదాయం అవసరం లేదు.

నిర్వహించే సామర్థ్యం

మీరు కూడా పరిపూర్ణంగా ఉండవలసిన అవసరం లేదు!

మీఅంత మీరుగా తప్పులు చేయండి.

ఇతరుల తప్పుల నుండి నేర్చుకోండి.

మెరుగుపరచుకోండి. తిరిగి పని చేయండి. ఇది నిరంతర ప్రక్రియ అవుతుంది.

ప్రారంభించండి.

ఎందుకంటే అసంపూర్ణంగా ప్రారంభించడం అనేది ప్రారంభించక పోవడం కంటే ఉత్తమమైన మార్గం.

ఇది చేయండి !

- ఆగండి, ఆలోచించండి!

  వ్రాసుకోండి:

  డబ్బు విషయంలో మీరు చేసిన తప్పులు ఏమిటి?

  ___

  మీరు భిన్నంగా ఏం చేయగలరు? ఎలా?

  ___

  మీరు ముందుకు వెళ్లడానికి భిన్నంగా ఎలా చేయగలరు?

  ___

ఇది నాకు తెలిసినంత వరకు బాగానే ఉంది

మీకు అనుభవించే ప్రతిదాన్ని నమ్మవద్దు.
ప్రతి అనుభూతి వాస్తవం కాదు.
మీరు అనుకున్నదంతా నమ్మవద్దు.
ప్రతి ఆలోచన నిజం కాదు.

సంపదను నిర్మించడం సంఖ్యలకు సంబంధించినదని నమ్మాను.

మనం సంపాదించే మొత్తం. పొదుపు చేయండి. పెట్టుబడి పెట్టండి. రాబడిగా పొందండి.

హేతుబద్ధమైన డబ్బు నిర్వాహకుడిని అని నన్ను నేను నమ్మాను.

డేటా ఆధారంగా నిర్ణయాలు ఎవరు తీసుకున్నారు.

అయినప్పటికీ, వాస్తవ ప్రపంచ పరిస్థితులను ఎదుర్కొన్నప్పుడు:

- ఇల్లు కొనాలా లేదా అద్దెకు తీసుకోవాలా?
- ఇప్పుడు రుణం తీసుకోవాలా లేదా వేచి ఉండాలా?
- స్టార్టప్ లేదా ఉద్యోగం?
- స్టాక్స్ లేదా మ్యూచువల్ ఫండ్స్ ఎంచుకోవాలా?

నేను తెలుసుకున్నాను:

డబ్బు నిర్ణయాలను సంఖ్యలు నడిపించవు.

మన పక్షపాతాలు చేస్తాయి.

మన భావోద్వేగాలు చేస్తాయి.

మన భావోద్వేగాలు మనల్ని చాలా తెలివితక్కువ పనులు చేసేలా చేస్తాయి.

మనమందరం పక్షపాతాలకు లోనవుతామని ఈ రోజు నాకు తెలుసు, అది మనకు ఉందని కూడా మనకు తెలియదు.

విక్రేతలు దీనిని ఉపయోగించుకుంటారు, కాబట్టి ఏ ఎంపిక ఎప్పుడూ తటస్థంగా ప్రదర్శించబడదు.

ఎవరికీ రోగనిరోధక శక్తి లేదు.

మీరు ఎంత తెలివిగా ఉన్నారనే దానితో డబ్బుకు సంబంధంలేదు, మీరు ఎలా ప్రవర్తిస్తారో అనే దానికి చాలా సంబంధం ఉంది. ప్రవర్తన నేర్పడం కష్టం, నిజంగా తెలివైన వ్యక్తులకు కూడా.

— మోర్గాన్ హౌసెల్

మనం నిర్ణయాలు తీసుకోవాలని ఎలా అనుకుంటున్నాం:

మనంఇంటర్నెట్ దేవతలం.

అప్రయత్నంగా సమాచారాన్ని గ్రహించడం. సజావుగా.

మనమ ఎంపికలను అంచనా వేస్తాం. అనుభవాల నుండి వెతకండి. ఆధారాలు చూడండి.

నిర్ణయాలు తీసుకోండి. నిష్పక్షపాతంగా.

మనం దేవుళ్ళం కాదు. హేతుబద్ధమైన మాట.

వాస్తవానికి మనం ఎలా నిర్ణయాలు తీసుకుంటాం:

మనం సమాచారంలో మునిగిపోతున్నాం. పరిభాష.

ప్రత్యేకంగా చెప్పనక్కర్లేదు, మనం ఎంత సంపాదించాలో చెబుతూ ఉండే బంధువులు

శర్మాజీ కా బేటాకి 26 సంవత్సరాల వయస్సులో బీఎండబ్ల్యూ ఎలా వుంది!

ఒక మనిషి అన్నింటినీ ఎలా తీసుకోగలడు? మనం చేయలేం.

కాబట్టి మన మెదడు సులభమైన బటన్‌ను తాకుతుంది. ఆటో-మోడ్.

అయితే ఇక్కడ విషయం ఉంది.

ఆ ఆటో–మోడ్ లాజిక్ ద్వారా నడపబడదు.

ఇది మన గత అనుభవాలు, ప్రపంచం గురించి మన అవగాహన, మన భావోద్వేగాల ద్వారా నడపబడుతుంది.

మానవ మనస్సుకి వున్న సంవత్సరాల కండిషనింగ్!

డబ్బు విషయానికి వస్తే, ఈ పక్షపాతాలు మనల్ని అహేతుకమైన (ఒక వెర్రి) మార్గాల్లో ప్రవర్తించేలా చేస్తాయి.

మీరు ఈ పక్షపాతాల గురించి తెలుసుకుంటే, మీరు ఇప్పటికే గెలవడానికి సగం మార్గంలో ఉన్నారు.

ఈ అధ్యాయాన్ని వదిలేయండి.

"OMG – అది నేనేనా" అని మీకు అనిపిస్తే, ఏంచేయాలో మీకు తెలుసు!

పక్షపాతం #1: యాంకరింగ్ బయాస్

మీకు వచ్చిన మొదటి సమాచారంపై చాలా ఎక్కువగా ఆధారపడటం.

మీరు ఫోన్ కోసం షాపింగ్ చేస్తున్నారు

మీరు ఇష్టపడే మొదటిది ₹75,000.

అవకాశమే లేదు! మీ బడ్జెట్ కంటే ఎక్కువ.

మీరు ఇష్టపడే తదుపరిది ₹45,000.

ఓహ్ అది చాలా గొప్పగా అనిపిస్తుంది. మీరు కొనండి!

అయినప్పటికీ, ఇది మీ బడ్జెట్ కంటే ఎక్కువగా ఉంది.

ఎందుకంటే మీ మొదటి రిఫరెన్స్ పాయింట్ కంటే తక్కువ ఏదైనా – ₹75,000 – మంచి డీల్ లాగా ఉంది.

మొదటి 75,000 మంది మిమ్మల్ని ఎంకరేజ్ చేశారు.

మీకు మీ స్వంత ఆలోచన లేకపోతే, వేరొకరి ఆలోచన అప్పుగా తీసుకుంటారు.

ఇప్పుడు, మీరు అపార్ట్మెంట్ కొనుగోలు చేస్తున్నారని చెప్పండి.

ఆ ప్రాంతంలోని ధరల గురించి మీకు ఖచ్చితంగా తెలియదు.

"ఇక్కడ మరో ఫ్లాట్ కేవలం ₹70 లక్షలకే వచ్చింది" అని ఏజెంట్ కూడా వస్తాడు.

బూమ్! పడిపోయారు.

మీరు ఇప్పుడు దాదాపు ₹70 లక్షల విలువైన వస్తువును కొనుగోలు చేస్తారు.

యాంకరింగ్ పక్షపాతం అనేది తప్పు గమ్యస్థానంలో చిక్కుకున్న ఆర్థిక జీపీఎస్ ని కలిగి ఉండటంలాంటిది. మీరు చాలా కాలం నుండి మార్గాన్ని కోల్పోయినప్పటికీ, దాని సూచనలను అనుసరిస్తూనే ఉంటారు.

పక్షపాతం #2: లభ్యత పక్షపాతం

సులభంగా గుర్తుకు తెచ్చుకునే విషయాన్ని, సులభంగా లభించే సమాచారాన్ని మనం అతి ముఖ్యమైనదిగా భావిస్తున్నాం.

మన మెదళ్ళు కొత్తగా, అత్యంత అందుబాటులో ఉండే సమాచారాన్ని ఇష్టపడతాయి.

ఎక్కడి నుంచి వచ్చినా.

సహోద్యోగి ఒక నిర్దిష్ట కంపెనీలో పెట్టుబడి పెట్టడం గురించి మనం విన్నాం.

మనం దూకాలనుకుంటున్నాం.

మనం ప్రధాన స్టాక్ మార్కెట్ డిప్‌లో ముఖ్యాంశాలను చూస్తాం. ఇది ప్రతిచోటా ట్రెండింగ్‌లో ఉంది.

దీర్ఘకాలిక ధోరణులు స్థిరత్వాన్ని సూచిస్తున్నప్పటికీ ,మనం భయపడి అమ్మడానికి సిద్ధంగా ఉన్నాం.

సోషల్ మీడియాలో హాట్ కొత్త క్రిప్టో గురించి విన్నాము.

3 రోజుల్లో లక్షలు సంపాదించినట్లు పోస్ట్ చేస్తున్నారు.

మనం ఎంత త్వరగా వీలైతే అంత త్వరగా ఎలా కొనుగోలు చేయాలో తెలుసుకోవాలనుకుంటున్నాం.

ఏది సులభంగా అందుబాటులో ఉంటుందో దాని ఆధారంగా మనం నిర్ణయిస్తాం.

మనకు ఎక్కువగా గుర్తున్న వాటిపై ఆధారపడి నిర్ణయం తీసుకుంటాం.

కేఫ్‌లు, సోషల్ మీడియా, వైరల్ వార్తలు - ఇవి మన ఆర్థిక దిక్సూచిగా మారాయి.

మనం సమాచారానికున్న విశ్వసనీయతను ప్రశ్నించం.

మనం సరైన సమాచారం లేకుండా తప్పు సమాచారాన్ని ఇష్టపడతాం.

నిశ్శబ్దంగా లేదా కనిపించని ఏదైనా మనం తక్కువదని భావిస్తాం.

ఇది పైకి కనిపించినా నిజం కానవసరం లేదు.

ప్రతి ఒక్కసారి

లభ్యత పక్షపాతంతో పోరాడండి. హైప్ కంటే లాజిక్‌ని ఎంచుకోండి..

కల్పన కంటే వాస్తవాలను ఎంచుకోండి.

లభ్యత పక్షపాతం మీ మెదడుకు నెట్ ఫ్లెక్స్ సిఫార్సు చేసిన అల్గారిథమ్ లాంటిది. అది సూచిస్తూ ఉంటుంది అదే పాత ప్రదర్శనలు (ఆలోచనలు) ఎందుకంటే, అక్కడ వున్న మంచి ఎంపికలని గుర్తుకు తెచ్చుకోవడం సులభం.

పక్షపాతం #3: నష్టంవల్ల వచ్చే విరక్తి

మనం ₹1000 గెలుపొందడం కంటే, ₹1000 కోల్పోకుండా ఉండటమే మీదే ఎక్కువ శ్రద్ధ వహిస్తాము.

వింతగా అనిపిస్తుంది, కానీ మన మెదడు ఎలా పనిచేస్తుందో.

అదే పరిమాణంలో లాభం పొందడం వల్ల కలిగే ఆనందం కంటే నష్టం బాధ ఎక్కువగా అనుభవించాం.

ఈ పక్షపాతం మన డబ్బు నిర్ణయాల మీద కొంచెం ప్రభావం చూపుతుంది .

ఇది అన్ని ఖర్చులలో నష్టాలను నివారించాలని కోరుతుంది.

మనం లాభం కంటే నష్టపోకూడదు.

మనం స్మార్ట్ రిస్క్‌లను తీసుకోవడం కంటే తక్కువ లేదా రాబడులు లేని (ఎఫ్డీలు వగైరా?) వాటి పట్ల మక్కువ చూపుతాం.

మీ లక్ష్యాలను చేరుకోవడానికి మీకు ఏం సహాయం చేస్తుంది.

మనదగ్గర 5 సంవత్సరాలుగా సరిగ్గా రాబడి ఇవ్వని పెట్టుబడులు వున్నాయి.

అంటే నష్టాన్ని నిజం చేయడం అని అర్థం.

లేదా మనం ఒక ఆస్తిని కొన్నాం, దాని విలువ పడిపోతుంది – మనం

భయపడి అమ్ముతాం.

అది మళ్లీ పెరిగినప్పుడు మాత్రమే బాధ.

అనుకూలమైన చిట్కా: ఆస్తిని అమ్మేసారా? దానిపై తనిఖీలు చేయవద్దు.

దాన్ని వదిలేయండి.

మీరు నష్టాలపై దృష్టి పెడుతూ ఉంటే , మీ విజయాలను ఆస్వాదించలేరు.

+ప్రో–చిట్కా: ఆస్తిని కొన్నారా? దానిపై తనిఖీ చేయకండి.

దాన్ని వదిలిపెట్టేయండి.

మీరు ప్రతిరోజూ తెలుసుకుంటున్నంతమాత్రాన , అది మెరుగ్గా పని చేయదు.

నష్టం వల్ల వచ్చే విరక్తి పట్ల పక్షపాతం: మనం ఒక భయంకరమైన చలనచిత్రాన్ని తప్పదన్నట్టుగా చివరి వరకు చూడడం లాంటిది .

పక్షపాతం #4: గుంపు/మంద

గుంపు ప్రభావంతో పక్షపాతం.

చిన్నపిల్లలుగా గుర్తుంచుకోండి, మనం ఎల్లప్పుడూ తినడానికి లేదా షాపింగ్ చేయడానికి ఉత్తమమైన ప్రదేశాలు భారీగా ఉంటాయని భావించాం.

అందరూ 'అదే' ప్రదేశానికి వెళ్లాలనుకున్నారు.

ఏదో ఊహించండి?

ఏదీ మారలేదు.

మనం సరిపోయేలా ఇష్టపడతాం. చల్లని గుంపులో భాగం కావడం.

అందరూ చేసేదే మనం చేస్తున్నామని తెలుసుకోవడం మనకు ఇష్టం.

వారు ఏమి చేస్తున్నారో ఎవరికీ తెలియకపోయినా.

కొన్నిసార్లు ఇది బాగా పనిచేస్తుంది.

మీరు కొత్త రెస్టారెంట్‌ని ప్రయత్నించాలనుకుంటున్నారు.

5,000 సమీక్షలు, 4.8 స్టార్ రేటింగ్.

దీని చూద్దాం!

కొన్నిసార్లు అది బాగా పని చేయదు.

ఫలానా నగరమే తరువాత భారీగా మారుతుంది అనే మాట వినిపిస్తోంది. ఈ ప్రాంతమే మనం ఉండవలసిన ప్రదేశం అని నిర్దేశిస్తుంది.

అకస్మాత్తుగా, అందరూ అక్కడ ఆస్తిని కొంటున్నారు. ధరలు పెంచుతున్నారు. బుడగ

లాంటిది !

కొన్నిసార్లు ఇది బాగా పని చేయదు.

ఒక బ్యాంక్ లిక్విడిటీ సమస్యలను ఎదుర్కొంటోందని పుకార్లు.

వినియోగదారులు తమ డబ్బును పోగొట్టుకుంటారేమోననే భయంతో తమ

డబ్బును విత్‌డ్రా చేసుకోవడానికి పరుగెత్తారు.

బ్యాంకు ప్రాథమికంగా బాగానే ఉంది, కానీ ఆ విషయం ఎవరూ పట్టించుకోలేదు.

అటువంటి గుంపుగా అటు-పరుగుపెట్టారు. అది దాని స్థిరత్వాన్ని పూర్తిగా దెబ్బతీసింది.

చిన్న నిర్ణయాలకు ఇది చాలా బాగుంది – కేఫ్‌లు, డిన్నర్ ఎంపికలు, వారాంతపు ప్రదేశాలు.

ప్రధాన ఆర్థిక నిర్ణయాల కోసం – మందలో ఉండడం ఉత్తమ మార్గం కాదు.

అన్ని వైపులా ఆలోచించండి, ఆపై మీ కోసం మీకు అనుకూలమైనది గుర్తించండి.

ఒక గుంపుతో పెట్టుబడి పెట్టడం అనేది జిపిఎస్ ని గుడ్డిగా అనుసరించడం లాంటిది; మీరు ట్రాఫిక్‌లో చిక్కుకుపోవచ్చు, కానీ కనీసం మీరు ఒంటరిగా చిక్కుకుపోలేదు!

పక్షపాతం #5: ఉష్ట్రపక్షి ప్రభావం

ఇది ప్రతికూల సమాచారం అయితే, మీకు తెలియదు, మీరు తెలుసుకోవాలనుకోవడం లేదు.

మనకు ఇష్టమైన టీవీ సీరియల్ కోసం స్పాయిలర్ వంటి ప్రతికూల సమాచారాన్ని మనం పట్టించుకోం.

మీరు ఇటీవల చేయవలసిన దానికంటే చాలా ఎక్కువ ఖర్చు చేస్తున్నారని చెప్పండి.

ఆ కార్డును స్వైప్ చేస్తారు. కొంత అప్పు తీర్చారు.

మీరు మీ బ్యాంక్ బ్యాలెన్స్ ఎంత ఉందో చూసుకోవాలని మీకు తెలుసు, కానీ మీరు చేయరు.

మీరు ఎంత రుణపడి ఉన్నారో చూడాలని మీకు తెలుసు, కానీ తెలుసుకోరు.

ఇది మిమ్మల్ని తీవ్ర ఆందోళనకు గురిచేస్తోంది.

కాబట్టి, మీరు ఆ ఆలోచనను మీ మనస్సు వెనుకకు నెట్టారు. స్వైప్ చేయడాన్ని కొనసాగించండి.

ప్రతిదీ సరిగ్గా జరిగితే అవన్నీ తొలగిపోతాయని ఆశించండి.

క్లాసిక్ ఉష్ట్రపక్షి భావించినట్టు, తలను పాతిపెట్టి, ఉత్తమమైన వాటి కోసం చూడడం లాంటిది.

సమస్యలను విస్మరించడం వల్ల అవి నశించిపోవు.

కానీ మనం ఇంకా ఆలోచిస్తాము: "నేను దానిని చూడలేకపోతే, అది ఉనికిలో లేదు."

ఉష్ట్రపక్షి ప్రభావం: ఎందుకంటే మీ బ్యాంక్ స్టేట్‌మెంట్‌లను చూడడం కంటే మీ ఆర్థిక సమస్యలను ఊహాజనిత ఇసుకలో పూడ్చడం సులభం!

పక్షపాతం #6: అలసటతో నిర్ణయం

మనం రోజు అయిపోతున్నప్పుడు చెత్త నిర్ణయాలు తీసుకుంటాం.

మనం అలసిపోయినప్పుడు చెత్త నిర్ణయాలు తీసుకుంటాం.

స్పష్టంగా, సగటు వయోజన వ్యక్తి రోజుకు 35,000 నిర్ణయాలు తీసుకుంటాడు.

అవును, ఇది చాలా ఎక్కువ.

నిర్ణయాలు కుప్పలు తెప్పలుగా, నాణ్యత పడిపోతుంది.

మెదడు అలసిపోయినప్పుడు షార్ట్‌కట్‌లను కోరుకుంటుంది.

మనం "ఎవరు పట్టించుకుంటారు" అనే ప్రాంతంలోకి ప్రవేశిస్తాం, ఇక్కడ అన్ని నిర్ణయాలు ప్రేరణ వల్ల తీసుకోబడతాయి.

హలో, అలసట లో నిర్ణయం!

మనం డబ్బు కోసం రోజుకు 8 గంటలు (కనీసం) ఖర్చు చేస్తాం.

నిర్ణయమ్మీద అలసట దాడి చేయనివ్వకుండా ఉండటం ఉత్తమం.

మీకు వీలైన చోట డబ్బు నిర్ణయాలను తగ్గించుకోవడం ఉత్తమం.

– యాంత్రీకరణ చేయండి

బిల్లులు, పెట్టుబడులు, పొదుపులను యాంత్రికంగా చేయండి; మీ ఖాతా నుండి నేరుగా బయటకు వెళ్లడానికి.

తక్కువ డబ్బు నిర్ణయాలు, తక్కువ ఒత్తిడి.

అప్పుడు, మీ జీవితానికి ఆటోమేషన్‌ని వర్తింపజేయండి – మీరు ఆటోమేటిగ్గా ఇంకా ఏమి చేయగలరు?

- విషయాలు సరళంగా ఉంచండి

మీ దగ్గర ఉన్న బ్యాంకు ఖాతాల సంఖ్యను తగ్గించండి.

మీ దగ్గర ఉన్న కార్డుల సంఖ్యను తగ్గించండి.

తక్కువ ట్రాకింగ్, తక్కువ గారడీ.

- మీరు ఆకలితో ఉన్నప్పుడు ఎక్కువ డబ్బు వుండే నిర్ణయాలను చేయకండి. అలాగే ఒంటరిగా ఉన్నపుడు. అలసిపోయినప్పుడు.

ఇక్కడ జోడించడానికి ఇంకేమీ లేదు. ఏం చేయాలో మీకు తెలుసు.

అలసటలో నిర్ణయానికి కారణం, మీరు బఫే పూర్తిచేసే సమయానికి, ప్లేట్ నిండా దాల్ మఖానీ ఉంది, ఎందుకంటే పనీర్, ఆలూ మధ్య ఎంచుకుంటే అది చాలా ఎక్కువగా ఉంటుంది – పెట్టుబడి నిర్ణయం లాంటిది!

పక్షపాతం #7: మునిగిపోయిన ఖర్చు భ్రమ

మనం ఇప్పటికే ప్రారంభించాము, కాబట్టి అలాగే కొనసాగించవచ్చు! విషయాలు ఇకపై

మనకు పని చేయకపోయినా.

మనం ఒక ప్రణాళికతో కట్టుబడి ఉన్నాం, ఎందుకంటే మనం ఇప్పటికే దాని కోసం సమయం, కృషి లేదా డబ్బును పెట్టుబడి పెట్టాం.

మనం కోల్పోయిన కారణాన్ని వెంబడిస్తున్నామని స్పష్టంగా ఉన్నప్పుడు కూడా.

మీరు మొదట వచ్చిన ఆలోచన మీద పని చేస్తున్నారని చెప్పండి. ఇది పని చేయడం లేదు.

కానీ మీరు ఆలోచనలు డబ్బు ఖర్చు పెట్టడం గురించి చేస్తున్నారు. ఎందుకంటే, "నేను దాని కోసం సంవత్సరాలు గడిపాను."

మీరు దానిని విలువైనదిగా చేయాలి!

లేదు మీరు చేయరు.

ఇది చాలా కాలం క్రితం అర్థం కావడం ఆగిపోయినట్లయితే కాదు.

అదే డబ్బు.

ఒక్కోసారి పెట్టుబడులు రాకపోవచ్చు.

మనం ఎలాగైనా వారితో కొనసాగుతాం.

మనం పెట్టుబడి పెట్టిన దానిలో రూపాయి కూడా పోగొట్టుకోలేం!

అవును; మీరు చెయ్యవచ్చు.

ఇది పని చేయకపోతే, అది కాదు.

అది పోయినట్లయితే, అది పోయింది.

మీ ఎంపికలను ఒక పెద్ద దృష్టాంతానికి బదులుగా ప్రత్యేక ఈవెంట్ లా చూడండి.

చెడు డబ్బు తర్వాత మంచి డబ్బును విసిరేయకండి.

రెట్టింపు కాకుండా, చెడు ఎంపికను అంగీకరించి ముందుకు సాగండి.

ముందుకు, పైకి!

ది సంక్ కాస్ట్ ఫాలసీ: నిన్నటి నష్టాలు రేపటి చెడు నిర్ణయాలకు ఈరోజు సాకులుగా మారతాయి.

పక్షపాతం #8: గ్యాంబ్లర్ తప్పు

గత సంఘటనలు భవిష్యత్ సంఘటనలను ప్రభావితం చేస్తాయి.

ఈ సంఘటనలకు ఒకదానికొకటి సంబంధం లేకపోయినా!

మీరు నాణేన్ని 9 సార్లు విసిరారు, ఆశ్చర్యకరంగా మొత్తం 9 సార్లు మీకు బొమ్మ వచ్చింది.

మిమ్మల్ని అడిగితే: 10వ టాస్‌లో ఏం వచ్చే అవకాశం ఉంది?

మీరు బొరుసు చెప్పే అవకాశాలు ఎక్కువగా ఉన్నాయి.

ఎందుకంటే, విశ్వం మనకు 'బొమ్మల' తర్వాత 'బొరుసు' ఇస్తుంది.

క్షమించండి మెదడు, అనుకూలమైనది అలా కాదు.

ఎటువంటి 'దిద్దుబాటు' ప్రక్రియ లేదు.

ప్రతి కాయిన్ టాస్ చివరిదానితో సంబంధం లేకుండా ఉంటుంది. దాచిన జ్ఞాపకం లేదు. పగ లేదు. అవకాశం మాత్రమే.

యాదృచ్ఛికంగా రెండు విషయాలు ఒకదానికొకటి కనిపించే సమయాలను మాత్రమే మనం గమనించేలా చేస్తుంది.

అనుకూలించని అన్ని సమయాలను విస్మరించండి.

కాబట్టి, అది వార్షిక కనిష్టాన్ని తాకడం వల్లనే మనం స్టాక్‌లోకి దూకుతాం. అది ఇప్పుడు పెరగాలి!

లేదు; అలా జరగలేదు.

లేదా వారి విజయ పరంపర సరిగ్గాలేదనే భయంతో మనం అద్భుతమైన స్టాక్‌లను విక్రయిస్తాము. ఇప్పుడే తగ్గిపోవాలి.

లేదు, అలా జరగలేదు.

ప్రతి సంఘటన ఒక ప్రారంభం.

మునుపటి ఈవెంట్‌ల కొనసాగింపు కాదు.

తర్కంతో నడిపించండి.

జూదగాడు భ్రమను విశ్వసించడం డొమినోస్ మీకు విభిన్నమైన స్థానాన్ని తీసుకువస్తుందని ఆశించడం లాంటిది.

ఎందుకంటే మీకు వరుసగా మూడు సార్లు అదే వచ్చింది. కొన్నిసార్లు, మీరు ఆర్డర్ చేసిన వాటిని మీరు పొందుతారు!

పక్షపాతం #9: ఫ్రేమింగ్ ఎఫెక్ట్

ఎటువంటి సమాచారం తటస్థ పద్ధతిలో అందించబడదు.

2 ఎంపికలు ఇవ్వడంతో, ఎల్లప్పుడూ మనకు నచ్చిన కథనాన్ని ఎంచుకుంటాం.

మన ఎంపికలు ప్రదర్శనపై ఆధారపడి ఉంటాయి, కంటెంట్ మీద కాదు.

అమ్మకం దారులు దీనిపైనే ఉన్నారు.

దీనిని గమనించండి: "70% కొవ్వు రహిత" vs "30% కొవ్వు".

అదే విషయం, విభిన్న ప్రదర్శన.

దాన్ని చెప్పిన విధానం అన్ని తేడాలను కలిగిస్తుంది.

ఇక్కడ ఒక ట్రిక్ ప్రశ్న ఉంది.

మీ కోసం ఇక్కడ 2 పెట్టుబడి ఎంపికలు ఉన్నాయి. ఏది మంచిది?

- 70% లాభాలు పొందే అవకాశం ఉన్న బాగా వైవిధ్యభరితమైన పోర్ట్‌ఫోలియో
- డబ్బును కోల్పోయే అవకాశం 30% ఉన్న బాగా విభిన్నమైన పోర్ట్‌ఫోలియో

సరే, ఇది గమ్మత్తైనది కాదు.

అదే విషయం, భిన్నంగా రూపొందించబడింది.

కానీ మనకు నచ్చినది మొదటి సందేశం. రెండవది, చాలావరుకు కాదు.

మీరు ఎంచుకోవడానికి ఇక్కడ మరొకటి ఉంది:

- గత సంవత్సరంలో మార్కెట్ బెంచ్‌మార్క్‌ను 5% బీట్ చేసిన మ్యూచువల్ ఫండ్
- గత 3 సంవత్సరాలలో ప్రతి సంవత్సరం 2% బెంచ్‌మార్క్‌ను అధిగమించిన మ్యూచువల్ ఫండ్.

చాలా మంది పెట్టుబడిదారులు బహుశా మొదటిదాన్ని ఎంచుకుంటారు.

ఇది గత సంవత్సరంలో అత్యధిక రాబడిని చూపుతుంది.

కానీ వాస్తవానికి, ఇద్దరూ భవిష్యత్తు గురించి ఏమీ చెప్పరు.
రెండు ఫలితాలు తెలియవు.

అందరూ మంచి రాబడిని ఇష్టపడతారు. అయితే ఫ్రేమ్ కోసం చూడండి!

వాస్తవాలే లెక్క. అందమైన భాగాలు మాత్రమే కాదు.

ఫ్రేమింగ్ ఎఫెక్ట్ బంగాళాదుంప చుట్టూ ఫ్యాన్సీ ఫ్రేమ్ ఉంచి, దానిని కళగా పిలుస్తుంది. కానీ
మీరు ఇప్పటికీ బంగాళాదుంపతో వ్యవహరిస్తున్నారని ఆ చిత్రం మరచిపోయేలా చేస్తుంది.

కంపెనీలు దీనిపై దృష్టి సారించాయి.

- క్రెడిట్ కార్డ్‌లు – ఎప్పటికీ అంతులేని డబ్బుతో కూడిన మ్యాజిక్ వాలెట్ లాగా!
- లగ్జరీ కొనుగోళ్లు – మనం ప్రీమియం, ధర ప్రీమియం.
- ప్రత్యేక రోజులు – వాస్తవానికి, ప్రేమికుల రోజున పువ్వులు ఖరీదైనవి. ప్రత్యేక రోజు అనుభవంలో అన్నీ భాగమే. ప్రేమ కోసమే ఇలా చేయండి!

అందుకే బడ్జెట్ అనేది మేధావుల కోసం మాత్రమే కాదు.

ఖర్చు చేయడం, పొదుపు చేయడం, పెట్టుబడి పెట్టడం – సరిహద్దులు దాటకుండా చేయడంలో ఇది మనకు సహాయపడుతుంది.

ఆ సరిహద్దుల్లో, మనకు పూర్తి స్వేచ్ఛ ఉంది!

క్రమబద్ధీకరించబడి ఉండండి, తెలివిగా ఉండండి!

మెంటల్ అకౌంటింగ్ అంటే మీరు మీ డబ్బును చాక్లెట్ల పెట్టెలాగా పరిగణించడం, ప్రతి రూపాయిని వివిధ ఆర్థిక విభాగాలకి కేటాయించడం.

పక్షపాతం #10: మానసిక అకౌంటింగ్

మన మెదళ్ళు డబ్బును లేబుల్ చేస్తాయి. ఫోల్డర్‌లలో అంశాలను ఫైల్ చేయడం వంటిది.

ప్రతి లేబుల్ మనం ఎలా భావిస్తున్నామో, ఆ డబ్బును ఎలా ఉపయోగిస్తామో మారుస్తుంది.

మెంటల్ అకౌంటింగ్ అనేది మన మెదడు కున్న కొంచెం విచిత్రమైన క్యాషియర్.

ఇది మనం ఖర్చు చేసే వాటిని ట్రాక్ చేయడంలో సహాయపడుతుంది.

మనకి 'సరసమైన' ధరకు బాల్‌పార్క్‌ను అందిస్తుంది.

త్వరగా నిర్ణయాలు తీసుకునేలా చేస్తుంది.

కానీ, కొన్నిసార్లు, ఇది చాలా సృజనాత్మకంగా ఉంటుంది.

డబ్బు అంతా సమానం కాదని చెబుతుంది.

అది మనం ఎలా సంపాదించామనే దానిపై ఆధారపడి ఉంటుంది.

మీకు రోడ్ మీద రూ. 500 దొరికింది.

పార్టీ డబ్బు! "మనం వెళ్దాం అబ్బాయిలు, డిన్నర్ నేను ఇస్తాను!"

అయితే మీరు సేవ్ చేస్తున్న ఫోన్ గురించి ఏమిటి?

అయ్యో ఇది ఫోన్ డబ్బు కాదు.

ఇది 'లక్కీ, ట్రీట్-మీరే' డబ్బు.

అదే పుట్టినరోజు నగదు, పన్ను రీఫండ్‌లు, ఆకస్మిక విండ్‌ఫాల్స్.

ఆశ్చర్యకరమైన డబ్బు కేవలం భిన్నంగా అనిపిస్తుంది.

సులువుగా వస్తే సులువుగా పోతుంది.

మనం దానిని ఎలా ఉపయోగిస్తాం అనే దానిపై ఆధారపడి ఉంటుంది.

ఒక కప్పు కాఫీ, రెండు సమోసాలపై ప్రతిరోజూ ₹150? కూల్.

అయితే, ఒక్కసారి ₹5000తో కొనలా? "ఓహో, నెమ్మదించుదాం. అది భరించలేము!"

ఇది మనకు ఎలా అనుభూతిని కలిగిస్తుందో దానిపై ఆధారపడి ఉంటుంది.

మీ నగరంలోని రెస్టారెంట్‌లో ₹5000 చెల్లిస్తే, గోవాలోని రెస్టారెంట్‌లో ₹5000 చెల్లిస్తే.

మీరుంటున్న నగరంలో, ఆగ్రహంతో ఉన్నారు. "గోవాలో, అబ్బా, వాళ్ళు తమాషా చేస్తున్నారా?"

ఇది అన్ని భావాలకు సంబంధించినది.

మన తర్కం మనతో పాటు విశ్రాంతి తీసుకుంటుంది.

సినిమా థియేటర్‌లో, క్రికెట్ మ్యాచ్‌లో లేదా సంగీత కచేరీలో డ్రింక్ కొనడం కూడా అదే.

మనం రెండింతలు చెల్లించడానికి సిద్ధంగా ఉన్నాం.

అన్నింటికంటే, సూపర్ మార్కెట్ మీకు అదే అనుభవాన్ని ఇవ్వదు.

పరిస్థితులు భిన్నంగా ఉన్నాయని మనం భావిస్తున్నాం.

దురదృష్టవశాత్తు, మన బ్యాంక్ ఖాతాలపై ప్రభావం అదే విధంగా ఉంటుంది.

బయాస్ #11: ది డన్నింగ్ క్రుగర్ ఎఫెక్ట్

మీకు ఎంత తక్కువ తెలుసినా, ఎక్కువ తెలుసని అని మీరు అనుకుంటున్నారు.

మీకు ఎంత ఎక్కువ తెలిస్తే, అది ఇతరులకు అంత సులభం అని అనుకుంటారు.

వ్యక్తిగత ఫైనాన్స్‌లో 3 రీల్స్‌ను చూడటం (లేదా వాటిని తయారు చేయడం కూడా), మమ్మల్ని నిపుణులను చేయదు.

డబ్బు గురించి మనకు ప్రతిదీ తెలుసు అని మనం అనుకుంటే, మనకు చాలా మటుకు తెలియదు.

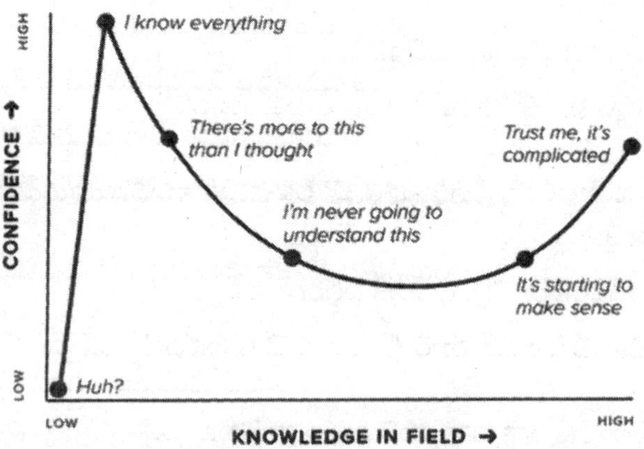

"నాకు అన్నీ తెలుసు" అని చెప్పే నిపుణులు ఎప్పుడూ నిపుణులు కారు.

ఇది ఎల్లప్పుడూ తెలియని వారు అత్యంత నమ్మకంగా ఉంటారు.

లోతుగా పరిశోధించడం కొనసాగించండి, నేర్చుకుంటూ ఉండండి.

మిడిమిడి జ్ఞానం ప్రమాదకరమైన విషయం!

డన్నింగ్–క్రుగర్ ఎఫెక్ట్ అనేది కొంతమంది వ్యక్తులు తాము అత్యంత తెలివైన వాళ్లమని నమ్ముతారు.

తమ్ పరిధి లోనే కాదు; మిగిలిన వారి కన్నా అత్యంత తెలివైన వారని నమ్ముతారు

పక్షపాతం #12: సామాజిక పోలిక

మీరు ఇతరులవల్ల ఎలా ప్రభావితం అవుతారో దాని ఆధారంగా మీరు మీ స్వంత విలువను నిర్ణయిస్తారు.

ఇతరులు ఏమి చేస్తున్నారో పరీక్షించడంలో మనం సహాయం చేయలేం.

మీ స్నేహితుడు క్రిప్టోలో పెట్టుబడి పెడుతున్నారు. ఆమెకు కొత్త కారు వచ్చింది.

అకస్మాత్తుగా మీ మ్యూచువల్ ఫండ్ చెత్తగా అనిపించింది. మీ ద్విచక్ర వాహనం

అంత హాయిగా లేదు.

ఇది ఆర్థిక **FOMO**. (**Fear Of Misssing Out** = తప్పిపోతాననే భయం)

మనం ఎల్లప్పుడూ కంచెని చూస్తున్నాం, మన పొరుగువారి గడ్డి పచ్చగా ఉందని అనుకుంటాం.

ఆర్థిక సలహాదారులు దీన్ని ఇష్టపడతారు, ద్వేషిస్తారు.

ఇది ఉత్పత్తులను విక్రయించడంలో వారికి సహాయపడుతుంది – ప్రేమ.

క్లయింట్‌లను అనుసరించవద్దని ఒప్పించేందుకు వారు సమయాన్ని వెచ్చిస్తున్నారని కూడా దీని అర్థం: గుంపు – ద్వేషం.

గుర్తుంచుకోండి: మీ డబ్బు. మీ ఎంపికలు.

మీవే ఇంకెవరివో కాదు.

మీరు అద్భుతంగా ఉన్నారు, ఏమైనప్పటికీ!

సాంఘికంగా పోల్చుకోవడం అనేది మీ పొరుగువారు ధరించిన బిగుతు జీన్స్, మీకు సరిపోయేలా చేయడానికి ఆర్థికంగా చేసే ప్రయత్నం.

పక్షపాతం #13: 'నేను-బయాస్డ్' కాదు

నా స్నేహితులందరూ వక్రీకరణల గురించి చదువుతున్నారని అనుకున్నాను.

నేనా? అరెరే. ఇక్కడ పక్షపాతాలు లేవు!

వక్రీకరణలు మన మెదడు అంతర్నిర్మిత డిఫాల్ట్ సెట్టింగ్‌లు.

వారు ఆటో-పైలట్‌పై మన నిర్ణయాలను నడుపుతారు.

మీ కుటుంబం మాకు చెప్పే దాని ఆధారంగా.

మీడియా మనకు చూపించే దాని ఆధారంగా.

సమాజం మన నుండి ఏమి ఆశిస్తున్నామో అనే దాని ఆధారంగా.

మనమందరం పక్షపాతంతో (వక్రీకరణతో) లేమని మనం భావిస్తున్నాం, కానీ ఎవరు పూర్తిగా స్వీయ-అవగాహన ఉన్నవారెవరు లేరు!

మనమందరం మన గురించిన అత్యుత్తమ విషయాలు హైలైట్ చేస్తాం.

ఉద్యోగ ఇంటర్వ్యూలు, తేదీలు – మనమందరం 'పరిపూర్ణమైన' వాటిని అమ్మడం గురించి.

మనమందరం అభిజ్ఞా పక్షపాతానికి లోనవుతాం అనే ఆలోచనతో ఏకీభవించండి.

వాళ్ళు మనల్ని శత్రువులుగా చేసుకోవచ్చు.

మనం ఎంత తెలివిగా ఉన్నా.

మీరు అందరిలాగే పక్షపాతంతో ఉన్నారని గ్రహించినప్పుడు, మీరు గెలిచారు.

అప్రమత్తంగా ఉండండి.

ఆ డబ్బును కాపాడుకోండి. బాగా.

'నాకు పక్షపాత ధోరణి లేదు', మ్యాగీని ఉడకబెట్టేటప్పుడు ప్రపంచంలోనే అత్యుత్తమ చెఫ్ అని చెప్పడం లాంటిది.

"నాకు ఇష్టమైన పక్షపాతం "నేను పక్షపాతిని కాదు" అనేది ...మీరు ఎంత శక్తివంతంగా ఉంటే, దాన్ని చూడటం అంత కష్టంగా ఉంటుంది. మీకున్న పరిమితులు. ఆలోచించడంలో మంచిగా ఉండటం వలన పునరాలోచనలో మరింత దిగజార్చవచ్చు."

— ఆడమ్ గ్రాంట్

ఇది చేయండి!

- ఆగండి, ఆలోచించండి!

  వ్రాసుకోండి:

  నేను ఏఏ విధాలుగా పక్షపాతంతో ఉన్నాను?

  ____

  ఈ పక్షపాతాలు నా ఆర్థిక నిర్ణయాలను ఎలా ప్రభావితం చేస్తాయి?

  ____

  ఈ పక్షపాతాలు నా జీవితాన్ని ఎలా ప్రభావితం చేస్తాయి?

  ____

నేను ఈ పక్షపాతాలను అధిగమించాలనుకుంటున్నానా?

- లేకపోతే, ఎందుకు? నన్ను ఏది ఆపుతోంది?

  ____

- అవును అయితే, ఏ చర్యలు తీసుకోగలను?

  ____

ఓహ్! ఒక చివరి విషయం ఏంటంటే

ఒక రోజు మీరు మిమ్మల్ని మీరు చూసుకుని, కోరుకున్న
ప్రతిదాన్ని కనుగొంటారని ఆశిస్తున్నాను.

మే 2003

50 సంవత్సరాల వయస్సులో, నా తల్లిదండ్రులు ఇల్లు కొనాలని నిర్ణయించుకున్నారు.

రెండు దశాబ్దాల తర్వాత ఒక అద్దె ఇంటి నుంచి మరో ఇంటికి మారారు.

వారు అలసిపోయారు. భౌతికంగా. ఎమోషనల్ గా.

ఢిల్లీలోని సుదూర శివారు ప్రాంతంలోని ఫరీదాబాద్‌లో ఉన్న ఈ ఇంటి ధర ₹10 లక్షలు.

అప్పట్లో అది చిన్న మొత్తం కాదు. వారికి కాదు.

8 లక్షల అప్పు ఎలాగోలా ఏర్పాటు చేశారు.

ఏ బ్యాంకు వారికి రుణం ఇవ్వదు.

కాబట్టి, వారు ఎన్ బీ ఏఫ్ సి నుండి తీసుకున్నారు.

అధిక వడ్డీ రేటుతో.

చివరకు ఇల్లు కొన్నారు.

అప్పుడు, యుఎస్‌లో ఉన్నాను.

ఫిజిక్స్‌లో పీహెచ్‌డీ చేస్తున్నా.

100% స్కాలర్‌షిప్ - ఎందుకంటే అదే ఆ విద్యను చదవగలిగే ఏకైక మార్గం.

నాన్న నా వన్ వే టికెట్ కోసం ₹55,000 అప్పు తీసుకున్నారు.

ఒక విద్యార్థిగా, నాకు ప్రతి నెలా ఉదారంగా స్టైఫండ్ చెల్లించబడుతుంది: $1,350!

అది చాలా డబ్బు.

నా జీవితంలో ఎప్పుడూ చూడని డబ్బు.

2 సంవత్సరాలు, నేను ఒక పిచ్చివాడిలా జీవించాను.

నేను నా ఆహారాన్ని వండుకున్నాను, నా బట్టలు తానే ఉతికాను, బయటకు వెళ్లలేదు, ప్రయాణం చేయలేదు, నేను నడవగలిగినంత నడిచాను,

సూపర్ మార్కెట్ లేబుల్స్ కొన్నాను.

నాకు చేతనైనంత పొదుపు చేశాను.

విషయాలు అనుకూలించడం ప్రారంభించాయి - తల్లిదండ్రులకు కొత్త ఇల్లు ఉంది. నా దగ్గర $$$ పొదుపు ఉంది!

ఆగస్టు 2004

నాన్నను ఉద్యోగం నుంచి తీసేశారు.

ఆయనకి మరొక ఉద్యోగం రాలేదు.

కాబట్టి, ఆయన స్వంతంగా వ్యాపారం ప్రారంభించాలని నిర్ణయించుకున్నారు.

దురదృష్టవశాత్తు, అది పని చేయలేదు.

డబ్బులు రావడం లేదు.

మా ఖర్చులు ఆగలేదు – గృహాలు, వినియోగాలు, నా సోదరి చదువు.

అదనంగా, గృహ రుణ ఈఎమ్ఐ లు.

ఒక సంవత్సరంలో, ప్రతిదీ మారిపోయింది. ప్రపంచం తలకిందులైంది. మళ్ళీ.

నాన్న నాకు ఫోన్ చేసి, నా దగ్గర డబ్బు ఉందో లేదో అడిగారు.

"అవును పాపా (నాయనా). నా దగ్గర ప్రస్తుతం డబ్బు ఉంది.

"ధన్యవాదాలు. చాలా ధన్యవాదాలు."

ఇలా అంటూ ఎమోషనల్ అయ్యారు.

ఆయన సిగ్గుపడ్డారు. తన చిన్న కొడుకును డబ్బు అడగవలసి వచ్చింది.

నా దగ్గర డబ్బులున్నాయన్న ధీమాతో ఉన్నారు.

ఆయన అలసిపోయారు. ఎంత ప్రయత్నించినా ఏదీ వర్కవుట్ అయ్యేలా కనిపించలేదు.

నిస్సహాయంగా ఉన్నారు. పనులు ఎప్పటికైనా సక్రమంగా జరుగుతాయా అని బెంగ పెట్టుకున్నారు.

ఆ సమయంలో, నేను డబ్బును అసహ్యించుకున్నాను.

ఇన్నాళ్లూ మాకందరికి ఏం చేసిందోనని అసహ్యించుకున్నాము.

డబ్బుకు నామీద అంత అధికారం చెలాయించనివ్వనని అనుకున్నాను.

అందుకు భిన్నంగా పనులు చేస్తానని అనుకున్నాను.

డబ్బు నన్ను శాసించే స్థితిలో ఉండాలని ఎప్పుడూ కోరుకోలేదు.

కానీ ఈ వైఖరి వల్ల తప్పు చేశాను.

నేను డబ్బును అగౌరవపరిచాను.

డబ్బుని ఎల్లప్పుడూ ఆర్జించ గలనని అనుకున్నాను, దానిని దాచుకోవల్సిన అవసరం లేదు.

నేను దానిని పెంచాల్సిన అవసరం లేదు.

నాదే పొరపాటు.

మార్చి 2019

39 సంవత్సరాల వయస్సులో, నాకు చరిత్ర పునరావృతమైంది.

నేను 6 నెలల క్రితమే నా స్టార్టప్ సీఈఓ పదవి నుంచి వైదొలిగాను.

జీవితంలో ఏం చేయాలో ఇంకా ఆలోచిస్తూనే ఉన్నాను.

పొదుపులు లేవు, ఎందుకంటే నా డబ్బు అంతా నా స్టార్టప్‌లో పెట్టుబడి పెట్టబడింది.

నేను నిరుద్యోగిని. డబ్బు, ఆదాయ వనరు లేకుండా.

నేను మా నాన్న స్థితికి చేరుకున్నాను.

నేను కార్పోరేట్ లో ఉపన్యాసాలు ఇవ్వడం ప్రారంభించాను, డబ్బు సంపాదించడానికి, తరువాత ఏమి చేయాలో ఆలోచించాను.

ఆ తరువాత కోవిడ్ వచ్చింది.

ప్రపంచం మొత్తం నిలిచిపోయింది.

దాంతో నా ఏకైక ఆదాయ మార్గం కూడా.

నా దగ్గర 5 నెలల డబ్బు బ్యాంకులో మిగిలి ఉంది – ఇంటి ఈ ఎమ్ ఐ, స్కూల్ ఫీజులు, జీవన ఖర్చుల కోసం.

నేను మళ్లీ ప్రారంభించాల్సి వచ్చింది.

ఇన్నాళ్లూ, నేను బాగా సంపాదించడం ద్వారా, డబ్బు ఎరవేసి చూపించడం ద్వారా ,విభిన్నంగా పనులు చేస్తున్నానని అనుకున్నాను.

నేను కాదు.

విభిన్న ప్రయాణాలు. అదే గమ్యం.

డబ్బు వ్యక్తిగత విషయం అని మనకి చెప్పబడింది.

మనం మిగతా వాటి గురించి మాట్లాడుతాం – వాతావరణం, వార్తలు, పొరుగువారి గురించి.

కానీ. మనం. ఎప్పుడూ. మాట్లాడం. డబ్బు గురించి.

మనం ఏం సంపాదిస్తాం, ఎలా పెట్టుబడి పెట్టాలి, తీసుకునే రుణాలు – ఈ అంశాలు పరిమితులు కావు.

దాదాపు నిషిద్ధం.

మనం కుటుంబాన్ని ఎప్పుడు ప్రారంభిస్తున్నామని తల్లిదండ్రులు అడుగుతారు, కానీ మనం ఎస్ఐపి ని ఎప్పుడు ప్రారంభించాలో అడగరు.

కాబట్టి, తప్పులు చేయడం ఆపం.

స్వంతంగా చేసే తప్పులు.

నేను చేసిన తప్పులకు చింతించను.

అవి నన్ను తీర్చిదిద్దాయి, ఈ రోజు నేనుగా ఉండేలా చేసాయి.

కానీ డబ్బుపై నా నమ్మకాలు నన్ను వెనక్కి నెట్టాయి.

నా దృష్టిని కప్పివేసాయి, ప్రజలను, పరిస్థితులను, ప్రపంచాన్ని తప్పుగా అంచనా వేశాను.

అవి నా జీవితంలో ఎక్కువ భాగం వున్న అపోహలు.

మీరు చేయవలసిన అవసరం లేదు.

20 ఏళ్ల వ్యక్తికి – నేను చెప్పేది ఇదే.
నేను తెలుసుకోవాలనుకున్నది.

నాలాంటి ప్రతి ఒక్కరికీ – ఇది నేను చెప్పాలనుకుంటున్నాను.
మీకు ఏం ఇవ్వాలనుకుంటున్నాను.

నాలోని వ్యక్తికి వుత్తరాలు: నేను తెలుసుకోవాలనుకున్న విషయాలు

#1
మీకు డబ్బుతో "సంబంధం" ఉంది.
అందరికి వుంది.
మీకు లేదని అనుకున్నప్పటికీ.

మీరు డబ్బుతో ఎలా వుండాలో ఆ కథనాన్ని రూపొందించాను.
అది ఏమిటో మీకు తెలియకపోయినా.

దాని గురించి ఆలోచించండి – ఒక పెద్ద సంఘటన పెరుగుతోంది. చిన్న సంఘటనల శ్రేణి.

ఇది ముఖ్యమైనది.

డబ్బు గురించి మీరు విశ్వసించేది ప్రతిదీ మీకు కూడా తెలియకుండా, ప్రభావితం చేస్తుంది..

ఇది మీ కెరీర్ ఎంపికలను నడిపిస్తుంది.

ఇది మీ సంబంధాలలో ఒక అభిప్రాయాన్ని కలిగి ఉంటుంది.

ఇది మీ భావోద్వేగాలను, మీ చింతలను నిర్దేశిస్తుంది..

ఇది మీ ఆరోగ్యంపై ప్రభావం చూపుతుంది

డబ్బుతో మీ సంబంధం జీవితంతో మీ సంబంధాన్ని రూపొందిస్తుంది.

#2

మీరు ఎక్కువ డబ్బు లేకుండా పెరిగారు కాబట్టి, ఈ 3 విషయాలలో ఏదో ఒకటి జరుగుతుంది:

- మీరు మీ జీవితాంతం డబ్బును వెంబడించడంలో గడుపుతారు, లేదా
- మీరు మీ జీవితాంతం డబ్బు నుండి తప్పించుకోవడానికి ప్రయత్నిస్తారు, లేదా
- మీరు మీ మొత్తం జీవితాన్ని డబ్బుకు మించి ఖర్చు చేస్తారు.

డబ్బును వెంబడించే వారు, డబ్బును శక్తివంతమైన, సాధించలేని వస్తువుగా చూస్తారు.

డబ్బును తప్పించుకునే వారు డబ్బును భయానక వస్తువుగా చూస్తారు.

డబ్బును మించిన వారు డబ్బును అందమైన వస్తువుగా చూస్తారు.

ఈ రోజు మీకు తెలియకపోవచ్చు, కానీ ఎంపిక – ఏ మార్గంలో వెళ్లాలో నిర్ణయించుకోవడం – మీదే.

తెలివిగా ఎంచుకోండి.

#3

డబ్బు కోసం వెంబడించడం అంతులేనిది కావచ్చు.

స్థిరమైన పరుగు, ఒత్తిడి.

మీరు ఉన్న వస్తువులలో గర్వం.

మీ వద్ద లేని వాటి గురించి ఆందోళన.

కేవలం ఒక విషయం కోసం కోరిక.

డబ్బు మీ అంతిమ లక్ష్యం అని మీరు నమ్మడం ప్రారంభిస్తారు.

మీరు నిజంగా కోరుకునేది ఆనందం మాత్రమే అని మర్చిపోకండి – మీరు మొదట డబ్బును వెంబడించడానికి కారణం ఇదే!

#4

డబ్బు మిమ్మల్ని మార్చదు.

ఇది మిమ్మల్ని వెల్లడిస్తుంది.

మీరు స్వతహాగా దయగల వ్యక్తి అయితే, డబ్బు మిమ్మల్ని దయగా చేస్తుంది.

మీరు స్వతహాగా ధార్మిక వ్యక్తి అయితే, డబ్బు మిమ్మల్ని మరింత దాతృత్వాన్ని కలిగిస్తుంది.

మీరు స్వతహాగా గర్వించే వ్యక్తి అయితే, డబ్బు మిమ్మల్ని గర్వించేలా చేస్తుంది.

మీరు ఈ రోజు ఆందోళన చెందితే, రేపు ఆందోళన చెందుతారు.

ఈ రోజు, మీరు కూరగాయల కొనడం గురించి ఆందోళన చెందుతారు. రేపు మీరు కార్ల కొనుగోలు గురించి ఆందోళన చెందుతారు.

ఒత్తిడి మొత్తం అలాగే ఉంటుంది.

డబ్బు మీ బలాన్ని పెంచుతుంది.
డబ్బు మీ లోపాలను తీవ్రతరం చేస్తుంది.
ఇది మీరు ఇప్పటికే ఉన్న వారిని మరింతగా చేస్తుంది.

#5

డబ్బు సంపాదించడం అంటే డబ్బును ఉంచుకోవడం కాదు.
ధనవంతులుగా ఉండడం అంటే ధనవంతులుగా ఉండటమే కాదు.

డబ్బు సంపాదించడం అంటే మీరు పొదుపు చేస్తారని కాదు.
డబ్బు ఆదా చేయడం అంటే మీరు పెట్టుబడి పెట్టాలని కాదు.
డబ్బును పెట్టుబడి పెట్టడం అంటే మీరు తెలివిగా పెట్టుబడి పెట్టాలని కాదు.
డబ్బు సంపాదించడం కంటే డబ్బు ఉంచుకోవడం చాలా కష్టం.

మీ చుట్టూ చూడండి.
నైపుణ్యం, కష్టపడి పనిచేసే వ్యక్తులు. డబ్బు సంపాదిస్తున్నారు. దాన్ని నిలబెట్టుకోవడానికి కష్టపడుతున్నారు.
అప్పులు. అప్పులతో సతమతమవుతున్నారు.

అథ్లెట్లు, సంగీతకారులు, ప్రముఖులు గొప్ప ధనవంతుల నుండి దివాలా దాఖలు చేసే వరకు ఆలోచించండి.
వారు కలలు కనే దానికంటే ఎక్కువ డబ్బు సంపాదించారు.
దానిని ఎలా ఉంచుకోవాలో వారికి తెలియదు.

ధనవంతుడు, సంపన్న వ్యక్తి మధ్య వ్యత్యాసం ఏమిటంటే ఆ సంపద ఎంత స్థిరంగా ఉంటుంది అనేదే.

ధనవంతులుగా ఉండటం = మనుషుల వద్ద ఉన్న వస్తువులు, మనం చూడగలిగేవి.

నిజమైన సంపద = మనం చూడలేని మనుషుల దగ్గర ఉన్న వస్తువులు!

#6

డబ్బును ద్వేషించవద్దు – ఇది ముఖ్యం.

ఇది మీకు మనశ్శాంతిని ఇస్తుంది. ఇది మీ ఆరోగ్యాన్ని కొంటుంది. ఇది మీకు భద్రతను కొనుగోలు చేస్తుంది. ఇది మీకు సౌకర్యాన్ని కొనుగోలు చేస్తుంది.

అన్నింటికంటే, డబ్బు మీకు ధైర్యాన్ని ఇస్తుంది.

కొత్త వ్యాపారాన్ని ప్రారంభించడానికి.

చెడ్డ ఉద్యోగాన్ని విడిచిపెట్టడానికి. చెడ్డ యజమానిని విడిచిపెట్టడానికి.

మీ అభిరుచిని అనుసరించడానికి ఒక సంవత్సరం గ్యాప్ తీసుకోవడానికి.

చెడు సంబంధం నుండి బయటపడటానికి.

నగరాల కి వెళ్లేందుకు. దేశాల అంతటా.

మిమ్మల్ని మీరు నమ్మడానికి.

ధైర్యాన్ని పొందాలని మనం భావించే చాలా విషయాలు, నిజానికి కేవలం డబ్బు తీసుకోండి.

#7

పర్వాలేదు...

పాత బట్టలు ధరించడానికి.

మీ ఫోన్‌ని అప్‌గ్రేడ్ చేయకుండా ఉండటానికి.

సెకండ్ హ్యాండ్ వస్తువులను కొనడానికి.

సాధారణ ఇంటిలో నివసించడానికి.

మీ 20 ఏళ్లలో మీరు ధనవంతులు అవుతారని ఎవరూ ఆశించరు.

అలా నటించవద్దు.

మీ 30 ఏళ్లలో మీరు ధనవంతులు కావాలని ప్రజలు ఆశించవచ్చు.

పట్టింపు లేదు. ఉన్నట్లు నటించవద్దు.

ప్రజల దృష్టి స్వల్పకాలికం.

వారు ముందుకు సాగుతారు, మనం ఆకట్టుకోవడానికి మరొక అవకాశం కోసం ఎదురు చూస్తున్నాం.

ఇది ఎప్పటికీ అంతం కాని చక్రం.

హోదాతో నడిచే ఎలుక రేసులో, మీరు ఎప్పటికీ గెలవలేరు.

మీ కంటే గొప్ప, మెరిసే, ఖరీదైన వస్తువులను కలిగి ఉన్నవారు ఎల్లప్పుడూ ఉంటారు.

దీన్ని మీరే వదిలేయండి.

మీ గురించి ఎవరూ ఆలోచించడం లేదని తెలుసుకోండి.
మీలాగే, వారందరూ తమ గురించి ఆలోచిస్తూ చాలా బిజీగా ఉన్నారు!
సాదాసీదా జీవితాన్ని గడపడం మంచిది.
మీ స్తోమత కంటే తక్కువగా జీవించడం సరైంది.

మీకు ఉత్తమ బహుమతిని అందించడానికి ఆ అదనపు నగదును ఉపయోగించండి.
మీరు డబ్బు గురించి చింతించాల్సిన అవసరం లేని జీవితం.

#8

మీ సంబంధాల కంటే డబ్బు ఎప్పుడూ ముఖ్యమైనది కాదు.
ప్రేమ కంటే డబ్బు ఎప్పుడూ ముఖ్యం కాదు.

పని, డబ్బు మీ సంబంధాలు వేచి ఉండగలవని మీరు భావించేలా చేస్తాయి.
మీ తల్లిదండ్రులకు కాల్ వేచి ఉండవచ్చని ఇది మీకు తెలియజేస్తుంది.
మీ కుటుంబ సభ్యులకు "ఐ లవ్ యు" అనే మాటలు వేచి ఉండగలవు.
వారితో గడిపే సమయం వేచి ఉండగలదు.

"ఇది కెరీర్‌ను నిర్మించుకునే సమయం. డబ్బు సంపాదించండి. మిగతావన్నీ వాయిదా వేయవచ్చు. కుటుంబం, సంబంధాలు వేచి ఉండగలవు" అని ఆలోచించేలా డబ్బు మిమ్మల్ని ప్రేరేపిస్తుంది.
దాని కోసం వేచి చూడకండి (పడిపోకండి).

డబ్బు ముఖ్యం. సంబంధాలు మరింత ముఖ్యమైనవి.

మీరు చనిపోతే, మీ కంపెనీ 48 గంటల్లో జాబ్ పోస్టింగ్‌ను ఇస్తుంది. డబ్బు, మీ ఉద్యోగం ఎంత ముఖ్యమో, సంబంధాలను విస్మరించవద్దు. ప్రత్యేకించి మీరు భర్తీ చేయలేనివిగా ఉంటారు.

#9

తక్కువ కలిగి ఉండటం వల్ల పేదవాడు కాదు.

ఎల్లప్పుడూ ఎక్కువ కోరుకుంటే పేదగా చేస్తుంది.

సంవత్సరానికి ₹3 లక్షలు సంపాదించే వ్యక్తి, సంతోషంగా ఉండటానికి ₹2 లక్షలు మాత్రమే అవసరమయ్యే వ్యక్తి కంటే సంపన్నుడు.

₹10 లక్షలు సంపాదించే వ్యక్తి సంతోషంగా ఉండాలంటే ₹20 లక్షలు కావాలి.

దాన్ని మళ్ళీ చదవండి.

#10

ఈ రోజు మీరు ధనవంతులు కాదని మీరు అనుకుంటున్నారు, ఎందుకంటే మీ తల్లిదండ్రులు చెడు నిర్ణయాలు తీసుకుంటూ ఉంటారు.

మీరు మీ జీవితాన్ని తిరిగి చూసుకున్నప్పుడు, విషయాలు ఎల్లప్పుడూ మీ తల్లిదండ్రుల తప్పు కాదని మీరు గ్రహిస్తారు.

వారు తీసుకునే నిర్ణయాలు ఎప్పుడూ వర్కవుట్ కాకపోవచ్చు.

వారు తీసుకునే నిర్ణయాలు తప్పు అని అర్థం కాదు.

అదృష్టం, ప్రమాదం ఒకే నాణేనికి 2 వైపులా ఉంటాయి.

విజయంలో అదృష్టం ఏ పాత్ర పోషిస్తుందో తెలుసుకోవడం కష్టం.

వైఫల్యంలో అదృష్టం ఏ పాత్ర పోషిస్తుందో తెలుసుకోవడం కష్టం.

నిర్ణయం తీసుకునే ముందు అది వర్కవుట్ అవుతుందో లేదో ఎవరికీ తెలియదు.

ఒకసారి తీసుకున్నాకే తెలుస్తుంది.

మీరు ఇతరులను జడ్జ్ చేస్తున్నప్పుడు దీన్ని గుర్తుంచుకోండి.

మీరు మిమ్మల్ని మీరు తీర్పు చెప్పుకునేటప్పుడు దీన్ని గుర్తుంచుకోండి.

మిమ్మల్ని మీరు ఎక్కువగా ప్రభావితం చేయకండి.

మీరు అనుకున్నంత మంచివారు కాకపోవచ్చు.

మీపై చాలా కఠినంగా ఉండకండి.

మీరు అనుకున్నంత చెడ్డవారు కాదు.

#11

సౌకర్యం కోసం నిర్మించిన ప్రపంచంలో, మీరు జీవితం సులభం అని నమ్మడం ప్రారంభించవచ్చు.

మీరు బహుమతులు పొందుతారు, ఎందుకంటే మీరు దానికి అర్హులు. ఊరికే.

ఇక్కడ నిజం ఉంది: ఎవరూ మీకు ఏమీ రుణపడి ఉండరు.

సంపదను నిర్మించడానికి – నిర్మించడానికి విలువైన ప్రతిదానికి – సమయం అవసరం. ప్రయత్నం. నిబద్ధత.

పొదుపు కష్టం.

విచ్ఛిన్నం కావడం కష్టం.

పెట్టుబడుల గురించి నేర్చుకోవడం కష్టం.

చెడ్డ పెట్టుబడులతో బాధపడటం కష్టం.

అప్పు తీర్చడం కష్టం.

మీ రుణ సమ్మేళనం కష్టం.

మీకు కష్టమైనది ఎంచుకోండి.

#12

ఎన్ని కష్ట సమయాలు ఉన్నా, మీరు ఎంత కష్టంగా ఉన్నా, ఎంత కష్టంగా ఉన్నా, మీరు ఒక మార్గాన్ని కనుగొంటారని గుర్తుంచుకోండి.

ఈరోజు, మీకు తెలిసినదంతా తగినంత డబ్బు లేదని.

ఈ రోజు, మీరు దాచిన లేదా మరచిపోయిన వాటి కోసం మీ ఇంటి చుట్టూ ఎలా వేటాడాలి అనే దాని గురించి ఆలోచించవచ్చు. గమనిక.

కేవలం అవసరాలు తీర్చుకోవడానికి.

ఆమె ప్రతి మూలలో చూస్తుంది.

ఆమెకు ₹10 నోటు దొరికింది. ₹50 నోటు. ₹20 నోటు.

నిన్న ఎక్కడో దాచి, ఈరోజు కనిపెట్టారు.

ఈరోజు వెతకడం సరిపోతుంది.

మరొక రోజు వరకు ఆమె అదే చేయవలసి ఉంటుంది.

ఇప్పటి నుండి 20 సంవత్సరాల తర్వాత, ఇది జీవిత పాఠం అని మీరు గ్రహిస్తారు.

విషయాలు ఎంత కఠినంగా అనిపించినా, మిమ్మల్ని బయటకు తీసే మూలలు ఎల్లప్పుడూ ఉంటాయి.

ఆ మూలల కోసం వెతుకుతూ ఉండండి.

#13

మీరు డబ్బుతో పోరాడుతున్నారు – మీరు ఒంటరిగా లేరు.

మీరు జీవితంతో పోరాడుతున్నారు – మీరు ఒంటరిగా లేరు

అందరూ అయోమయంలో ఉన్నారు. వారు ఉన్నారని వారు మీకు చెప్పకపోయినా.

అందరూ అనిశ్చితంగా ఉన్నారు. వారు ఉన్నారని వారు మీకు చూపించకపోయినా.

అని అందరూ కనిపెట్టుకుంటున్నారు.

మీకు సందేహం వచ్చినప్పుడల్లా, మీరు పందెం వేయగల ఏకైక విషయంపై పందెం వేయండి.

మీరే.

జీవితం మీకు ఒక మార్గం చూపుతుంది.

అంతా ఓకే అవుతుంది

మీరు బాగానే ఉంటారు.

హగ్స్

ఎవరూ చప్పట్లు కొట్టని నాలోని విషయాలని ప్రేమించడం ఇంకా నేర్చుకుంటున్నాను.

— రూడీ ఫ్రాన్సిస్కో

దీని గురించి ఆలోచించండి!

ఈ పుస్తకం నుండి మీరు అనుసరించబోయే 5 విషయాలు ఏమిటి?

____

____

____

____

____

మీరు ప్రారంభించడానికి సిద్ధంగా ఉన్నారు, నా స్నేహితుడా!

సానుకూల దృక్పదం తో వుండు. నమ్మకంగా ఉండు.

మీ గురించి మీరు మంచి అనుభూతి చెందండి.

మీరు దీన్ని పొందారు!

డిస్క్లైమర్

నేను పోస్ట్ డిస క్లైమర్ ఇచ్చే మనిషిని కాదు .కానీ ఈ పుస్తకంలో డబ్బు గురించి చెప్పడం జరిగింది కనుక ఇవ్వాలనుకుంటున్నాను. మూడు ముఖ్యమైన డిస్క్లైమర్

1. నేను ఆర్థిక శాస్త్ర నిపుణుడిని కాదు. నేను ఎస్సీబీఏ సర్టిఫైడ్ మనిషిని కాదు నాకు ఏ విధమైన ఆర్థికపరమైన డిగ్రీ లేదు. నేను డబ్బు మీద పుస్తకం రాసే వృత్తిలోలేను. అందువల్ల నేను ఇక్కడ ప్రస్తావించింది యధాతధంగా పరిగణించకండి. నాకు మీ తెలివితేటల మీద నిర్ణయాధికారం మీద నమ్మకం ఉంది. ఏ నిర్ణయా నైనా తీసుకునే ముందే తగిన విధంగా దాని గురించి విశ్లేషణ చేయగలుగుతారని, ఈ పుస్తకంలో ప్రస్తావించిన ఏ విషయం గురించైనా ముందుగా మీ అంతట మీరు తెలుసుకొని విశ్లేషించుకుంటారని ఆశిస్తున్నాను.
2. ఈ పుస్తకంలో అనేక రకాల బ్రాండ్స్ గురించి నేను రాశాను. ఆ బ్రాండె వారికి కూడా కూడా ఈ విషయాలు తెలియవు. ఆ బ్రాండ్‌కి సంబంధించిన వాళ్ళు ఎవరూ కూడా నాకు ఏ రకమైన డబ్బులు ఇవ్వలేదు. ఇంతకుముందు కొంతమందితో వర్క్ చేసినా, ఇప్పుడు మరి కొంతమందితో ఆర్థికంగా కమర్షియల్‌గా వర్క్ చేస్తున్నాను. అవన్నీ కేవలం ఒక్కసారి ప్రకటళ సంబంధించినవి. వాటికి ఈ పుస్తకాల్లో ప్రస్తావించిన వాటికి సంబంధం లేదు. నేను పెట్టుబడిదారిని కాదు

ఈ పుస్తకంలో ప్రస్తావించిన కంపెనీల్లో పెట్టుబడి పెట్టిన వాన్ని కూడా కాదు.

3. ఈ పుస్తకంలో నేను మీతో పంచుకునే విషయాలన్నీ నా జీవితంలో నిన్ను అర్థం చేసు కున్నవి .అవన్నీ మీకు పూర్తిగా ఉపయోగపడతాయని అనుకూలంగా ఉంటాయని నేను అనుకోవడం లేదు. అందుకే దీన్ని పర్సనల్ ఫైనాన్స్ అన్నారు. ఎందుకంటే ఇది వ్యక్తిగతమైనదికనుక.ఈ పుస్తకం ముఖ్య ఉద్దేశం ఏమిటంటే, మీరు ఏం చేయాలి అని కాదు ఏం చేసే అవకాశం ఉంది అనేది చెప్పడానికి ఇదో మార్గం. మీ ప్రత్యేక అవసరాలకు సంబంధించి మీరు ఎన్నుకునేది మీకంటూ ఒక ప్రత్యేక మార్గం ఉంటుంది. ఇవే నా డిస్క్లైమర్ ఏ లాయర్లని ఈ పుస్తకం రాసే విషయంలో, ఇబ్బంది పెట్టడం కానీ, ఉపయోగించడం కానీ, సంప్రదించడం కానీ జరగలేదు. ఇది నా హృదయంలో నుంచి సూటిగా వచ్చింది.

కృతజ్ఞతలు

ఈ పుస్తకాన్ని 30 ఏళ్ల కాలంలో రాయ గలిగాను. నాకు డబ్బు ఈ విషయంలో కలిగిన అనుభవాలని, నేను చెప్పిన తప్పుల్ని దృష్టిలో పెట్టుకుని గత 18 ఏళ్లుగా ఈ పుస్తకాన్ని తయారు చేస్తున్నాను. నేను రూపొందించిన వీడియోలకి ఎంతో ప్రజాదరణ చూపించి, గత మూడున్నర సంవత్సరాలుగా, కొన్ని వేల మంది చేసిన కామెంట్లను పరిగణలోకి తీసుకుని విషయాలని మెరుగుపరుచుకుంటూ వచ్చాను. లేకపోతే మీ చేతిలో ఉన్న పుస్తకం సాధ్యమయ్యేది కాదు. ఎలైన్, అనబెళ్ళ, ఈ పుస్తకంలో ని.ప్రతి అంశాన్ని చదివి మాటల్ని మెరుగుపరిచి, ఎడిట్ చేసి ఇచ్చారు. మీకు ధన్యవాదాలు. అలాగే బిగ్ థ్యాంక్స్ టు పెంగ్విన్ రాండం హౌస్ ఇండియా టీం. నాలో ఉన్న సర్వ శక్తుల్ని ధారపోస్తున్నా, శ్రమ తెలియకుండా చేసినందుకు. మీరు ఈ పుస్తకాన్ని నేను ఊహించిన దానికన్నా గొప్పగా తీసుకొచ్చారు. డబ్బు గురించి మీ ద్వారా మీకు సంబంధించిన విషయాలని నాతో షేర్ చేశారు. మీరు ఇచ్చిన సహకారంతో ఎంత అందంగా రూపుదిద్దుకుందో మీకు తెలియదు.

రుచి థాంక్స్

డబ్బు పట్ల మీ ధోరణి, నేను చేసిన తప్పులతో పోరాడే ధైర్యాన్ని ఇచ్చి నందుకు. అందరికన్నా మిన్నగా ధన్యవాదాలు ఈ పుస్తకాన్ని అందుకున్న మీకు. మీ ప్రేమ ఫీడ్బ్యాక్, ప్రశంస, విమర్శ నన్ను తీర్చిదిద్దుతున్నాయి. ప్రతిరోజు నేను కొన్ని మిలియన్ల జనాల్ని ప్రభావితం చేసే ప్రయత్నంలో, బాగా రాస్తున్నానని ప్రోత్సహిస్తూ, నన్ను నేను ఎంతగానో మెరుగుపరుచుకోవడానికి వెన్నుదన్నుగా ఉన్న మీ అందరికీ ధన్యవాదాలు. సైనింగ్ ఆఫ్ అంకుర్ వారికు.

రచయిత గురించి

అంకుర్ వారికి పారిశ్రామిక భారతీయులయిన, పారిశ్రామికవేత్త. భారత దేశంలో టాప్ కంటెంట్ క్రియేటర్లలో ఒకరు. ప్రస్తుతం ఆయన వెబ్ వేద అనే ఆన్లైన్లో స్కూలు యంగ్ ప్రొఫెషనల్ కోసం నడిపిస్తున్నారు. అంకుర్ తెలివైన పెట్టుబడిదారు. తన తీరిక సమయాల్లో పారిశ్రామిక వేత్తలకు,సలహాలు సంప్రదింపులు ఇస్తుంటారు. ఆయన రాసిన మొదటి పుస్తకం డు ఎపిక్ షిట్ డిసెంబర్ 2021లో ప్రచురింపబడి, నెంబర్ వన్ బెస్ట్ సెలెర్ స్థానంలో నిలిచింది. రెండో పుస్తకం గెట్ ఎపిక్ షీట్ డన్ డిసెంబర్ 22 లో ప్రచురింపబడి, అదికూడా మళ్లీ మతిరి స్థానంలో నిలబడింది.

ఇది వరలో అంకుర్ నియర్ బై. ని2015లో స్థాపించి దానికి సీఈఓగా పని చేశారు. అంతకు పూర్వం సీఈఓగా, గ్రూప్ ఆన్ఆన్ ఇండియా (2011-15) హెడ్ ఆఫ్ ఏపీ ఏసీ (2013-15)గా పని చేశారు. అంకురికి ఇండియన్ స్కూల్ ఆఫ్ బిజినెస్ ఎంబి ఏ డిగ్రీ ఉంది. అదేవిధంగా మిచిగాన్ స్టేట్ యూనివర్సిటీ నుండి ఫిజిక్స్ విభాగంలో ఎం ఎస్ డిగ్రీ ఉంది. ఢిల్లీ యూనివర్సిటీ హిందూ కాలేజీ నుండి బిఎస్ లో ఫిజిక్స్ డిగ్రీ ఉంది.

అంకుర్ ఫార్ఛ్యూన్ మ్యాగజైన్ '40 అండర్ 40' లిస్ట్ ఫర్ ఇండియాలో భాగస్వామి. ఫోర్బ్స్ మ్యాగజైన్ టాప్ 100 డిజిటల్ క్రియేటర్స్ లిస్ట్ ఫర్ 2022, లింక్ డెన్ ఇండియాస్ టాప్ వాయిసెస్, ఫర్ 2018,2019,2020, లింకటేన్ ఇండియా 'స్పాట్లైట్' లిస్ట్, బిజినెస్ టు డేస్ ఇండియా టాప్ ఎగ్జిక్యూటివ్స్ అండర్ 40 లిస్ట్ లలో ఉన్నారు. అంకుర్ తన భార్య ఇద్దరు బిడ్డలతో ఢిల్లీలో ఉంటున్నారు.

అనువాదకుని గురించి

ఆకెళ్ళ శివప్రసాద్, రెండు వందలకి పైగా చిన్న కథలు, ఐదు నవలలు, ముప్పై నాటికలు వెయ్యికి పైగా టీవీ ఎపిసోడ్స్ రాశారు. ఇరవై కథలకి, రెండు నవలలకి, పలు పరిషత్తులలో నాటికలకి బహుమతులతోపాటు, రెండుసార్లు నంది అవార్డు, ఆకాశవాణిలో చేసిన రచనలకి ఐదుసార్లు జాతీయస్థాయిలో బహుమతులు వచ్చాయి. వీటితోపాటు ఆ నలుగురు, ఆశల పల్లెకి, కరెంట్, హోరాహోరీ, రంగమార్తాండ, కన్నప్ప వంటి చలనచిత్రాలకు రచయితగా పనిచేశారు. 1880–2020, 140 సంవత్సరాల్లో ఎన్నిక చేసిన 100 నాటకాలలో వీరి నాటకం నరవాహనం ప్రచురితమైంది. 2022లో తెలుగు విశ్వవిద్యాలయం నుండి కీర్తి పురస్కారం వచ్చింది.

కిటికీలోంచి వాన, మౌనభాష్యం కథల సంపుటాలతోపాటు, బాలసాహిత్యం, అనువాద సాహిత్యం కలిపి యిప్పటివరకు పలు పుస్తకాలు ప్రచురించబడ్డాయి.

akellasivaprasad@gmail.com

రచయిత గురించి

అంకుర్ వారికూ పారిశ్రామిక భారతీయులయిన పారిశ్రామికవేత్త. భారత దేశంలో టాప్ కంటెంట్ క్రియేటర్లలో ఒకరు. ప్రస్తుతం ఆయన వెబ్ వేద అనే అప్‌స్కిల్లింగ్ యంగ్ ప్రొఫెషనల్ కోసం నడిపిస్తున్నారు. అంకుర్ తెలివైన పెట్టుబడిదారు. తన తరిత విషయాల్లో పారిశ్రామిక వేత్తలకు సలహాలు సంప్రదింపులు అందిస్తుంటారు. ఆయన రాసిన మొదటి పుస్తకం డు ఎపిక్ షిట్ డిసెంబర్ 2021లో ప్రచురింపబడి నెంబర్ వన్ బెస్ట్ సెల్లర్ స్థానంలో నిలిచింది. రెండవ పుస్తకం గెట్ ఎపిక్ షిట్ డన్ డిసెంబర్ 22 లో ప్రచురింపబడి, అదికూడా మళ్లీ మొదటి స్థానంలో నిలబడింది.

అది తరువాత అంకుర్ నియర్ బై 2015లో స్థాపించి దానికి సీఈఓగా పని చేశారు. అంతకు పూర్వం సీఈఓగా గ్రూపాన్ ఇండియా (2011–15), హెడ్ ఆఫ్ [illegible] (2013–15)గా పని చేశారు. అంకుర్‌కి ఇండియన్ స్కూల్ ఆఫ్ బిజినెస్ నుంచి [illegible] డిగ్రీ ఉంది. అదేవిధంగా మిచిగాన్ స్టేట్ యూనివర్సిటీ నుంచి ఫిజిక్స్ విభాగంలో ఎం ఎస్ డిగ్రీ ఉంది. ఢిల్లీ యూనివర్సిటీ హిందూ కాలేజీ నుంచి బిఎస్ సి ఫిజిక్స్ డిగ్రీ ఉంది.

అంకుర్ ఫార్చ్యూన్ ఇండియా మ్యాగజైన్ 40 అండర్ 40 లిస్ట్ [illegible] లో స్థానం పొందారు. [illegible] మ్యాగజైన్ టాప్ 100 డిజిటల్ [illegible] 2022 [illegible] లింక్డ్ ఇన్ టాప్ వాయిస్ 2018, 2019, 2020 [illegible] అండర్ 40 [illegible] ఉన్నారు. [illegible]